இரண்டாவது காதல் கதை

கிழக்கு பதிப்பக வெளியீடுகளாக சுஜாதாவின் புத்தகங்கள்

21ம் விளிம்பு
24 ரூபாய் தீவு
6961
அப்பா, அன்புள்ள அப்பா
அப்ஸரா
அனிதா - இளம் மனைவி
அனிதாவின் காதல்கள்
அனுமதி
ஆ..!
ஆட்டக்காரன் சிறுகதைகள்
ஆதனிலால் காதல் செய்வீர்
ஆயிரத்தில் இருவர்
ஆர்யபட்டா
ஆழ்வார்கள்:ஓர் எளிய அறிமுகம்
ஆஸ்டின் இல்லம்
இதன் பெயரும் கொலை
இரண்டாவது காதல் கதை
இருள் வரும் நேரம்
இளமையில் கொல்
இன்னும் ஒரு பெண்
உள்ளம் துறந்தவன்
ஊஞ்சல்
எதையும் ஒரு முறை
என் இனிய இயந்திரா
என்றாவது ஒரு நாள்
ஐந்தாவது அத்தியாயம்
ஒரு நடுப்பகல் மரணம்
ஒரே ஒரு துரோகம்
ஓடாதே
ஓரிரவில் ஒரு ரயிலில்
ஓரிரு எண்ணங்கள்
ஓலைப்பட்டாசு
கடவுள் வந்திருந்தார்
கமிஷனருக்குக் கடிதம்
கம்ப்யூட்டரே ஒரு கதை சொல்லு
கம்ப்யூட்டர் கிராமம்
கரையெல்லாம் செண்பகப்பூ
கற்பனைக்கும் அப்பால்
கனவுத் தொழிற்சாலை
காயத்ரி
குருபிரசாத்தின் கடைசி தினம்
கை
கொலை அரங்கம்
சிங்கமய்யங்கார் பேரன்
சில வித்தியாசங்கள்
சிவந்த கைகள்
சிறுகதை எழுதுவது எப்படி?
சின்னச் சின்னக் கட்டுரைகள்
சொர்க்கத் தீவு
டாக்டர் நரேந்திரனின் விநோத வழக்கு
தங்க முடிச்சு
தப்பித்தால் தப்பில்லை
திசை கண்டேன் வான் கண்டேன்
தீண்டும் இன்பம்
தூண்டில் கதைகள்
தேடாதே
தோரணத்து மாவிலைகள்
நகரம் சிறுகதைகள்
நிர்வாண நகரம்
நில் கவனி தாக்கு
நில்லுங்கள் ராஜாவே
நிறமற்ற வானவில்
நிஜத்தைத் தேடி
நைலான் கயிறு
பதினாலு நாள்கள்
பத்து செகண்ட் முத்தம்
பாதி ராஜ்யம்
பாரதி இருந்த வீடு
பிரிவோம் சந்திப்போம்
ப்ரியா
மண்மகன்
மத்யமர்
மலை மாளிகை
மனைவி கிடைத்தாள்
மாயா
மிஸ் தமிழ்தாயே நமஸ்காரம்
மீண்டும் ஒரு குற்றம்
மீண்டும் தூண்டில் கதைகள்
மீண்டும் ஜீனோ
முதல் நாடகம் - நாடகங்கள்
மூன்றுநாள் சொர்க்கம்
மெரீனா
மேகத்தைத் துரத்தியவன்
மேலும் ஒரு குற்றம்
மேற்கே ஒரு குற்றம்
ரயில் புன்னகை
ரோஜா
வசந்த காலக் குற்றங்கள்
வாய்மையே சில சமயம் வெல்லும்
வாரம் ஒரு பாசுரம்
வானத்தில் ஒரு மௌனத்தாரகை
விக்ரம்
விடிவதற்குள் வா
விபரீதக் கோட்பாடு
விருப்பமில்லா திருப்பங்கள்
விரும்பிச் சொன்ன பொய்கள்
விவாதங்கள் விமர்சனங்கள்
விழுந்த நட்சத்திரம்
வைரங்கள்
ஜன்னல் மலர்
ஜீனோம்
ஜோதி
ஸ்ரீரங்கத்து தேவதைகள்

இரண்டாவது காதல் கதை

சுஜாதா

கிழக்கு

இரண்டாவது காதல் கதை
Irandavathu Kathal Kathai
by Sujatha
Sujatha Rangarajan ©

Kizhakku First Edition: December 2010
288 Pages

ISBN 978-81-8493-616-2
Title No. Kizhakku 596

Kizhakku Pathippagam
177/103, First Floor,
Ambal's Building, Lloyds Road,
Royapettah, Chennai 600 014.
Ph: +91-44-4200-9603

Email : support@nhm.in
Website : www.nhm.in

Cover Image : Shutterstock

Kizhakku Pathippagam is an imprint of New Horizon Media Private Limited

This book is sold subject to the condition that it shall not, by way of trade or otherwise, be lent, resold, hired out, or otherwise circulated without the publisher's prior written consent in any form of binding or cover other than that in which it is published and without a similar condition including this the rights under copyright reserved above, no part of this publication may be reproduced, stored in or introduced into a retrieval system, or transmitted in any form or by any means (electronic, mechanical, photocopying, recording or otherwise), without the prior written permission of both the copyright owner and the above-mentioned publisher of this book.

"அப்பா, நீங்க எனக்கு உதாரண அப்பாவா இல்லை. கண்ணுக்கு முன்னால அம்மாவை அடிச்சிருக்கீங்க. டாலியைப் பத்தி அம்மா என்கிட்டச் சொல்லி அழுதிருக்கா. பயந்து பயந்து அலுத்துப் போய்தான் இஷ்டத்துக்குச் சுத்தறதும், இஷ்டத்துக்குப் படிக்கிறதும், சொன்னதைக் கேக்காததும் எல்லாம் ஒரு மாதிரி எதிர்ப்புதான்பா."

முன்னுரை

'இரண்டாவது காதல் கதை' ஆனந்த விகடனில் தொடர் கதையாக வந்தது. இந்தக் கதையின் நிதியை 1980-களில் நான் எழுதிய 'பிரிவோம் சந்திப்போம்' மதுமிதாவுடன் ஒப்பிட்டால் தலைமுறை இடைவெளியில் உள்ள மாற்றங்கள் புரியும். பெண்கள் இப்போதெல்லாம் சுயமாகச் சிந்திக்கத் தொடங்கி விட்டார்கள் என்பதே இந்தக் கதையின் அடிநாதம்.

பொங்கல் திருநாள் 2002

சுஜாதா
சென்னை

1

தொலைபேசி தொடர்பான சில சம்பவங்கள்

சென்னை, சி.ஐ.டி. நகரில் இன்னும் தமிழார்வலர்களின் கண்களில் படாத பிஷப் வாலர் குறுக்குத் தெருவில் இருந்த கீதாஞ்சலி அபார்ட்மெண்டில் எட்டு ஃப்ளாட்கள்தான். பாதாள கார் நிறுத்திடங்கள், கதவைச் செல்லமாக, அளவோடு திறக்க கூர்க்கா, லேசாக மூச்சு விடும் லிஃப்ட், மின்சாரம் போன முப்பது செகண்டில் உயிர் பெறக்கூடிய ஜெனரேட்டர், ஒளித்து வைக்கப்பட்ட கேபிள் இணைப்பு, ப்ளாக் லேபல் விஸ்கி குடிக்கிறார்களோ, சத்யநாராயண பூஜை நடத்துகிறார்களோ, ஒருவருக்கொருவர் தொடர்பில்லாது சுக துக்கங்களை மழுப்பும் பலமான சுவர் தடுத்த தனி மாளிகைகள். அதில், நான்காவது ஃப்ளாட்டின் சொந்தக்காரர் ஆர். ஜயந்த் (அஸ்ட்ராகாம் என்னும் மல்ட்டிமீடியா கம்பெனியின் சி.எஃப்.ஓ). காலை ஒன்பது மணிக்கெல்லாம் ஆபீஸ் போய் விடுபவர். ராத்திரி 'மி, மைசெல்ஃப் அண்ட் ஐரீன்' என்ற ஜிம் கேரி படத்தை டிவிடியில் பார்த்ததால் எழுந்திருக்கத் தாமதமாகிவிட்டது. விளைவாக, காலைக் கடன்கள் தள்ளிப்போய், இறுதியில் சாக்லேட் பானத்தை முடித்துவிட்டு, ஹிண்டுவில் அவருக்கு இருக்கும் ஒரே ஒரு சுவாரஸ்யமான விஷயமான ஆபிச்சுவரி படித்துவிட்டுக் கிளம்புவதற்குள் பத்தரை.

அப்போது இந்தக் கதையின் ஆரம்ப விதைச் சம்பவமாக டெலிபோன் மணி ஒலித்தது. அதை எடுத்து, 'ஹலோ அகஸ்டஸ், இப்ப வர்றேன்...' என்றார். அகஸ்டஸ்தான் போன் பண்ணுவான் என எதிர்பார்த்தார். சற்று அதட்டலாக, 'ஹலோ...' என்றார். பதில் இல்லை. ஆனால், உயிர் இருந்தது. அந்த முனையில் யாரோ லேசான மூச்சு விடும் சத்தமும், 'எ லிட்டில் பிட் ஆஃப் ஜெஸ்ஸிகா' பாடலின் சத்தமும் கேட்டுக் கொண்டிருக்க, மூன்றாவது அதட்டலுக்குப் பிறகு மறுமுனை செத்துப் போனது. அறை வாசலில் நிவேதா நின்று கொண்டிருந்தாள்.

'யாருப்பா?' என்றாள். ஒரு முறை தன் மகளை அந்நியமாகப் பார்த்தபோது, 'மை காட்! என் பெண் இவ்வளவு வளர்ந்து விட்டாளா?' என்ற எண்ணம் பின் மண்டையில் தட்டியது. தகப்பனாக இருந்தாலும் அவளுடைய திரண்ட மார்பைக் கவனிக்காமல் இருக்க முடியவில்லை. அம்மாவை நிறத்திலும், நல்லவேளை அழகிலும், அப்பாவை குணத்திலும் கொண்டு, நின்றால் ஏறத்தாழ அஞ்சு எட்டு இருப்பவளை மாடலிங்குக்காக சத்யா பரிந்துரைக்கப் போய், அன்று வீட்டில் பெஞ்சு நாற்காலிகள் எல்லாம் பறந்தன.

'யார்ப்பா போன்ல?' என்றாள் நிதி.

'சம் இடியட், பேசினாத்தானே? என் குரலைக் கேட்டப்புறம் வெச்சுட்டான்...' கலர் கலராக ஆறு மாத்திரைகளைக் கொண்டு வந்து கொடுத்த ராமலக்ஷ்மி (அவருக்கு கொலஸ்ட்ரால், டயாபடீஸ் போன்ற பெரிய மனித வியாதிகள் சகலமும். வேளா வேளைக்குப் பட்சணம் போல் மாத்திரைகளும் உண்டு.) 'தினம் இந்த வேளைக்கு கால் வருது. யாருன்னு கேட்டா, பதில் சொல்றதே இல்லை. இதுக்கு நீங்க ஏதாவது செய்துதான் ஆகணும். நம்பரை மாத்திருங்க...' என்றாள்.

நிவேதா தரையைப் பார்த்துக்கொண்டிருந்தாள்.

'தட்ஸ் ஸ்டுபிட்... யாரா இருந்தாலும் கண்டுபிடிச்சுடலாம்...'

'எதாவது செய்யுங்க... இதுவரை எனிமிதி ஆயிந்தி...'

'எக்ஸ்சேஞ்ல சேஷாத்ரிகிட்ட சொல்லிப் பார்க்கறேன். கால் எங்கருந்து வருதுனு மானிட்டர் பண்ண ஓரளவுக்கு முடியும். அடுத்த தடவை வர்றப்ப, நல்லாத் திட்டிடு...'

‘அம்மாவுக்குத் திட்டவே தெரியாதேப்பா...’

‘எங்கே திட்டு பார்க்கலாம்... ஸ்ட்ராங்கா, அவன் அப்படியே நாக்கைப் பிடுங்கிச் சாகறாப்ல ஒரு திட்டு வார்த்தை சொல்லு, பார்க்கலாம்...’

லக்ஷ்மி வெட்கத்துடன், ‘முட்டாள்...’ என்றாள்.

‘திட்டா இது? கொசுக் கடி!’

‘தெலுங்குல வேணா திட்டறேனே... குக்க பில்லா...’

ராமலக்ஷ்மியின் பூர்வீகம் விசாகப்பட்டினம். குக்க பில்லா என்றால் நாய்க்குட்டி!

‘நான் திட்டறேன் பாரு... ஏய் பண்டாரம்! நசிச்சுப் போடா நாயிண்ட மகனே...’ ஜயந்தின் பூர்வீகம் பாலக்காடு.

‘அவனுக்கு மலையாளமோ, தெலுங்கோ தெரியலைன்னா, திட்டு வேஸ்ட்டுப்பா...’ என்று நிவேதா சிரித்தாள்.

‘நீ திட்டு...’

‘யூ டம்மி, டம்போ, யூ கார்ட்டூன் கி பச்சே, யூ ஜிஞ்ச்போக்லி, யூ க்ராக்கடைல், சிங்கப்பூர் குப்பைத் தொட்டி... வார்த்தை முக்கியமில்லை. கோபம்தான்...’

‘நிதி... உனக்கு யாராவது பாய் ஃப்ரெண்ட் கூப்பிடறானாடி?’ என்று கேட்டாள் லக்ஷ்மி.

‘இருக்கலாம்...’ என்றாள் நிதி நாடகத்தனமாக.

‘இருக்கலாமா? என்னடி இது?’

‘பின்ன என்ன கேள்வி கேக்கற? பைத்தியம், பைத்தியம்...’

‘நம்ம பொண்ணும்மா இது...’ என்று அவள் தலையைக் கலைத்து, உச்சி முகர்ந்து முத்தம் கொடுத்தார் ஜயந்த். ‘இன்னும் குழந்தை வாசனை போகலை...’

‘பர்ஃப்யூம்பா!’

‘நம்ம பொண்ணு என்ன பண்ணப் போறா தெரியுமா? வாட்ஃபோர்டுல எம்.பி.ஏ. பண்ணிட்டு...’

'ஜாவா, வெப்ஹோஸ்டிங், எச்.டி.எம்.எல் எல்லாத்தையும் விட்டுடீங்களாப்பா?'

'கண்ணைப் பாரு... நம்மகிட்ட சொல்லாம எதையாவது செய்யுமா இந்தக் கண்ணு? என்ன சொல்லு... செய்வியா? செய்வியா? டெல் மி!'

நிவேதா சற்று யோசித்துப் பதில் சொன்னாள். 'அப்பா, உங்களை எம்பாரஸ் பண்ற மாதிரி எதுவும் செய்யமாட்டேன்...'

'தட்ஸ் த கர்ள்... தருணும் சரண்யாவும் போயாச்சா?'

'அப்பவே...'

தருண் 10, சரண்யா 14.

'வரேன்னா, உன்னை ட்ராப் பண்ணிர்றேன்...'

'இல்லைப்பா... நான் டூ வீலர்ல போய்க்கறேன். இப்பவே நீங்க லேட்டு...'

'இவ வண்டி ஓட்டிட்டுப் போறது எனக்குப் பிடிக்கவே இல்லை. நீங்க போய் காரை அனுப்பிடுங்களேன்.'

'வேண்டாம்பா...'

'ஏன் பயப்படறே? இவ ஒய் டு கே பேபி!'

'இத்தனை ட்ராஃபிக்ல நீ போறது...'

'அம்மா! வேண்டாம்னு சொல்றேனில்லை?'

'உங்க பொண்ணு எவ்வளவு பிடிவாதம் பாருங்க...'

'அம்மா ப்ளீஸ்... நான் வெச்சிருக்கிறது வெத்து வண்டி. இருபது கிலோமீட்டருக்கு மேலே போகாது. சைக்கிள்காரன்லாம் ஓவர் டேக் பண்ணிட்டுப் போய்க்கினே இருக்கான். எதாவது குழப் பம்னா இறங்கி, நடத்தி அழைச்சுட்டு கிராஸ் பண்ணிடுவேன். பஸ்ல போங்கறியே, இதைப் பாரு...' என்று செய்தித் தாளைக் காட்டினாள்.

ஒரு பஸ் வீட்டுக்குள் மூக்கை நுழைத்துக்கொண்ட விபத்தின் போட்டோ போட்டிருந்தது.

ஜயந்த் தன் காரில் ஏறும்போது, 'குட்மார்னிங் அங்கிள்...' என்று கேட்டுத் திரும்பிப் பார்த்தார். அந்தப் பையனை எங்கேயோ பார்த்திருக்கிறார். கறுப்பு பனியனில் பச்சையில் THE IQ GENE என்று எழுதியிருந்தான்.

பார்பர் ஷாப் போய் ஒரு வருஷமாவது இருக்கும். 'மார்னிங்... நீ வந்து...'

'பட்டாபி, அங்கிள்...'

'நீ என்ன டாபியா இருந்தாலும் என்னை அங்கிள்னு கூப்பிடாதே. மிஸ்டர் ஜயந்த்னு கூப்டு, அல்லது சார்னு. நோ அங்கிள் பிஸினஸ்...'

'சரி அங்கிள்... ஸாரி ஸாரி சார்...'

'எல்லோரும் சௌக்கியமா? உங்க ஃபாதர்...'

'சந்த்ரகுமார்... ஃப்ளாட் நம்பர் 7ஏ...'

'துபாய்ல வேலை பார்க்கறார், இல்லையா?'

'இல்லை... பக்கத்திலதான், ஆள்வார்பேட்டைல...'

'பின்ன துபாய்ல இருக்கறது யாரு?'

'தெரியலே அங்கிள்... பை அங்கிள்...'

'மறுபடியும் அங்கிள்ங்கற பாரு... ஐல் ஷூட் யு நெக்ஸ்ட் டைம்...'

அவர் போனதும் அவன், 'பெரிசு வா, வா, உனக்கு வெக்கறேன் ஆப்பு...' என்றான்.

காரில் டிரைவரைக் கேட்டார், 'இந்தப் பையன் யாரு மணி?'

'ஏளாம் நம்பர்ங்க... லெப்ட்டுங்க... க்ரேட்டு க்ரேட்டா பியர் போவுங்க...'

'பையனுக்கா, அப்பாவுக்கா?'

'அம்மாவுக்கும் சேத்துங்க!'

அவர்கள் சென்றதும் நிவேதா தனியாக இருந்தாள். போனை எடுத்து எண்களைத் தயக்க விரலால் யோசித்து யோசித்து

ஒத்தினாள். கழுத்தில் போட்டிருந்த மணி மாலையைத் திருகிக் கொண்டே மெல்லப் பேசினாள். 'இங்க போன் பண்ணாதேன்னு எத்தனை முறை சொல்லிருக்கேன்டா, டம்போ... அப்பா போன் ஆபீஸுக்குக் கம்ப்ளெயிண்ட் கொடுக்கப் போறாங்க...'

'....'

'எப்பவும் வேணாம். கலையரசி இல்லாட்டி நிலவொளி வீட்ல இருக்கச்சொல்ல மட்டும் பேசலாம்னு சொன்னனில்லை, ஜிஞ்ச் போக்லி. என்ன அவசரம்?'

'....'

'எல்லாம் சாப்ட்டாச்சு. இதைக் கேக்கவா போன்?'

'....'

'பலி போட்டுருவார் எங்கப்பா... தெரியுமில்லை? லஞ்ச்போது பார்க்கலாம். தி யுஷுவல் ப்ளேஸ்...'

'....'

'மாட்டேன்... அங்கல்லாம் வர மாட்டேன்...'

காரில் சிக்னலில் நின்றபோது ஒரு இளைஞன் டை கட்டிக் கொண்டு பொம்மையை ஆட்டி, 'சார், கொரியன் டால் வேணுமா?' என்றான். சட்டென்று ஜயந்த்துக்கு அந்த டெலி போன் கால் உறுத்தியது. இனம் காண முடியவில்லை. பல்லிடுக்கில் அகப்பட்ட பாக்குத்தூள் போல கார் பயணம் முழுவதும் அந்த எண்ணம் உறுத்திக்கொண்டிருந்தது. காஸெட் போடச் சொன்னார். 'எ லிட்டில் பிட் ஆஃப் மோனிக்கா...'

'நிதி அம்மாதாங்க...'

'இந்தப் பாட்டை எங்கே கேட்டேன்?'

அகஸ்டஸைக் கூப்பிட்டு, சேஷாத்ரிக்குப் போன் பண்ணச் சொன்னார்.

போர்டு ரூமில் வென்ச்சர் கேபிடலுக்காக ப்ரசென்டேஷன் இருந்தது. பவர் பாயிண்டில் பின்னணி இசை, அனிமேஷன், புல்லெட்டுகளுடன் ஓர் இளைஞன் மிக மிகத் தன்னம்பிக்கை

யுடன் பத்து கோடி, இருபது கோடி என்று அப்பன் வீட்டுச் சொத்து போலப் பேசிக்கொண்டிருந்தான். இம்மாதிரி ஒரு பையனைத்தான் பார்க்கவேண்டும் நிவேதாவுக்கு. இந்த வயசிலேயே ஒரு லட்சம் சம்பளம் வாங்குபவனாக, இந்தியாவில் இருப்பவனாக... உயரம் கூடப் பொருத்தம். அவன் சொன்னதில் மனது செல்லவில்லை. அவன் கை அசைவுகளையும் குழந்தை முகத்தையும் மூக்கு நுனிச் சிவப்பையும்தான் கவனித்துக் கொண்டிருந்தார். காகிதக் கைக்குட்டையால் மூக்கு சிந்தி, 'எக்ஸ்யூஸ் மி... ஏசி கொஞ்சம் அதிகமாக இருக்கிறது...' என்று தானே சென்று தெர்மோஸ்டாட்டைக் குறைத்தான்.

'ஓவர்?'

'யெஸ் சார்... டூ யூ ஹேவ் எனி க்வெஸ்சன்ஸ் சார்?' என்று அவர் கேட்கக் காத்திருந்தான். போர்டு மெம்பர்கள் அனைவரும் ஜயந்த்தையே பார்த்திருக்க...

'உன் பிறந்த தேதி என்ன?'

'அதற்கும் இந்த முதலீட்டுக்கும் என்ன சம்பந்தம்?'

'உன்னைப் பார்த்தால் மிக மிக இளைஞனாகத் தோன்றுகிறாய்...'

'அதற்கு நான் பொறுப்பல்ல... என் பெற்றோர்...'

'உன்னை நம்பி எங்கள் கம்பெனி இருபத்தைந்து கோடி கொடுக்கலாமா?'

'நான் உங்களுக்கு ஐம்பது கோடி கொடுக்கப் போகிறேனே! ஐபிஓ ஆன முதல் தினம்...'

'வாட் டு யு ஸே பரமேச்?'

'ஜே... எல்லாம் உன் முடிவுதான். நாங்கள் தலை ஆட்டத்தான் காத்திருக்கிறோம். எப்போது லஞ்ச்?'

மதிய உணவுக்கு அந்த இளைஞனை ஷெராட்டனுக்கு அழைத்துச் சென்றார்.

ஒரு வித்வான் மண்டி போட்டுக்கொண்டு அகாலமாக சிதாரில் மேக மல்ஹார் வாசித்துக்கொண்டிருக்க, 'ஸ்டார்ட்டர்ஸ்' என்று ஒரு ரூபாய் சைஸுக்குத் தோசை கொண்டு வைத்து, அதனுடன்

தொட்டுக் கொள்ள மதுரை போல பதினாறு சட்னி வைத்தார்கள். 'வாட் வில் யு ஹாவ் ஃபர் ட்ரிங்க்ஸ் சார்' என்றார் சிவாஜி போல உடையுடன் ஒரு வெயிட்டர்.

'ஃப்ரெஷ் லைம் அண்ட் சோடா...'

'நீ குடிப்பதில்லையா?'

'இல்லை... பழக்கமாகவில்லை. ஐ கெட் ட்ரங்க் ஆன் மினரல் வாட்டர்...'

'என்ன படித்தாய்?'

'ஐ.ஐ.டி. கான்பூர், ஐ.ஐ.எம். கல்கத்தா, லீவரில் மூன்று வருஷம்...'

வெற்றிப் பாதையின் பொழிப்புரை.

'அண்டர்கிராஜுவேட் டிசிப்ளின் என்ன?'

'மெக்கானிக்கல்... எல்லாம் மறந்து போய்விட்டது...'

அவன் உதடுகள் ரோஜா நிறத்தில் இருந்தன. புன்னகையில் ஓர் அழுத்தமும், தன்னம்பிக்கையும், நாணயமும் இருந்தன. இவன் தான் என்று எண்ணினார். அவருக்கு என்னவோ, இன்றைய தினம் முக்கிய தினம் என்று பட்டது. லக்ஷ்மி சொல்லி யிருக்கிறாள், இன்று ஏதோ சனிப் பெயர்ச்சி என்று.

நிவேதா, இவன் நிறம் இருப்பாளா?

ரிசப்ஷனை விஜய சேஷ மகால்... வேண்டாம், ராணி மெய் யம்மையில் வைத்துக்கொள்ளலாம். அல்லது ஏவி.எம். ராஜேஸ்வரியில்.

'பெயர் என்ன சொன்னாய்?'

'இன்னும் சொல்லவே இல்லை. கார்டு கொடுத்திருக்கிறேன். அதை நீங்கள் பார்க்கவே இல்லை. பார்க்கவேண்டும் என்று கட் டாயமில்லை. சி.எஃப்.ஓவுக்கு இதற்கெல்லாம் நேரமிருக்காது...'

'ஸாரி...' கார்டை எடுத்து, 'சந்திரகுமார்... நைஸ் நேம்... எனக்கு இந்தப் பெயரில் ஒரு ஹிஸ்டரி புரொபசரைத் தெரியும். குமார் என்று கூப்பிடலாமா?'

'ஷாண்டி என்பார்கள் என் நண்பர்கள்...'

'சந்தை போல இருக்கிறது...'

'நாம் எல்லோரும் பணச் சந்தையில்தானே இருக்கிறோம். எப்படி அழைத்தாலும் எனக்குச் சம்மதமே... பசிக்கிறது...'

'ஸாரி... வெயிட்டர்?'

அதன்பின் சட்டென்று அவருக்கு அது உதயமாயிற்று. நிவேதா இந்த ஓட்டலிலிருந்து ஒரு கிலோமீட்டர் தூரத்தில்தான் இருக்கிறாள். இன்ஃபோடெக்னோவின் வகுப்பில்.

'உட் யூ லைக் டு மீட் மை டாட்டர்?'

2
ஒரு தந்தையின் முதல் சந்தேகம்

ஜயந்த், குமாரை அழைத்துக்கொண்டு இன்ஃபோ டெக்னோ சென்றார். 'மணி, எந்தப் பக்கம் போற?'

'போ சொல்ல... இந்த ரூட்லதான் போவணுங்க.'

'இந்தப் பாலத்தால ட்ராஃபிக் குறையும்கறிங்களா?' என்றான் குமார்.

'க்ளோவர் லீஃப் பாலத்தைத் தவிர வேறு எதுவும் போக்குவரத்தைச் சுலபப்படுத்தாது. ட்ராஃபிக் இன்ஜினீயரிங் க்யூயிங் தியரி உண்டு' என்றார் ஜயந்த்.

'எப்படியோ முடிச்சுட்டாங்க' என்றான் குமார்.

அகாடமியை ஒட்டிய சந்தில் பகலில்கூட நியான் 'இன்ஃபோடெக்னோ ஃபர் ஆரக்கிள்' என்று ஒளிர்ந்தது. பைக்குகளும் மொபெட்களும் தத்தம் இளம் எஜமானர், மானிகளுக்காகக் காத்திருக்க, ஏசிக்கு இருட்டாக்கப்பட்ட பெரிய ஹாலில் பலர் கணினி முனையங்களை ஆர்வத்துடன் கவனித்துக் கொண்டிருந்தார்கள். மானிட்டர்களின் பச்சை ஒளியை முகங்கள் பிரதிபலித்தன. கண்களில் அமெரிக்க ஆசை முலாம் பூசியிருந்தது. இளைஞர்கள், கடுக்கன், ரப்பர் பாண்டு, குடுமி, தையல் பிரிந்த ஜீன்ஸ், பனியனில் 'யுசிஎல்ஏ' 'மைக்ரோசாஃப்ட்

சக்ஸ்' போன்ற வாசகங்கள். மேஜை விளிம்புகளில் சாய்ந்து கிருஷ்ணன் கால் போட்டுக்கொண்டு கையில் கேப்புசீனோ வுடன் ஜாவா பேசிக்கொண்டிருந்தார்கள். சிலிக்கன் வேலி சூத்ரதாரி ஒருத்தர் செலுத்திய மென்பொருள் மெஷின்களாக இயங்கினார்கள். புன்னகை கூட விபி ஸ்க்ரிப்டில் இருந்தது. விரல்களில் எச்.டி.எம்.எல்.

குமார் அங்கே நுழைந்தபோது, 'வாவ்! திஸ் இஸ் கூல்!' என்றான். 'இந்த மாதிரி எல்லாம் சென்னையில் நடக்கிறதா?'

'சென்னையில் அடுத்த சான் ஹோஸே.'

'சில்லறை எவ்வளவு?'

'முப்பதாயிரம் ரூபாய்.'

'வருஷத்துக்கா?'

'இல்லை... வாரத்துக்கு!'

'பகல் கொள்ளை! நான் வேலையை விட்டுவிட்டு வந்துர்றேன் சார்.'

'தாராளமாக வா. வேலை கொடுக்கிறேன்.'

'இதில் உங்கள் மகள் யார்?'

'தேடுகிறேன்.'

ஒரு கணித் திரையில் தனியாக உட்கார்ந்திருந்தாள். முதுகில் தட்டி 'நிதி!' என்றார். அவள் 'பெக் யுர் பார்டன்' என்று திரும்ப, நிதி இல்லை!

'அங்கிள் நான் ஸ்மிதா, நிதிஸ் ஃப்ரெண்ட்... ரிமெம்பர் மி?'

'நிதி வரலையா?'

'இல்லையே.'

'ஸம் அதர் டைம்' என்றான் குமார். ஜயந்த்துக்கு ஆச்சரியமாக இருந்தது. காரில் நுழைவதற்கு முன் மறுபடி உள்ளே சென்று, 'ஸ்மிதா, நிதி இன்னிக்குத்தான் வரலையா?'

'அவள நான் பார்த்து ஒரு வாரமாச்சு அங்கிள்... அங்கிள் உங்களுக்குத் தெரியாதா?'

'என்னது?'

அவள் தயங்கி, 'ஒண்ணுமில்லை...' என்றாள்.

'என்ன? சொல்லு!'

'நத்திங் அங்கிள்... நிதி வந்தா நீங்க வந்து விசாரித்ததாச் சொல்றேன். போன் பண்ணச் சொல்றேன்.'

'ஸ்மிதா, எதையாவது மறைக்கியா?'

'இல்லை அங்கிள்...' என்றாள் கண்ணை உருட்டிக்கொண்டு, 'ஒரு வேளை அவ ஷிப்ட் மாறியிருக்கலாம்.'

'அப்படித்தான் இருக்கணும்' என்று வெளியே வந்தார் நம்பாமல்.

'உங்க மகளைச் சந்திக்கிற பாக்கியம் இல்லை என்று தெரிகிறது. மற்றொரு சமயம்...' என்றான் குமார்.

'நீ அவளைப் பார்த்தாகவேண்டும். எத்தனை நாள் சென்னையில் இருக்கிறாய்?'

'காலை ஃப்ளைட்டில் பெங்களூர் போகிறேன்.'

'ராத்திரி டின்னர் வைத்துக்கொள்ளலாமா? வீட்டுக்கு வருகிறாயா?'

'அதற்குள் முடிவு சொல்வீர்களா?'

'என்ன முடிவு?'

'வென்ச்சர் ஃபண்டிங்.'

'அதற்கு போர்டு மீட்டிங் போடவேண்டும். என் மகளைச் சந்திக்கச் சம்மதம்தானே?'

'நீங்கள் சொன்னால் வீரப்பனைக்கூடச் சந்திக்கச் சம்மதம்' என்றான். மேம்போக்காகத்தான் சிரித்தான். நிதி எங்கே போயிருப்பாள். காலையில் இருந்து எதுவும் சரியில்லை... எழுந்திருக்க லேட்டானது. அந்த ஏழாம் நம்பர் பையன் முகத்தில் விழித்தது.

நிதி பிடி கொடுக்காமல் பதில் சொன்னது... சேச்சே... கற்பனை பண்ணிக்காதே!

வீட்டுக்கு காரிலிருந்து போன் செய்தார். 'நிதி வந்தாளா?'

பதில் கிடைப்பதற்குள் செல்போன் கேவியது.

'ஷிட்! நத்திங் லைக் தி குட் ஓல்ட் லாண்ட் லைன்...' என்றார்.

'நான் ஓட்டலில்தான் இருப்பேன்... உங்கள் செக்ரட்டரிக்கு என்னுடைய செல் நம்பர் தெரியும். ரூமில்தான் இருப்பேன். எப்போது சந்தேகம் வந்தாலும் விளக்கக் காத்திருக்கிறேன்.'

'யங் மேன், உனக்கு நிதி கொடுக்கத்தான் விரும்புகிறேன்.'

வேறு நிதி.

ஆனால், நிதி எங்கே போனாள்?

சாயங்காலம் வீட்டுக்கு வந்தவுடன் நிதியை வரச் சொன்னார்.

லக்ஷ்மி, 'நிதி இன்னும் வரலியே?'

'எப்ப வருவா சாதாரணமா?'

'தினம் ஆறு ஆறரை ஆயிடும்!'

'எங்கே போயிருக்கா?'

'கம்ப்யூட்டர் கிளாஸுக்குத்தான்.'

'நான் போனப்ப இல்லையே?'

'சாப்பிடப் போயிருப்பா.'

என்ன முட்டாள் நான்... அவள் சாப்பிடத்தான் போயிருக்கிறாள். மனசைப் போட்டு எவ்வளவு குடைந்துகொண்டேன்.

ஆனால், ஸ்மிதா சொன்னது? 'அவள நான் பார்த்து ஒரு வார மாச்சு அங்கிள்.'

ஒரு வேளை அவள் வேறு வகுப்பில் உட்கார்ந்திருக்கலாம். ஸ்மிதா பார்க்கவில்லைபோலும். நிதி பொய் சொல்லவில்லை என்பதை நம்பத் துடித்தது அவர் மனம். ஆனால், விஷயம்

அவ்வளவு எளிதானதில்லை என்னும் ஒரு சிறிய எச்சரிக்கை மூலையில் முணுமுணுத்தது.

'சாயங்காலம் ஒரு பையனைச் சாப்பிடக் கூப்பிட்டிருக்கேன்... பேரு குமார். நிதிக்கு சரியா வருவானா பாரு' என்றார்.

'கல்யாணமா? பேச்சை எடுத்தாலே பாய்வாளே...' என்றாள் லக்ஷ்மி.

'சொல்றவிதத்தில சொல்லணும்... நான் சொல்றேன்' என்று அடுத்த அறைக்குச் சென்றார். தருண் டி.என்.டி. பார்த்துக் கொண்டிருந்தான்.

'எப்பப் பார்த்தாலும் கார்ட்டூன்... போரடிக்கிலயா?'

'இப்பதான் ஆன் பண்ணேன்.'

'ஹோம் வொர்க் இல்லையா?'

'ஸ்கூல்லயே முடிச்சுட்டேன்.'

'பரீட்சைக்குப் படிக்க வேணாமா?'

'படிச்சுட்டு இருக்கேன் டாடி.'

'எப்ப எக்ஸாம்?'

'அடுத்த மாதம் பத்தாம் தேதி.'

'சரண்யா எங்க?'

'கிச்சன்ல.'

'கிச்சன்லயா... என்ன இது ஆச்சரியமா இருக்கு.'

'ஸிங்க் பக்கத்துல படிச்சாத்தான் பாடம் ஏறுதாம் அவளுக்கு' என்றாள் லக்ஷ்மி.

'அதிர்ஷ்ட இடமாம்.'

சரண்யா பற்களை நேராக்க ப்ரேஸஸ் போட்டிருந்தாள். அழகான பெண் ஆவதற்கான ஆயத்தங்கள் அவளில் இருந்தன. குழந்தைத் தனம் இன்னும் மாறாத முகம்.

'டாடி' என்று அவர் முதுகில் கட்டிக்கொண்டாள்.

'அக்கா காலையில் எங்க போறா... தெரியுமா உனக்கு?'

'கிளாஸுக்குத்தான்.'

'அவ போகலை.'

'எப்படித் தெரியும்?'

'மத்தியானம் போனேன். இல்லை. ஒரு வாரமா வரதில்லையாம். ஸ்மிதா சொன்னாள்.'

'ஸ்மிதாவை நம்பாதீங்க டாடி. பொய் சொல்வா. அக்கா நிச்சயம் டெக்னோதான் போறா.'

'ஒண்ணு பண்ணு. ஸ்கூல்லருந்து கிட்டதானே? இன்டவர்வெல் போது தினம் போய்ப் பார்த்துட்டு வந்துரு.'

'நோ! ஸ்பை வேலையெல்லாம் பண்ண மாட்டேன். அக்கா வுக்குத் தெரிஞ்சா சுளுக்கு' என்று ஓடிப் போனாள்.

தருண், 'நான் பார்க்கறேன் டாடி... ஆனா ஒரு கண்டிஷன்... எனக்கு ஸ்கூல் போக ஒரு சைக்கிள்.'

'உன்னை கார்ல கொண்டுவிடறதில்லையா?'

'கார்ல போய் எறங்கறது எனக்குப் பிடிக்கலை. கிளாஸ்மேட்ஸ் கலாட்டா பண்றாங்க.'

'நீ கார்ல வந்தா அவங்களுக்கு என்னடா?'

'பணத் திமிர்ங்கிறாங்க டாடி.'

சைக்கிளுக்காகப் புளுகுகிறான்.

அப்போதுதான் நிதி உள்ளே நுழைந்தாள். செருப்பை உதறி விட்டு ஃபேனைப் போட்டுக்கொண்டாள்.

'நீங்க எப்ப வந்தீங்கப்பா?'

தருண், 'டாடி... இட்ஸ் எ டீல்' என்றான்.

'டீல்' என்றார்.

இரண்டாவது அத்தியாயம் ○ 23

'என்ன டீல்?'

'எங்களுக்குள்ள ஒரு ஒப்பந்தம்.'

சரண்யா, 'வந்து... நீ தினம் கிளாஸ் போறியான்னு வேவு பார்த்துச் சொன்னா சைக்கிள் வாங்கித் தருவாராம் டாடி. இது அநியாயம்.'

நிதி சிரித்து, 'ஏம்பா புதுசு புதுசா சந்தேகம்?'

'இன்னிக்கு மத்யானம் நான் அங்க குமார்னு ஒருத்தன்கூட வந்தேன். நீ கிளாஸ்ல இல்லை. ஸ்மிதா சொன்னா, நீ ஒரு வாரமா வரலைன்னு.'

'அது எதாவது உளறும். நான் சரவணா போயிருந்தேன். சொல்லிட்டு வரணும். லஞ்ச் டயத்தில வரக் கூடாது. என்ன? போங்க... உங்க பெண் எதும் தப்பான வழிக்கெல்லாம் போயிர மாட்டா, மை வர்ச்சு இஸ் இன்டாக்ட்!' என்றாள். அவள் கண்களில் கோபத்தைப் பார்த்து, 'அதுக்கில்லை கண்ணு. அகஸ்மாத்தா அந்தப் பையனைச் சந்திக்க வெக்கலாம்னு உன்னைப் பார்க்க அழைச்சுட்டு வந்தேன்.'

'இல்லைப்பா... நீங்க எம்மேல சந்தேகப்படறீங்க. நான் வேணா கிளாஸ் போறத நிறுத்திடறேன்.'

'அய்யய்யோ' என்றாள் ராமலக்ஷ்மி. 'இவள வீட்ல வெச்சு சமாளிக்க முடியாது.'

'பாய் ஃப்ரெண்ட் வெச்சிருக்கேன்... அப்படித்தானே?'

'சேச்சே!'

'அப்படித்தான்' என்றாள் லக்ஷ்மி.

அவளைப் புறக்கணித்து, 'பாருங்க டாடி... அம்மா நீயும் கேளு... உங்க ரெண்டு பேரையும் ஏமாத்தறது ரொம்பச் சுலபம். நான் ஏமாத்த மாட்டேன். அப்படிப்பட்ட பெண் இல்லே நான். நீங்க அதை நம்பணும்.'

'சரி... சரி... நம்பறோம். இப்ப டிரஸ் பண்ணிக்க... குமார் டின்னருக்கு வரான்.'

'நான் எந்தக் குமாரையும் சந்திக்கப் போறதில்லை. அவன்கிட்ட எதாவது பேசினா காதல் அப்படின்னு ஆரம்பிச்சுருவீங்க... எதுக்கு வம்பு?' என்றாள்.

3

தலைமுறை இடைவெளி பற்றி...

நிவேதாவின் பிடிவாத குணம் தந்தையிடமிருந்து வந்தது. தந்தையிடமே பிடிவாதம் பிடித்தால், எப்போதும் ட்ராவில்தான் முடியும்.

கோபம் வந்தால் ஜயந்துக்கு விரல்களில் லேசான பார்க்கின்சன் வகை நடுக்கம் ஏற்படும். யாரும் அந்தச் சமயத்தில் சிரித்தால், கையில் கண்டதை எடுத்து வீசுவார். இடது கை வலி வந்து, நாக்கடியில் ஸார்பிட்டால் வைத்தால்தான் தீரும். இப்போது அவருடைய கோபம் பல்லவி ஸ்டேஜில் இருந்தது.

'நீ டிரஸ் பண்ணிக்கற... அவன் டின்னருக்கு வரான்... அவனைச் சந்திக்கற... அவன்கூடப் பேசறே... இது என் ஆர்டர்...' என்றார்.

'அப்பா, இது ஒண்ணும் உங்க ஆபீஸ் இல்லை...'

'லக்ஷ்மி... என்ன சொல்றா பாரு உம் பொண்ணு?' என்று கேட்டார் ஜயந்த். அவள் எதிர்த்துப் பேசும் போதெல்லாம் 'உங்க பொண்ணு' அல்லது 'உம் பொண்ணு...'

'அப்படி என்ன தலைபோற காரியம்... அதும் ராத்திரி?'

'க்ளாஸ்ல அசைன்மெண்ட் இருக்கு...'

'க்ளாஸா? ஹ! நீதான் கிளாஸே போறதில்லையே...'

'யார் சொன்னா?'

'ஸ்மிதா...'

'ஸ்மிதா, அமிதாப் பச்சன் அவளைப் பார்க்க நேத்திக்கு வீட்டுக்கு வந்ததாச் சொன்னா, நம்பறீங்களா?'

'இப்ப அது பிரச்னை இல்லை. நீ அவனைச் சந்திக்கணும்...'

'எதுக்கு?'

'நான் வெளிப்படையாவேச் சொல்றேன்... அவனை உனக்குப் புடிச்சிருக்கான்னு பரிசோதிக்க...'

'புடிச்சு?'

'மத்த விஷயங்களும் ஒத்துப்போனா, கல்யாணம் செய்து வைக்க... நாங்க உனக்குக் கல்யாணம் பண்ணி வைக்கணும்...'

'அப்பா, நீங்க எந்த யுகத்துல இருக்கீங்க?'

'பெண்கள் அப்பா பேச்சைக் கேக்கற யுகத்தில்னு எண்ணிட்டிருக்கேன்...' அவள் தயங்க, 'நான் சொல்றது தப்பா?' என்று கேட்டார்.

லக்ஷ்மி குறுக்கிட்டு, 'போதும்... உங்க வாக்குவாதத்துக்கு எல்லையே இல்லை. பாரு நிதி, அப்பாகூட சும்மா ஆர்க்யு பண்ணாத. அவருக்கு பி.பி. அதிகமாயிடும். அந்தப் பையனை சந்திச்சா என்ன குறைஞ்சு போயிடுவே?'

'இவர் சொன்னபடிதான் நாம் நடக்கணுமா? இவர் ஆடுன்னா ஆடணுமா, பாடுன்னா பாடணுமா? பாத்ரூம்கூட இவரைக் கேட்டுட்டுத்தான் போகணுமா?'

'ஆமா...' என்றார் ஜயந்த் அழுத்தமாக. கைகளில் லேசாக நடுக்கம்.

'ஏன்?'

'ஏன்னா, நான்தான் உங்களுக்குக் கூழ் ஊத்தறேன். புரியறதா?'

நிதி சிரித்தாள். 'நான் கூழெல்லாம் குடிக்கறதில்லைப்பா...'

'சிரிக்கறியா?' அவளைக் கன்னத்தில் அறையக் கையை ஓங்கி, பாதியில் நின்றார்.

'அடிங்கப்பா... அது ஒண்ணுதான் பாக்கி இருக்கு...'

'நிதி, நீ உள்ளே போ... நீங்களும் போங்க. வயசுப் பொண்ணைக் கை நீட்டாதீங்க. அவளைச் சமாதானப்படுத்தி அழைச்சுக்கிட்டு வரது என் பொறுப்பு...'

'வேண்டாம்மா... அவ சங்கதியே வேண்டாம். எனக்கு ஏதும் உரிமை இல்லை. இனிமே அவளை எதுவும் கேக்கவும் போற தில்லை. தீர்மானிச்சுட்டேன். நான் யார் இந்த வீட்டுல? பணம் கொட்டற மெஷின்...'

'கடவுளே!'

படுக்கை அறையில் தன் கூந்தலை விடுவித்து, கையிலிருந்த புத்தகத்தை பத்தடி எறிந்தாள் நிவேதா. சரண்யா குப்புறப் படுத்துக்கொண்டு ஹாரி பாட்டரில் கவனமில்லாமல், எல்லா வற்றையும் மௌனமாகக் கேட்டுக்கொண்டிருந்தவள் பயந்து விட்டாள்.

'நீ ஏண்டி அழறே? அழவேண்டிய நானே அழலை...'

சரண்யா ஒரு இன்ஸ்டண்ட் கண்ணீர் மெஷின்.

'அக்கா, ப்ளீஸ் அக்கா... சண்டை போடாதக்கா... செல்ல மோல்லியோ...'

அம்மா அவளைச் சமாதானப்படுத்தி, 'உனக்கு நல்லதுக்குத் தானேம்மா அப்பா இதையெல்லாம் செய்யறார்...'

'எனக்கு யாரும் நல்லது செய்யவேண்டாம். நான் என்னையே கவனிச்சுப்பேன்...'

'கவனிக்காம எப்படி வளர்ந்தே? ஒக்கலைத் துணி அவிழறது தெரியாதவ நீ...' (இது ஒரு பழைய சம்பவம்.)

'ஏன் கம்ப்யூட்டர் கிளாஸ் போகலைனு கேட்டதுனால அவ ளுக்குக் கோபம்மா...' என்றாள் சரண்யா.

'சரு. நீ சும்மாயிரு... இது உனக்குச் சம்பந்தமில்லாத பிரச்னை...'

'எங்கே போயிருந்தே அக்கா? அப்பா என்னை ஸ்கூல்லருந்து தினம் வேவு பார்க்கச் சொன்னாரு...' என்றான் தருண். இண்டோர் கிரிக்கெட் பார்த்துக்கொண்டிருந்தான். இதுவரை எதையும் கவனிக்கவில்லை.

'எல்லாரும் ஒழிஞ்சு போங்கோ...' என்று தன் அறைக்குள் சென்று கதவைச் சாத்திக்கொண்டாள் நிவேதா. சற்று நேரத்தில் அங்கிருந்து வெங்காபாய்ஸ் ஒலித்தனர்.

ஏழேகால் மணிக்கு வரச் சொல்லியிருந்த குமார், ஏழு பதினாலுக்கு வந்து கதவு மணியை அதற்கு வலிக்குமோ என்பது போல அழுத்தினான். அவனை ஆரோக்கியமும் ஆஃப்டர் ஷேவும் சூழ்ந்திருந்தது. லிஃப்ட்டில் வாசனை மிச்சம் வைத்து விட்டுக் கதவருகே வந்திருந்தான். கையில் ரோலெக்ஸ், மெய்யில் சுருக்கமில்லாத பருத்தியில் செங்கல் வண்ணச் சட்டை, கார்டுராய் கோடுகளுடன் வெல்வெட் கறுப்பில் பாண்ட் அணிந் திருந்தான். ஷூ பாலீஷில் முகம் தெரிந்தது. கையில் ஆர்க்கிட் மலர்களால் ஆன பூங்கொத்தும் ஸ்விஸ் தேசத்து சாக்லெட் பெட்டியும் வைத்திருந்தான். அன்றலர்ந்த விளம்பரன் போல, கழுத்தை மறைத்தது மஞ்சள் சில்க் ஸ்கார்ஃப். வாயில் மிண்ட் அடக்கியிருந்தான். ஓர் இளம் பெண்ணைச் சந்திப்பதை எதிர் பார்த்து தன் மிகச் சிறந்த தோற்றத்தில் வந்திருந்தான்.

'ஹாய் குமார்...' என்று ஜயந்த் வரவேற்றார். 'கம கம' என்று அவனை உள்கூடத்தில் அனுமதித்தார். 'ஷூ இருக்கலாம். கழட்ட வேணாம். உக்காரு...'

'இவ என்னோட வொய்ஃப் ராமலக்ஷ்மி...'

'ஹலோ ஆண்டி...'

'இவ சரண்யா, இவன் தருண்...' பொக்கேயையும் சாக்லெட் டையும் கொடுத்தான். தருண், அப்பாவைப் பார்க்க... 'வாங் கிக்க...' என்றார். 'எனக்கு ஏதும் இல்லையா?'

'உங்களுக்கு ஹவானா சிகார்... நீங்கள் எப்போதாவது பிடிப் பீர்கள் என்று சொன்னார்கள்...' என்று மெல்லிய பால்சா மரப் பெட்டி ஒன்றை அளித்தான்.

'இப்போது நான் பிடிப்பதில்லையே...'

‘பொய். பால்கனிக்குப் போய்ப் பிடிப்பார்...’ என்றாள் சரண்யா.

சரண்யாவைப் பார்த்து, ‘இவங்களைத்தான் மத்தியானம் தேடிப் போனோமா?’ என்றான்.

சரண்யா குபுக்கென்று சிரித்தாள். இவள் சிரிப்பும் இன்ஸ்டண்ட் தான்.

‘இவ இல்லை. இவளுக்கு மூத்தவ ஒருத்தி இருக்கா... நிவேதா...’

‘அவங்க வரலையா?’

ஜயந்த்தும் லக்ஷ்மியும் ஒருவரை ஒருவர் பார்த்துக் கொள்ள... லக்ஷ்மி ‘அவ வீட்டுல இல்லை...’ என்றாள் வேண்டுமென்றே.

சமையலுக்கு ஒத்தாசைக்கு வந்திருந்த சாவித்திரி மாமி, சாத்துக் குடி மூடியைத் துன்புறுத்திப் பிழிந்து சாறை வடிகட்டி, பூப் போட்ட கிளாஸில் ஊற்றி வைக்க... ராமலக்ஷ்மி அதை எடுத்துச் செல்கையில், ‘பையன் மூக்கும் முழியுமா இருக்கான் லக்ஷ்மி. புடிச்சுப் போட்டுடச் சொல்லு உங்காத்துக்காரரை...’

‘முதல்ல இந்த வேதாளம் மரத்தில இருந்து எறங்கட்டும் மாமி...’

‘மெட்ராஸ் ரொம்ப ஹாட்...’ என்றான் குமார்.

‘நவம்பர்ல கொஞ்சம் மழை பெய்யும். டிசம்பர் கொஞ்சம் பரவா யில்லை. அதுக்கப்பறம் ஹாட், ஹாட்தான்...’ என்றார் ஜயந்த். கண்கள், நிவேதாவின் அறை வாசலை அடிக்கடிப் பார்த்தன.

‘எப்படி உங்களால இந்த ஊர்ல இருக்க முடியறது?’

‘ஹாய்...’ என்று குரல் கேட்டு நிமிர்ந்தார். நிவேதா அழகாகத் தன்னை அலங்கரித்துக்கொண்டு வெளிவந்தாள்.

‘பப்பராய்ங்ங்...’ என்றான் தருண்.

‘ஐம் நிவேதா ஜயந்த்...’ என்றாள்.

ஜயந்த் ஆச்சரியத்துடன் பார்த்தார். உற்சாகப் பிரவாகத்தில் அவர் கண்கள் லேசாக ஈரமாயின.

‘ஐம் குமார்...’

‘ஸாரி... மதியம் நீங்க அப்பாகூட வந்திருந்திங்களாம்... நான் இன்ஸ்ட்யூட்ல இல்லை. லஞ்ச் போயிருந்தேன்... ரொம்ப வெயிட் பண்ணிங்களா?’

‘இல்லை... ஐந்து நிமிஷம்தான். உங்களைச் சந்திக்க ஐந்து நாள் கூட காத்திருக்கலாம்...’ என்று வழிந்தான்.

‘நீங்க அந்த டைப்பா?’

‘என்ன கேட்டீங்க?’

‘பெண்களை அளவுக்கு மீறிப் புகழற டைப்பான்னு கேட்டேன்...’

‘ஒண்ணு ரெண்டு பெண்களை... இதுக்கு முந்தி ஐஸ்வர்யா ராய்னு ஒரு பொண்ணை...’ என்றான்.

அவள் சிரித்துக்கொண்டே நளினமாக உட்கார்ந்தாள். கருநீலப் புடைவையில் அங்கங்கே சின்னச் சின்ன கண்ணாடிகள் பதித்திருந்தன. புடைவை அணிவதே ஒரு சலுகை. வருஷத்தில் இரண்டு முறை கல்யாண ரிசப்ஷனுக்குப் போனால் அணிவாள்.

‘நிஜமாவே ஐஸ்வர்யா ராயைப் பார்த்திருக்கீங்களா அங்கிள்?’ என்று ஆர்வமாகக் கேட்டான் தருண்.

‘சினிமாவில்...’

நிவேதாவைப் பார்த்தும் ‘ஷாண்டி’ குமார் அப்படியே மூன்று ஸ்டம்பும் எகிறிய பாட்ஸ்மன்போல் ஆகிவிட்டான். இந்தக் கணமே காந்தர்வ விவாகம் செய்துகொள்ளத் தயாராகி விட்டான். அவன் மூக்கு நுனி குந்துமணி ரேஞ்சுக்குச் சிவந்தது.

‘நீங்க கம்ப்யூட்டர்ல இருக்கீங்களா?’ என்று சாஸ்திரத்துக்குக் கேட்டாள் நிவேதா.

‘யார்தான் இல்லை... நீங்க கம்ப்யூட்டர் கத்துக்கிறீங்களாமே?’

‘அப்படின்னு பேர் பண்றேன்... அப்பா கம்ப்யூட்டர் கத்துக் கலைன்னா இன்னும் ஒரு வருஷத்தில் மூச்சுகூட விட முடியாதுன்னு சொன்னதால...’

‘என்ன கோர்ஸ் பண்றீங்க...’

'என்ன பண்ணலை கேளுங்க... டெவலப்பர், வெப் ஆதரிங், கேஸ் டூல்ஸ்னு கலந்து கட்டி...'

'எல்லாம் ஒரே சமயத்திலா?'

'ஆமாம்... எதுவும் மூளையில் ஏறலை. ஏதோ போய் போய் வரேன்...'

ஜயந்த் குறுக்கிட்டு, 'எதாவது ஒண்ணு மண்டைல ஏறினாப் போதும்... மத்தது தேவைப்பட்டா விரிவாக் கத்துக்கலாம்னு ரெண்டு கோர்ஸ்ல சேர்த்திருக்கேன்...'

'அப்பா, என்னைக் கொஞ்சம் பேச விடறீங்களா? அதுக்குப் பதிலா என்னை ஆர்ட் ஸ்கூல்ல சேத்திருக்கலாம். முடியலை... எங்க வீட்டில காலண்டரைக்கூட எங்கப்பாவைக் கேட்டுக் கிட்டுத்தான் கிழிக்கணும். இந்த வீட்ல இது ஒரு தமாஷ்...'

குமார் மிகையாகச் சிரித்தான்.

'நிதி, இது தமாஷ் இல்லே...' என்றார் ஜயந்த். அடிபட்ட பார்வை யோடு. அவருக்கு மெல்ல கோபம் அடுத்த கட்டத்துக்குத் தயாராகிக்கொண்டு இருந்தது.

4
மேலும் சந்தேகங்கள்

ராமலக்ஷ்மிக்கு விவாதம் போகும் திசையை உடனே மாற்ற வேண்டியிருந்தது. தந்தை, மகள் இருவர் பிடிவாதமும் அறிவாள். சற்று நேரத்தில் தீப்பொறி பறக்கும். 'சாப்பிட உக்காந்துகிட்டு பேசலாமே...' என்று கலைக்க முயற்சித்தாள். நிதி அவள் சொன்னதைச் சிறிதும் கவனிக்காமல் தொடர்ந்தாள்: 'எங்கப்பா சொன்னதுதான் இந்த வீட்டில சட்டம்.'

'அப்படியில்லை...' என்றார் ஜயந்த்.

'அப்படித்தான்பா... நீங்க என்னை வலுக்கட்டாய மாகத்தானே கணினி வகுப்பில் சேர்த்திருக்கீங்க?'

'வேற ஏதாவது பேசலாமே...' என்றான் குமார் சாமர்த்தியமாக.

ஜயந்த் அதைக் கவனிக்காமல், 'நிதி... நீ நாளை லேயிருந்து போக வேண்டாம்... அகஸ்டஸ்கிட்ட சொல்லிடறேன்.'

'பாத்திங்களா... இவர் சேருன்னு சொன்னா சேரணும். விலகுன்னா விலகணும்.'

'வடை ரொம்ப நல்லாருக்கு!' என்றான் குமார். அவன் முன்னிலையில் தந்தையும் மகளும் சண்டை போடுவது தர்ம சங்கடமாக இருந்தது.

'உன்னோடு பேசவே முடியாதும்மா... நான் அம்பேல்' என்று ஜயந்த் சொன்னதும் அந்த இடத்தில் தொட்டுப் பார்க்கக்கூடிய அமைதி நிலவியது. ஜயந்த் மௌனமாகவே சாப்பிட்டார்.

'கொஞ்சம் உங்களைக் கடிக்கட்டுமா... பணம் கட்ற குதிரை எது?' என்று தருண் மௌனத்தைக் கலைத்தான்.

'பந்தயக் குதிரையா?' என்று கேட்டான் குமார்.

'இல்லை, வரிக் குதிரை!'

குமார் கண்களைச் சுழற்றினான். 'நான் பதிலுக்கு உன்னைக் கடிச்சே ஆகணும். நாற்காலியால காப்பி குடிக்கறது எப்படி?'

'தெரியாது, எப்படி?'

'எனக்கும் தெரியாது.'

'அ... இது ஏமாத்து வேலை.'

'நீங்க ஏதாவது சொல்லுங்களேன்' என்றான் நிவேதாவைப் பார்த்து.

அவள் தன் தந்தையைப் பார்த்துக்கொண்டே 'ஒரு காட்டு மிராண்டி தன் மகளைக் குதிரைமேல் வெச்சுக்கிட்டு கல்யாணம் பேச அழைச்சிக்கிட்டுப் போனானாம்...'

'வேண்டாம் நிதி...' என்றார் ஜயந்த்.

'ஏம்பா... சொன்னா என்ன... சும்மா வேடிக்கைக்குத்தானே.'

'அந்தக் கதை மட்டும் வேண்டாம் நிதி.'

'பாத்திங்களா... இதுக்குக்கூட எனக்கு இந்த வீட்டில உரிமை இல்லை...'

நிவேதா அறையை விட்டுச் சட்டென விலக, லக்ஷ்மி பின் தொடர்ந்தாள்.

'அப்பா என்ன நினைச்சுக்கிட்டிருக்கார்ம்மா? அளவுக்கு மீறிக் கட்டுப்படுத்தறார். ஒரு கதைகூட அவரைக் கேட்டுட்டுத்தான் சொல்லணுமா? நான் இந்த வீட்டுல இனிமே இருக்க மாட்டேன்...' என்று ஒரு பெட்டியில் உள் பாவாடை போன்ற வற்றை அடைத்தாள். அடைக்க அடைக்க அதை மீட்டாள் தாய். 'எங்கடி போவே இந்த ராத்திரியில?'

'ஃப்ரெண்ட் வீட்டுக்கு...'

'அங்கேயே இருப்பியா? நாங்கள்லாம் வேண்டாமா?'

'வேண்டாம்.'

'சாப்பாட்டுக்கு?'

'ஏதாவது வேலைல சேந்துக்கறேன்.'

இந்தப் பக்கம் ஜயந்த்துக்கு லேசாகக் கை நடுங்க ஆரம்பித்தது.

குமாரைப் பார்த்து மையமாக 'பார்த்தியாப்பா...'

'இந்தத் தலைமுறையே இப்படித்தாங்க.'

'நீ எந்தத் தலைமுறை?'

'நானும் இதாங்க. எங்கம்மாகூட இதே மாதிரி வாதாடுவேன்.'

'அவ சொல்ல வந்த கதை என்னன்னு தெரியுமில்லை...'

'தெரியும்... குதிரையைச் சுட்டுர்றான். அதை அவங்க சொல்லிக் கேக்கலாம்னுட்டு.'

'இந்த மாதிரிப் பொண்ணைக் கல்யாணம் செய்துப்பியா?' என்றார். சட்டென்று முழுங்கி புரைக்கேறித் தலையில் தட்டிக் கொண்டான்.

'சொல்லு... கட்டிப்பியா?'

'நீங்க எந்த அர்த்தத்தில கேக்கறீங்க?'

'சாதாரணமாகத்தான் கேக்கறேன்.'

'அதாவது நான்? உங்க பொண்ணை...'

'ஆமாம்.'

'அதுக்கு நான் அவங்ககூட இன்னும் கொஞ்சம் பழகணும்... நான் வரட்டுங்களா?' சட்டென்று எழுந்தான்.

'இரு... உனக்குக் கல்யாணம் ஆகலையே! தெரியாமக் கேட்டுட்டனா?'

‘இல்லைங்க... எனக்குக் கல்யாணம் ஆகலை. நான் பிரம்மச் சாரிதான். எங்கம்மா ஒரு வருஷமா தொணதொணத்துக்கிட்டே இருக்கா. இனிமேதான் யோசிக்கலாம்னு சொல்லியிருக்கேன்.’

‘பின்ன ஏன் என் கேள்விக்குப் பதில் சொல்லத் தயங்கறே? அவளைப் பத்தி என்ன நினைக்கிறே?’

‘என்னதான் உங்க பெண் அழகாக, புத்திசாலியாக இருந்தாலும் ஒரு சாயங்காலத்துக்குள்ள இதைத் தீர்மானிக்க முடியாது. தவிர, அவங்களையும் கேக்கணும் இல்லையா? அவங்க வேற யாரையாவது மனசில வெச்சிருக்கலாம். அந்த பிம்பத்தோட நான் ஒத்துப்போகாம இருக்கலாம்.’

‘அதெல்லாம் ஒரு புண்ணாக்கும் கிடையாது. கொஞ்சம் வாயாடி. மத்தபடி நல்ல பொண்ணு. கல்யாணம் ஆனாச் சரியாப் போய்டும். எல்லாம் அவம்மா கொடுத்த செல்லம். முதல் குழந்தையா... செல்லம் குடுத்து வளர்த்தது தப்பாப் போச்சு. அப்பா அம்மா அருமை, காசோட அருமை தெரியல.’

‘இல்லைங்க. மன்னிச்சுக்கங்க. உங்க மகளை நீங்க முழுமையா இன்னும் புரிஞ்சுக்கலைன்னு எனக்குப் படுது. வரட்டுமா?’ என்று புறப்பட்டான். தருண், சரண்யா இருவரையும் கூப்பிட்டு, ‘வரேன். உங்கம்மாகிட்ட சொல்லிடுங்க... சாப்பாடு ரொம்ப நல்லா இருந்தது.’

‘சாப்பாடெல்லாம் சாவித்திரி மாமி’ என்றாள் சரண்யா.

‘சரி, சாவித்திரி மாமிக்கு நன்றி சொல்லுங்க.’

அவன் சென்றதும், ‘லக்ஷ்மி’ என்று தன் மனைவியை அதட்டலாக விளித்தார் ஜயந்த்.

‘எங்க உன் பொண்ணு?’

‘ரூம்ல துணியெல்லாம் பொட்டில எடுத்து வெச்சுக்கிட்டுருக்கா. இனிமே இந்த வீட்ல இருக்க மாட்டாளாம்.’

‘அப்படியா...’ என்று விருட்டென்று எழுந்து அவள் அறைக்குப் போனார். ‘பாருங்க... இன்னிக்கு வாக்குவாதம் போதும்’ என்றாள், அவரைப் பின்தொடர்ந்த லக்ஷ்மி.

‘வாக்குவாதம் இல்லை.’

படுக்கையில் பெட்டி பிளந்து திறந்திருந்தது. நிவேதா அதில் தன் அத்தியாவசியத் துணிகளை அதிகம் சோதிக்காமல் அடைத்துக் கொண்டிருந்தாள்.

ஜயந்த் எதிர்பாராமல் ஒரு காரியம் செய்தார்.

'என்னை மன்னிச்சுரும்மா. நான் சொன்னதெல்லாம் தப்பு. வீட்டை விட்டுப் போகாதம்மா. அவமானத்தை எங்களால தாங்கிக்க முடியாதும்மா.'

அத்தனை பெரிய மனிதர், மிகப் பெரிய நிறுவனத்தின் தலைமை நிதி அதிகாரி. மேற்கத்திய தொலைக்காட்சியினர் பேட்டி காணும் அளவுக்கு முக்கியாத்மா. அனைத்துலக நாடுகளுக்கும் சென்று வென்று வந்தவர். ஒரு இளம் பெண்முன் தரையில் உட்கார்ந்து கொண்டு கண்ணீர் சிந்தினார். மூத்த தலைமுறை, இளைய தலை முறையைப் புரிந்துகொள்ளாமல் ஒப்புக்கொண்ட முழுத் தோல்வி அது.

நிதி சற்று நேர யோசனைக்குப் பிறகு, 'போப்பா... ஒவ்வொரு தடவையும் இப்படி ஆறது' என்றாள்.

'போகாதம்மா.'

'போகலை. நீங்க தூங்கப் போங்கப்பா.'

உடன் மௌனமாக அழுதுகொண்டிருந்த லக்ஷ்மி, 'அப்பாவுக்கு இந்த அதிர்ச்சியெல்லாம் தாங்காதும்மா...' என்றாள்.

'அதுக்கு நானா காரணம்?'

'இல்லைம்மா... நீயில்லைம்மா...' என்றாள் அவசரமாக.

மறுதினம் மாலையில் இந்தச் சம்பவத்தை ஏறத்தாழ மறந்து விடும் அளவுக்கு அலுவலக வேலைகளும், முக்கியமான பேச்சு வார்த்தைகளும் இருந்தன. முதலாளி கூப்பிட்டிருந்தார். எட்டா வது மாடியில் நீலக் கண்ணாடியால் மழுப்பப்பட்ட போக்கு வரத்து மௌனமாக இயங்க, கண்ணாடித் தொட்டிக்குள் தங்க மீன்கள் அடிக்கடி மனம் மாறி, திசை மாற, உலக நாடுகள் அத்தனையிலும் மணி காட்டும் கடிகாரத்தின் கீழ் மெத்தை இருக்கையில் வீற்றிருந்தார் சதானந்த்.

‘வா ஜயந்த். உன்னை எதுக்குக் கூப்ட்டிருக்கேன் தெரியுமா? முழுப் பொறுப்பையும் உங்கிட்ட ஒப்படைச்சுட்டு திருவண்ணா மலை போயிர்றேன்.’

‘இதை எட்டாவது தடவை சொல்றீங்க சதா. விஷயம் என்ன, சொல்லுங்க?’

‘கல்கத்தா கிளையை இழுத்து மூடிறலாம் போல இருக்குது. ரொம்பப் பிரச்னை. பெங்காலிக்காரங்க ரொம்ப செலவழிக்க றாங்க. நீ ஒரு வருஷம் அங்க போய் ஒழுங்குபடுத்தினா நல்லா இருக்கும் கூட்டாளி.’

‘யோசிச்சுச் சொல்றேன்.’

‘என்ன யோசனை?’

‘மூத்த பெண்ணுக்குக் கல்யாண ஏற்பாடு செய்துக்கிட்டிருக்கேன்.’

‘என்ன வயசு? அத்தனை பெரிய பொண்ணு இருக்குதா என்ன உனக்கு?’

‘இருபத்திரண்டு.’

‘இருபத்திரண்டு வயசில யாரும் கல்யாணம் பண்றதில்லை. பாமினி இருபத்தெட்டில் பண்ணிக்கிட்டா.’

‘இல்லை சதா. இந்தப் பெண்ணு கொஞ்சம் அடாவடி ரகம். சட்டுனு முடிச்சுரலாம்னு பார்க்கறேன். அலையுது. கொஞ்சம் எதுத்துப் பேசுது. பிற்பாடு ‘கல்கத்தா’ ஆயிரும்.’

‘சனிக்கிழமைக்குள்ள முடிவு சொல்லு. இல்லை. வேறு ஆளைப் பார்க்கணும்.’

‘பார்த்துருங்க.’

சதானந்தின் முகம் இறுகியது. ‘சமயத்தில் உதவி பண்ண மாட்ட... காலை வாருவே... பாத்தியா?’

‘நிலைமை அப்படி சதா.’

வீட்டுக்குச் செல்லுமுன் ஜயந்துக்குச் சற்று நிம்மதி தேவையாக இருந்தது. காரை கடற்கரைக்கு ஓட்டச் சொன்னார். இருள் வரும்

நேரம். மஞ்சள் ஒளி நடைபாதையை நனைத்தது. உழைப்பவர் சிலை அருகில் கனமான இருக்கையில் உட்கார்ந்தார். மனத்தில் நேற்றைய பதற்றம் கொஞ்சம் மிச்சம் இருந்தது. ஓடிக் கொண்டும் நடந்துகொண்டும் கைகளை வீசிக்கொண்டும் மக்கள் கடக்க, ஓர் அநாதை பலூன் காலடியில் விழ, அதைத் தொடர்ந்து வந்த ஒரு தேவதைக் குழந்தை அவரை ஒரு முறை களங்க மில்லாமல் பார்க்க, அந்தப் பதற்றம் விலகியது.

நிதி இப்படித்தானே இருந்தாள்! என்ன ஆயிற்று? இடையில் எங்கே தப்பு? 'குழந்தைகள் அருமையானவர்கள். அவர்கள் வளர்ந்து விடுகிறார்கள். அதுதான் சிக்கல்' என்று நேரு சொன்னது ஞாபகம் வந்தது.

அப்போது ஒரு காட்சி அவர் கவனத்தைக் கவர்ந்தது. கொரிய தேசத் தயாரிப்பான வாகனம் வந்து நிற்க, அதன் முன் கதவு திறக்க, எங்கிருந்தோ விருட்டென்று வந்த நிவேதா அதில் ஏறிக் கொள்ள சட்டென்று புறப்பட்டு விரைந்தது.

ஜயந்த் சகலமும் விழித்துக்கொள்ள, அருகே மரியாதையுடன் நின்று கொண்டிருந்த மணியைப் பார்த்து, 'பாத்தியாய்யா.'

'என்னங்க?'

'நிவேதாம்மா.'

'இல்லைங்களே.'

'தோ பார். அந்த வண்டில போறாங்க.'

'இல்லைங்க. அவங்க இல்லைங்க.'

'போடா பொட்டைக் கண்ணா... நான் கண்ணால பாத்தேன். வண்டியை எடு.'

அவர்கள் புறப்பட்டு அந்த வாகனத்தைப் பின்தொடர முயற் சிக்குமுன் போக்குவரத்துக்கான விளக்கு சிவப்புக்கு மாறி விட்டது!

5

சந்தேகம் தீர சில ஏற்பாடுகள்

'சீக்ரம்... சீக்ரம்...' என்று மணியை அவசரப் படுத்தினார் ஜயந்த். போக்குவரத்து விளக்கு பச்சை காட்ட அரை மணியாயிற்று. நிவேதா ஏறிச் சென்ற வாகனம் ஊடாடி மறைந்துவிட்டது.

'வண்டியை காணுங்களே...' என்றான்.

'போய்யா... உனக்கு சாமர்த்தியம் பத்தாது...'

'எனக்கென்னவோ அதில நிவேதாம்மா இருந்தாப் பல தெரியலைங்க...'

'மூடு வாயை... எதுத்துப் பேசாதே...'

மணி உடனே மௌனமானான்.

அவர் கோபாக்னி தொடர்ந்தது. 'யாருக்கும் எங் கிட்ட மரியாதை கிடையாது. வேலைக்காரன்கூட எதுத்துப் பேசறான்... என் விதி...' என்றார்.

மணி அழாக்குறையாக, 'அய்யா... மன்னிச் சுக்கங்கய்யா... உங்களை எதுத்துப் பேச நான் யாருங்க?'

'ஒருத்தருக்கும் மரியாதை கிடையாது... சொந்தப் பொண்ணுக்கு இருந்தாத்தானே மத்தவங்களுக்கும் வரும்?'

மணிக்கு இந்தத் தர்க்கம் புரியவில்லையெனினும், 'அய்யா நான் ஏதாவது தப்பாச் சொல்லியிருந்தா சம்பளத்தில வெட்டி டுங்கய்யா!'

'ஆமா... உன் சம்பளத்தைப் புடிச்சுத்தான் நான் குடும்பம் நடத்தணும் பாரு? உன்னைப் போய்க் கோவிச்சுக்கறேன்... என் புத்தி...' என்றார்.

திரும்ப வீட்டுக்கு வந்து கூடத்தில் நுழைந்தவுடன், 'லக்ஷ்மி! நிவேதா வந்தாச்சா?' என்று எதிரொலித்தார்.

'வந்தாச்சே!'

'எங்க அவ?'

'ரூம்ல இருக்கா...'

'எப்ப வந்தா?'

'இப்பத்தான்... பத்து நிமிஷம் ஆச்சு...'

'எதில வந்தா?'

'அவ வண்டியிலதான் வந்தா... ஏன்?'

'நீ பாத்தியா?'

'பாக்கலை... சமையலறையில இருந்தேன்... சத்தம் கேட்டது...'

'கார்ல வரலையா?'

'இல்லையே... காரை நீங்கதானே எடுத்துக்கிட்டுப் போயி ருந்தீங்க?'

'அவ ஒரு சிநேகிதன் கார்ல போறதை மெரீனாவில் பார்த் தேன்...' சிநேகிதன் என்பது பிற்சேர்க்கை.

'நிதியா?'

'ஆமாம்... சாட்சாத் உம் பொண்ணு நிதி... கூப்பிடு அவளை...'

'நிதீ... சரு, நிதியைக் கூப்டு... அப்பா கூப்டறார்னு சொல்லு... அப்பானா வருவா...'

நிதி காதில் ஒலி மாட்டிக்கொண்டு இறங்கி வந்தாள்.

ஆண் பிள்ளை சட்டையணிந்து, மார்பில் முடிந்திருந்தாள். ஆடு சதையோடு ஒட்டிய கால்சராய்.

'காதில் உள்ளதைக் கழட்டு முதல்ல... எப்பப் பார்த்தாலும் இந்தச் சனியனா? செவிடாப் போய்டும் காது...'

அவள் கழற்றி, 'என்னம்மா... இன்னொரு சண்டையா?' என்றாள்.

'நிதி, சாயங்காலம் மெரீனாவில் கார்ல அப்பா உன்னைப் பார்த் தாங்களாமே?'

'என்னையா... நான் இன்னும் கார் வாங்கலையே...'

'காமெடியா?' என்று கேட்டார் ஜயந்த்.

'என்னப்பா சொல்றீங்க?' என்றாள் நிதி, நெற்றியைச் சுருக்கிக் கொண்டு.

'மெரீனால உழைப்பாளி சிலைகிட்ட ஒரு சாண்ட்ரோவில கதவைத் திறந்து, நீ முன்னால உக்காந்து போகலையா? பொய் சொல்லாமச் சொல்லு...'

நிதி ஆயாசத்துடன், 'அப்பா, மெரீனாவில கார்ல போற எல்லாப் பெண்களும் உங்க மக இல்லை...'

'எனக்கு என் மகளை அடையாளம் தெரியாதுங்கறே?'

'அதாம்ப்பா பிரச்னை... உங்களுக்கு உங்க மகளை அடையாளம் தெரியலை. அவளை நீங்க புரிஞ்சுக்கலை இன்னும். சந்தேகக் கண்ணோடு பார்த்தா ஊர்ல கார்ல போற எல்லாப் பெண்களும் உங்களுக்கு நிதியாத்தான் தெரியும்...'

'அப்ப நான் முட்டாள்ங்கறியா?'

'அப்படிச் சொல்லலை. சாயங்கால வேளையில உங்க கண் பார்வை மங்கிக்கிட்டு வருதுன்னு சொல்றேன். அம்மா, இவர் தொந்தரவு எனக்குத் தாங்கலைம்மா. ஒவ்வொரு தடவையும் புதுசு புதுசாச் சந்தேகத்துக்குப் பதில் சொல்லி மாளலை. ஆஸ்டலுக்குப் போயிர்றேன். இல்லை, எங்கயாவது வீடு பாத்துரு. கூட காவலுக்கு ஒரு ஆளையும் வெச்சுரு... வயசான பொம்பளையா...'

இரண்டாவது அத்தியாயம் ○ 41

'உளராதே நிதி... அப்பா கேட்ட கேள்விக்குப் பதில் சொல்லு. நீ மெரீனால யார் கார்லயாவது போனியா?'

'இல்லை!'

'தீர்ந்து போச்சு விஷயம். நீ போ...'

லக்ஷ்மி, ஜயந்தை நேருக்கு நேர் பார்த்து, 'என்னங்க... நீங்க வேற யாரையோ பாத்து...'

'வேற யாரும் இல்லைடி மூதேவி... இவதான்!'

அவள் கண்களில் நீர் தெரிந்தது. 'பதினஞ்சு வருஷம் கழிச்சு இந்தத் திட்டு வார்த்தையைப் பயன்படுத்தறீங்க...'

'இப்ப உங்கிட்ட மன்னிப்புக் கேக்கணுமா?'

மணி சாவியை மாட்ட வந்தபோது, 'மணி, நீ சின்னம்மாவைப் பாத்தியா?' என்றாள்.

'அம்மா மாதிரி இருந்துச்சுன்னு அய்யா சொன்னாங்க...'

'உனக்கு என்ன தோணிச்சு?'

அவன் ஒரு முறை ஜயந்தைப் பார்த்தான். மணிக்குத் தன் விசு வாசம் எந்தப் பக்கம் இருக்கவேண்டும் என்பதில் தடுமாற்றம் கிடையாது... 'நான் சரியாப் பாக்கலைங்க...' என்று கழன்று கொண்டான்.

நிதி, செல்லா பாட்டியைப் பார்க்க இரண்டாவது மாடிக்குச் சென்றாள். அவளுக்கு 80 வயசு. இடுப்பு ஒடிந்துபோய், கண் பார்வை மங்கிப்போய், பேச இயலாத ஒரு தாவரத் துயரம். ஆள் போட்டு அலம்பி விட்டு பவுடர் போட்டு உட்கார வைத்து ஸ்பூன் ஊட்டி... சாவுக்காகக் காத்திருக்கும் மூதாட்டி. ஜயந்தின் அம்மா. புரட்டாசிக்குப் போய்விடும் என்று ஜோசியன் சொல்லி இருக்கிறான். எந்தப் புரட்டாசி என்று சொல்லவில்லை. கிரக சஞ்சாரங்களையெல்லாம் எதிர்த்து, செல்லா இன்னும் உயிருடன்தான் இருக்கிறாள். அவள் மனத்தில் ஓடும் எண்ணங் களை வடிக்க இயலாது. யாரும் அவளைக் கவனிப்பதில்லை. நிதிதான் பாட்டியை மன சஞ்சலத்தின்போது சந்திக்கச் செல்வாள். மனத்தில் இருப்பதை மறைக்காமல் அவளிடம்

உரைப்பாள். சின்னச் சின்னப் பாவங்களுக்கு மன்னிப்பு கேட்பாள். தப்புகளை எல்லாம் ஒப்புக்கொள்வாள்.

'பாட்டி, அப்பாகிட்ட நான் அப்படி எதிர்த்துப் பேசியிருக்கக் கூடாது. பாட்டி, தப்புதான்... என்ன பண்ணுவேன் பாட்டி. எனக்கு பயமா இருக்கே பாட்டி... சொல்லிடவா? சொல்லித்தானே ஆகணும் பாட்டி... சொன்னா, அப்பாவுக்கு ஹார்ட் அட்டாக் வந்துருமோன்னு பயமா இருக்கு. நிச்சயம் அதிர்ச்சியைத் தாங்கிக்க மாட்டார். ஒண்ணு செய்றேன். டம்போவை அழைச் சுக்கிட்டு வந்து அம்மாகிட்ட காட்டி, 'எப்படியாவது அப்பாவைச் சமாதானப்படுத்து'னு சொல்லிடவா?'

பாட்டி அவள் கையைப் பற்றித் தன் கையில் பத்திரப்படுத்திக் கொண்டாள். கலங்கிய கண்களில் புரிந்ததென்றோ இல்லை யென்றோ எந்தச் சைகையும் இல்லாமல் பாட்டி அவளைப் பார்த்துக்கொண்டிருந்தாள். அவளுக்கு அல்ஸைமர். 1926 நினைவிருக்கும். சற்றுமுன் நடந்தது நினைவிருக்காது. தான் யார் என்பதிலும் சந்தேகம். ஒரு சமயத்தில் அவளே நிதியாகவும் தன்னை நினைத்துக்கொண்டிருப்பாள்.

'உங்கிட்ட சொல்றவரைக்கும்தான் எனக்குத் தைரியம் பாட்ஸ்...' என்றாள்.

மறுதினம் ஆபீஸ் போனவுடன் ஜயந்த், அகஸ்டஸைக் கூப்பிட்டு நீலப் புத்தகத்தைக் கேட்டார். அதில் அனைத்து முகவரி அட்டை களும் அகர வரிசையில் அமைந்திருக்கும். ரொம்ப உபயோக மான புத்தகம். அகஸ்டஸ் வருஷத்துக்கு இரண்டு, மிஞ்சிப் போனால் மூன்று முறைதான் சிரிப்பான். முழுவதும் மூடப்பட்ட முகம். உணர்ச்சி எதுவும் காட்ட மாட்டான். ஒரு முழுமையான மனோதத்துவன்... ஜயந்தின் எண்ணங்களைப் படித்து தேவை களையும், கோரிக்கைகளையும் எதிர்பார்த்து அவன் இயங்கும் போது அவன்மேல் அவருக்கு எரிச்சல் வரும். அவனைப் போல திறமையான, விசுவாசமான உதவியாளன் கிடைப்பது அரிது என்பதும் ஜயந்துக்குத் தெரியும். இருந்தும் அந்தப் பாழாய்ப் போகிற திறமைக்காக அவனை ஒரு விதத்தில் வெறுத்தார்.

இப்போது நீலப் புத்தகத்தில் அவன் திறந்து வைத்த இடத்தில் 'ஐஸ் அண்ட் இயர்ஸ்' நிறுவனத்தின் முகவரி இருந்தது. 'அகஸ்டஸ், பாவி என் மனசைப் படிக்க எப்படிடா தெரிகிறது உனக்கு?'

'கொஞ்ச நாளாவே கலக்கத்தில் இருக்கீங்க நீங்க...'

'இவங்க நல்ல நிறுவனமா?'

'நகரத்திலேயே சிறந்தவங்க... மூணாவது நாள் அறிக்கை கொடுத்துருவாங்க. வாத்வானி அவங்க மனைவியைக் கண்காணிக்கறதுக்கு நான்தான் ஏற்பாடு செய்திருக்கேன். திருப்திகரமான சேவை...' என்றான்.

அவன் அவர் கண்களை நேராகப் பார்க்கவில்லை. பார்க்க மாட்டான்.

'ஐஸ் அண்ட் இயர்ஸ்' என்கிற அந்த நிறுவனத்தைச் சார்ந்த மூர்த்தி, அழைத்த நாற்பதாவது நிமிஷம் வந்துவிட்டான்.

இரட்டை நாடி தேகம். அடிக்கடி முகத்தைத் துடைத்துக் கொள்ளும் வியர்வை. பெரிய முகம், இரண்டு தாடை, இரும்பு மோதிரம். அடிக்கடி கையாளப்பட்டு அழுக்கான ஒரு கோப்பில் அவர்களுடைய பராக்கிரமத்தின் சான்றிதழ்கள்.

'அகஸ்டஸ் என்ன சொன்னான்?'

'விவரம் எதுவும் சொல்லலை. உங்களுக்கு எங்க சேவை தேவைப்படும்னு மட்டும் சொன்னார்...'

'எவ்வளவு பணம் வாங்குவீங்க?'

'அது கேஸைப் பொருத்து. உங்க நிறுவனத்தோட தொடர்பு முக்கியம். உங்க கார்டு... இருக்குமா?'

'அகஸ்டஸ்கிட்ட வாங்கிக்க...'

'இப்படி வெச்சுக்கலாம். உங்களுக்குத் திருப்தி இல்லைன்னா பணம் வேண்டாம். குடிக்கத் தண்ணி இருக்குமா?'

அவன் தண்ணீரை முழுவதும் குடிக்கையில் இரண்டு தொலை பேசிகள் வந்தன. 'ஜெஸ்ஸி, அரை மணி நேரத்துக்கு சேர்மனைத் தவிர யாரையும் கொடுக்காதே...'

'என்ன காரியம்... யாரைப் பத்தி...' என்றான் மூர்த்தி. அவசரமாக நீர் அருந்தியதில் லேசாக மூச்சிரைத்தது.

'என் மகள்...'

'போட்டோ தேவைப்படும். ஒரு முறை ஆளைக் காட்டிரணும்...'

'பேரு நிவேதா. ராதாகிருஷ்ணன் சாலைல அகாடமி பக்கத்திலே இன்ஃபோடெக்னோனு ஒரு இடத்தில கம்ப்யூட்டர் படிக்கிறா. அதாவது படிக்கிறேன்னு பேர் பண்றா. எனக்கென்னவோ, அவ யாரோடயோ சுத்தறான்னு தோணுது. மெரீனாவுல ஒரு சாண்ட்ரோ கால ஏறிப் போறதைப் பார்தேன்...'

'புரியுது, உங்களுக்குச் சந்தேகமா இருக்கு. அவ்வளதானே! முடிஞ்சு போச்சு...'

'இதை யாருக்கும் தெரியாம...'

'பேசவே வேண்டாம். ரகசியத்தைப் பாதுகாக்கறது எங்க மூச்சு...'

'அவளுக்குத் தெரிஞ்சா ரொம்ப விபரீதமாயிடும். என்னை அடியோட வெறுக்க ஆரம்பிச்சுருவா. பிடிவாதம் ஜாஸ்தி...'

'கவலையே வேண்டாம்... வியாழக்கிழமைக்குள்ள யார் யாரை, எங்க, எத்தனை நேரம் பார்க்கிறாங்க, பார்த்தவங்க பேரு... ஊரு, ஜாதகம், ரத்த விவரங்கள், செருப்பு அளவு, என்ன செண்ட்டு எல்லாம் இந்த மேஜைமேல் உங்களுக்கு போட்டோவோட கிடைக்கும். இதைப் பார்த்திருக்கீங்களா? கொரியத் தொழில் நுட்பம்...' என்று ஒரு பேனாவைக் காட்டினான்.

'ரேடியோ டிரான்ஸ்மீட்டர், கேமரா ரெண்டும் இருக்கு இதில...' என்றான்.

'இதை அவகிட்ட கொடுக்கணுமா...'

'தேவையில்லை... காதலர்களை வேவு பாக்கறது ரொம்பச் சுலபம். சூழ்நிலையை மறந்திருப்பாங்க. புருஷனுக்கு துரோகம் செய்யற பெண்கள்தான் கொஞ்சம் சிரமம். ரொம்பச் சிரமம், குண்டு வெக்கறவங்க விவரம் சேகரிக்கறது. அதிக நாளாகும். அதுக்குள்ளே டாமேஜ் ஆயிரும். வரேன்... உங்களைச் சந்திச்சதுக்கு நன்றி...'

சென்றவன் திரும்பி வந்து, 'நாங்க கண்டுபிடிச்சதை அப்படியே எழுதிருவோம். உங்க மகள்ங்கறதினால அதில எதாவது விரசம் இருந்தா, எங்களைக் கோபிக்கக் கூடாது...'

அவன் சென்றதும் ஜயந்துக்கு 'தான் செய்தது சரிதானா!' என்ற சந்தேகம் வந்தது. 'சே! என்ன காரியம் செய்துவிட்டோம். அவளையே நேரடியாகக் கேட்பதை விட்டு, இப்படிச் சுற்றி வளைத்து, சொந்த மகளையே துப்பறிவதா? முட்டாள்தனம்...'

'அகஸ்டஸ். அந்தாளு வெளியில இருக்கானா?' என்றார் உள் பேசியில்.

'இப்பத்தான் போனான் சார்...'

'செக்யூரிட்டிக்குச் சொல்லி அவனைத் திருப்பி வரச் சொல்லு...'

'ஏன் வேண்டாமா?'

'வேண்டாம் அகஸ்டஸ்!'

'கொஞ்சம் தாமதமாயிருச்சு. அவன்கிட்ட எல்லா விவரமும் கொடுத்துட்டேன். போட்டோ உட்பட...'

'அப்படியா... இப்ப என்ன பண்றது?'

'ரிப்போர்ட் வரட்டும். அதை வெச்சுக்கிட்டு என்ன பண்றதுங் கிறதுல நீங்க அவசரப்பட வேணாம்னு தோணுது...'

'அப்டிங்கறியா... எனக்கு என்னவோ பெரிய சிக்கலாயிரும்னு பயமா இருக்கு...'

6

ஒரு தகப்பனின் தீர்மானம்

வியாழக்கிழமை மாலை அகஸ்டஸ் அந்த நீல உறையைக் கொண்டுவந்து ஜயந்த் மேஜைமேல் வைத்தான். அரக்கு சீல் வைத்திருந்தது. பிரித்தான். தலைப்பின் அருகில் ஒரு பூதக்கண்ணாடி படம் போட்ட ரோஜா. வண்ணக் காகிதங்களில் நேர்த்தியாக அச்சுக் கோர்த்த நான்கு பக்க அறிக்கையில் வாசகங்கள். பரம ரகசியம் என்று சிவப்பு அடிக்கோடு.

'அன்புள்ள திரு. ஜயந்த்,

தங்கள் 13 செப். தேதி அந்தரங்க ஆணைப்படி எங்கள் நிறுவனத்தின் ஜே.எஸ். நாராயணமூர்த்தியுடன் ஒப்பந்தம் செய்துகொண்டபடி எங்கள் நிபுணர்கள், சம்பந்தப்பட்ட நிவேதா ஜயந்த்தை (வயது 22) சென்ற நான்கு நாட்களாகத் தொடர்ந்து சென்று அறிந்த விஷயங்கள் சாரம் வருமாறு:

தேதி 18 காலை 10.36-க்கு, சொல்லப்பட்ட நிவேதா ஜயந்த், ராதாகிருஷ்ணன் சாலையில் உள்ள இன்ஃபோடெக்னோ பள்ளிக்கு ஒரு சன்னி வாகனத்தில் (3435) சென்று வாசலில் நிறுத்தினார். உள்ளே செல்லாமல் வாசலிலேயே காத்திருந்தார். அங்கு 10.37-க்கு டி.என். 01 ஏ 6666 என்கிற சாண்ட்ரோ காரில் வந்த ஒரு இளைஞனுடன் அந்தக் காரில் ஏறிக்கொண்டு அங்கிருந்து சென்னை

எழும்பூரில் அல்சா மாலில் இருக்கும் ஈட் அண்ட் டாக் என்னும் உடனடி உணவகத்துக்குச் சென்றார். அங்கு இருவரும் ஒரே கோப்பையில் இருந்து நின்றுகொண்டே பானம் அருந்தினர். பானத்தின் பெயரைச் சரியாகக் கண்டுகொள்ள முடியவில்லை. கோக் அல்லது பெப்சியாக இருக்கலாம். மதுபானம், போதை வஸ்துவாக இருக்கச் சாத்தியமில்லை. ஸ்தலத்தில் ஒன்றரை மணி நேரம் பேசிக்கொண்டிருந்துவிட்டு வெளியே வந்து ஒரு பாதசாரியுடன் வாக்குவாதம் செய்துவிட்டு (அவர் ஏதோ பரி காசமாகக் குறிப்பிட்டதுபோலத் தோன்றியது) அதே காரில் மீண்டும் இன்ஃபோடெக்னோ சென்றார்கள். மாலை 4.46-க்கு அவர்கள் அதே காரில் (டி.என். 01 ஏ 6666) ஏறிக் கொண்டு எதிரே உள்ள ஐந்து நட்சத்திர ஓட்டலின் உள்ளே சென்றார்கள். அதில் லாபியில் சாவி வாங்கிக்கொண்டு அறை எண் 315-க்குச் சென் றார்கள். அறையில் 5.58 வரை இருந்துவிட்டு இறங்கிவந்து அதே காரில் ஏறிக்கொண்டு இன்ஃபோடெக்னோ அலவலகத்துக்குத் திரும்ப வந்து இளைஞன் பிரிந்துவிட, சொல்லப்பட்ட நிவேதா ஜயந்த், சன்னி எண் 3435-ல் ஏறிக் கொள்ளுமுன் ஒரு பிச்சைக் காரிக்குக் காசு போட்டுவிட்டு பிஷப் வாலர் குறுக்குத் தெருவில் உள்ள கீதாஞ்சலி அபார்ட்மெண்டுக்குச் சென்றார். அதில் 4-ம் நம்பர் ஃப்ளாட்டில் இரவு முழுவதும் தங்கினார் என்பது தெரிந்தது. காலை ஒன்பது மணி வரை வெளியே வரவில்லை. ஒரு வேளை அது அவர் வசிக்கும் வீடாக இருக்கலாம். காலையில் மயில் கழுத்து நீல நிறத்தில் சுடிதார் அணிந்து, வெளியே வந்து சி.ஐ.டி. காலனி இரண்டாவது மெயின் ரோட்டில் மீண்டும் ஆட்டோ பிடித்து ஸ்டெல்லா மாரிஸ் கல்லூரி வாசலில் உள்ள பஸ் நிலையத்தில் இறங்கிக்கொண்டார். அங்கே சற்று நேரத்தில் சாண்ட்ரோ கார் டி.என். 01 ஏ 6666 நிற்க, அதில் ஏறிக்கொண்டு டிரைவ்-இன் அருகில் டர்ன் செய்து அகாடமி மேம்பாலத்தின் அடியில் இடதுபுறம் வளைந்து நேராக அவ்வை சண்முகம் சாலையில் விடியோ எடிட் என்கிற இடத்துக்குச் சென்று நின்றது கார்... பெண் முன் சீட்டில் காத்திருக்க, இளைஞன் மட்டும் வெளியேறி கையில் பீட்டா டேப்போல இருந்த வஸ்துவுடன் பக்கவாட்டில் சென்று லிஃப்ட் பிடித்து இரண்டாவது மாடிக்குச் சென்றான்.

காருக்குச் சொந்தக்காரர் டி.கே. சுந்தரமூர்த்தி. தவணை முறை யில் வாங்கிய கார் என்பதும் ஒரு நிதியில் அதன் காகிதங்கள் இருப்பதும் தெரிந்தது. அதை ஓட்டி வந்த இளைஞன் பெயர்

மாணிக்கவாசகம் என்பதாக இருக்கலாம். அந்த டி.கே. சுந்தர மூர்த்தியின் டிரைவராக இருக்கலாம். ஆனால், இவ்விரண்டும் ஊர்ஜிதம் ஆகவில்லை. ஒரு முறை அழைக்கும்போது அவனுக்குச் செல்லப் பெயர் டம்போ என்று இருப்பதும் தெரிந்தது (உடன் இணைத்த ஆடியோ டேப்பைக் கேட்கவும்). மேல் விவரங்கள் அடுத்த அறிக்கையில் கிடைக்கும். கிடைத்த விவரம்: உயரம் 5.11, மாநிறம், எடை 75-லிருந்து 78 கே.ஜி. இருக்கலாம். கோல்டுஃபிளேக் கிங்ஸ் சிகரெட் குடிக்கிறான். தொழில் பற்றிய விவரங்கள் உத்தரவாதமாக அடுத்த அறிக்கையில் கிடைக்கும். தொலைக்காட்சியுடன் சம்பந்தப்பட்டவனாக இருக் கலாம். டெலிலென்ஸ் வைத்து எடுத்த போட்டோக்கள் அனு பந்தம் 2-ல் இணைக்கப்பட்டுள்ளன.

ஜயந்த் தலையில் கை வைத்துக் கொஞ்ச நேரம் மௌனமாக இருந்தார். அகஸ்டஸ் உள்ளே நழுவி வந்து குடிக்கத் தண்ணீர் வைத்தான்.

'அகஸ்டஸ், இதைப் படித்து பார்...'

'இல்லைய்யா... நான் படிக்க விரும்பலை. கெட்ட செய்தி...'

'பிறந்த முதல் நாளிலிருந்து என் கண் முன்னால் வளர்ந்த பெண். ஒரு நாள் தவறாம தினம் பொய் சொல்லிட்டு ஒரு டிரைவர் கூட, சே...'

'டிரைவரா?'

'ஆமா... பாரு...'

அகஸ்டஸ் மேலாகப் பார்த்து, 'அப்படி ஊர்ஜிதமாகச் சொல் லலைங்க...'

'அவன் யாராக இருந்தால் என்ன? நான் மகளை இழந்து விட்டேன்.'

அகஸ்டஸ் மௌனமாக இருந்தான்.

'எனக்கு இந்த ரிப்போர்ட் நம்பகமாகத் தெரியலை.'

'நீதானே சொன்னே அகஸ்டஸ்... இவங்க ரிப்போர்ட் பெரும்பாலும் உண்மையாக இருக்கும்னு.'

'உங்க மகளுடன் இதைப் பொருத்திப் பார்க்கவே முடியலை.'

‘அப்படித்தான் நானும் ஏமாந்திருக்கேன் அகஸ். இத்தனை வருஷமாயும் அவளை நான் முழுசாத் தெரிஞ்சுக்கலை. அவ ளுக்கு நாங்க என்ன குறை வெச்சோம்? எத்தனை சாமர்த்தியமா பெத்த தாய்கிட்டயே பொய் சொல்லி...’

‘அம்மாகிட்ட ஒரு வேளை சொல்லியிருக்கலாம். அவங்க பயந் துக்கிட்டு...’

‘அகஸ்டஸ்... அல்மாரியில ஜெர்மன்காரன் கொண்டுவந்து கொடுத்தானே சரக்கு, அதை எடு...’

‘இந்த வேளையிலா!’

‘எடுரா, உபதேசம் பண்ணாதே. எனக்கு உபதேசம் வேண்டாம். நிம்மதி வேணும். காரை எடுத்துப் போய் அவளை ஆபீஸுக்கு எப்படியாவது கூட்டிட்டு வா. வீட்டில பேசினா வேற திசைக்கு மாறி இமோஷனலா போய்ரும். ஏஜென்சிக்கு பேமெண்ட் செட்டில் பண்ணிடு. எனக்கு இதுக்குமேல கண்றாவி வேண்டாம். போதும்.’

அந்த போட்டோக்களை அசுவாரஸ்யமாப் பார்த்தார். குறைந்த வெளிச்சம், தூரம் போன்ற பலவித மழுப்பல்களால் ஆணும் பெண்ணும் நடந்து செல்வதும், ஓட்டலில் சாவி கேட்பதும், காரில் ஏறுவதுமான பல போட்டோக்கள். நிவேதா என்பதில் சந்தேகம் இருக்கவில்லை. அவன்தான் யார் என்பது சரியாக இல்லை. மழுப்பலாக இருந்தது. ஒரு படத்தில் அவள் தோளைக் கட்டிக்கொண்டு வாசனை பார்த்துக்கொண்டிருந்தான். அதை இரண்டாகக் கிழித்து எறிந்தார். ரிப்போர்ட்டை அலட்சியமாக மேஜை மேல் எறிந்தார். அகஸ்டஸ் போட்டோத் துண்டுகளை எடுத்து வைத்துக்கொண்டான். ‘நான் உங்கள் மகளைக் கூட்டி வருகிறேன்’ என்று சொன்னான். ‘அவங்க வந்ததும் நீங்க உணர்ச்சி வசப்படாம இருப்பது நல்லது. மேஜரான பெண். சட்டப்படி தன் வாழ்க்கைத் தீர்மானங்களை எடுக்க உரிமை உள்ளவள்’ என்றான்.

‘போடான்னா, கூட்டிக்கிட்டு வா... ஓடுகாலிக் கழுதையை.’

அகஸ்டஸ் அந்தப் பாட்டிலை எடுத்துக் கொடுக்காமலே சென்று விட்டான். க்ளென்ஃபிட்ச் விஸ்கி அலமாரியில் தெரிந்தது. சாவியைக் காணவில்லை. உடைக்க முற்பட்டார். வேணாம்.

அவள் வரும்போது குடித்திருப்பது நல்லதல்ல. தெளிவான புத்தியுடன் அவளைக் கண்ணுக்குக் கண் பார்த்துக் கேட்க வேண்டும். குழந்தை நிவேதாவுக்கு ஆபீஸ் கிளம்பும்போது ஒரு போஸ்ட் ஆபீஸ் முத்தம் கொடுத்துவிட்டுத்தான் போவார். தலையைக் கலைத்து, பேனாவை எடுத்து, வெயில் கண்ணாடியை உண்டு இல்லை என்று பண்ணி, வெஸ்பாவில் தெருக்கோடி வரை ஒரு சிறு சவாரி செய்தபின் அடம் அடங்கும்.

அந்தப் பெண்ணா?

சதானந்த் தொலைபேசியில் அழைத்தார். 'என்ன கூட்டாளி, தீர்மானிச்சியா?'

'என்ன?'

'கல்கத்தா!'

'அதான் சொன்னேனே சதா... எனக்கு இப்ப சந்தர்ப்பம் சரியில்லைனு. வெய்ட் எ மினிட்' என்றார் ஜயந்த்.

அவருள் ஒரு மின்னல் அடித்தது. கல்கத்தாவுக்கு மாற்றலாகிப் போய் விட்டால், ஒரே வீச்சில் பிரச்னை தீர்ந்து விடுகிறது. தினம் அவளுக்குக் கல்கத்தாவில் இருந்து சென்னை வர முடியுமா என்ன?

'சதா, நீ சொன்னதை நான் யோசித்துப் பார்த்தேன். கல்கத்தா போய்த்தான் ஆகணும்னா போறேன்.'

மறுமுனையின் சந்தோஷம் போனில்கூடத் தெரிந்தது. குரலில் உற்சாகமும் நிம்மதியும் தொனிக்க, 'அப்பாடா! ஜே... இந்த உதவியை நான் மறக்கவே மாட்டேன்' என்றார் சதானந்த்.

'நாளைக்கு வந்து எல்லா விவரமும் கேட்டுக்கறேன்.'

'தனியாத்தானே போற?'

'இல்லை. ஃபேமிலியை அழைச்சுட்டுப் போயிருவேன். என்னால தனியாக இருக்க முடியாது.'

'பிள்ளைங்களை விட்டுட்டுப் போ. நான் கவனிச்சுக்கறேன்.'

'அதெல்லாம் வேண்டாம்...' பிள்ளைங்களுக்காகத்தானே இந்த மனமாற்றம்!

பேசி முடித்தும் அகஸ்டஸ், நிவேதாவுடன் உள்ளே வந்து அவளை விட்டுச் சென்றான். அவள் நெற்றி வியர்வையைத் துடைத்துக்கொண்டு புத்தகங்களை மேஜைமேல் வைத்துவிட்டு உட்கார்ந்தாள். தகப்பனைப் பதற்றத்துடன் பார்த்தாள்.

‘வா நிதி...’

‘என்னப்பா... மறுபடி சண்டை போடக் கூப்ட்டிருக்கிங்களா?’

‘இல்லையம்மா... உன்கூட சண்டை போட்டு ஜெயிக்க முடியாது. நமக்கெல்லாம் ஒரு நல்ல சேதி சொல்லத்தான் கூப்ட்டேன்.’

‘என்னப்பா?’

‘எனக்கு கல்கத்தா மாத்தலாயிருக்கு.’

‘குட், போயிட்டு வாங்க’ என்றாள், நிவேதா முகத்தில் மலர்ச்சியுடன்.

‘நாம எல்லோரும் கல்கத்தா போறம்.’

மலர்ச்சி உடனே அணைந்தது. ‘அப்படியா... எத்தனை நாளைக்கு?’

‘ரெண்டு வருஷமாவது...’

அவள் முகம் சட்டென்று விழுந்தது. ‘ரெண்டு வருஷமா?’

‘அதைவிட அதிகமாக்கூட இருக்கலாம்.’

‘என் கோர்ஸ் இன்னும் முடியலையே?’

‘இதென்ன ஜுஜ்பி கோர்ஸ். அங்க போய்ச் சேர்ந்துக்கலாம்.’

‘தருண், சரண்யா படிப்பெல்லாம்?’

‘அதெல்லாம் அங்க மாத்திக்கலாம்.’

‘அப்பா... வேணும்னுட்டுச் செய்றீங்களா?’

‘இல்லைம்மா... எங்க சேர்மன் போன்னு சொன்னா போய்த்தான் ஆகணும்.’

‘நீங்க போங்க... அம்மாவும் நாங்களும் இருக்கமே.’

'என் உடல்நிலை பத்தித் தெரியாதாம்மா உனக்கு? உங்கம்மா என்கூட இருந்தே ஆகணும்.'

'நாங்க மட்டும் தனியா இருக்கம்.'

'அதெல்லாம் சாத்தியம் இல்லையம்மா. கல்கத்தால பெரிய கம்பெனி க்வார்ட்டர்ஸ் உண்டு. யு வில் என்ஜாய் தி சிட்டி. நல்ல கலாசாரமும் கலையும் உள்ள ஜனங்க. நீ பெங்காலி, ரபீந்திர சங்கீதம், கத்தக் எல்லாம் கத்துக்கலாம்.'

அவள் சங்கடத்துடன் விழித்து, 'இல்லைப்பா... நான் யோசிக் கணும்.'

'யோசிக்கறதுக்கு எதும் இல்லையம்மா, கம்பெனி வேலை. போன்னா போய்த்தான் ஆகணும்.'

'நீங்கதானேப்பா போயாகணும்? நாங்கல்லாம் எதுக்குக் கூட வரணும்?'

'சொன்னேனேம்மா...'

'நான் உங்க சேர்மனைப் பார்க்கலாமா?'

'பைத்தியமாட்டம் பேசாதே... குடும்பத்தையும் ஆபீஸையும் அவர் கலக்கவே மாட்டார்.'

'இதைப் பத்தி நாளைக்குப் பேசலாம்பா.'

'பேசறதுக்கு எதுவும் இல்லை. வீட்டுக்குப் போனப்புறம் அம்மா கிட்ட சொல்லிடு.'

'நீங்களே சொல்லிக்கங்க' என்று கோபத்துடன் தன் புத்தகங்களை எடுத்துக்கொண்டு புறப்பட்டுச் சென்றாள்.

அவள் சென்ற திசையைப் பார்த்து புன்னகைத்தார். 'என்னையா ஏமாத்தப் பார்க்கறே? நான் உனக்கு அப்பன்டி' என்று தனக்குள் சொல்லிக்கொண்டார்.

நிதி எடுத்துச் சென்ற புத்தகங்களுடன் அந்த ரிப்போர்ட்டும் இருந்தது!

7

பெண்ணின் பரிதவிப்பு

நிதி அதை முதலில் கவனிக்கவில்லை. வெறுப்பிலும் குழப்பத்திலும் நகரத்தின் மழை வராத புழுக்கம் கலந்துகொண்டு முதலில் வீட்டுக்குச் சென்று குளிக்கவேண்டும் எனத் தோன்றியது. அதற்கு முன் ஒரு எஸ்.டீ.டி. பூத்துக்கு வந்து, 'கொஞ்சம் சரத்தைக் கூப்டுங்க... ரொம்ப அர்ஜெண்ட்' என்றாள் போனில்.

மறுமுனையில், 'சரத், ஸம் லேடி ஃபார் யூ... ஏதோ தீ விபத்து போல பதர்றாங்க.'

அவன் போனுக்கு வரும்வரை அலுவலகத்தின் இயக்க சத்தங்கள் கேட்டன. போன்கள் ஒலித்தன. ஏசியால் வலு நீக்கப்பட்ட மனித சலசலப்புகள் கேட்டன. 'சரத் ஹியர்...'

'டம்பு, நான் நிதிடா.'

'ஹாய் லாலி பாப்... இன்னிக்கு எங்க?'

'லாலி பாப் கோ கோலி மாரோ... எங்கப்பாவை கல்கத்தாவுக்கு மாத்திட்டாங்க.'

'ஓ, கிரேட் நியூஸ்!'

'நாங்கல்லாம் கூடப் போகணும்.'

'ஊம்... ஊம்.'

‘ஏய்... அழற மாதிரி பாசாங்கெல்லாம் வேண்டாம். என்ன செய்ய லாம் சொல்லு.’

‘மீசை தாடி வளத்துக்கிட்டு வேலைக்காரனா கூட வரேனே... என்னிக்குப் போகணும்?’

‘என்னிக்குன்னு சொல்லை. ஒரு வாரத்துக்குள்ள இருக்கும் போலத் தோணுது.’

‘நீயும் போகணுமா?’

‘அவர் இருக்கிற மூடுல என்னைத் தனியா விட்டுட்டுப் போவார்னு தோணலை.’

‘நம்மைப் பார்த்துட்டாரா?’ என்றான்.

பார்த்துட்டார், என்னவோ சொல்லி சமாதானம் பண்ணிட்டேன். இருந்தாலும் சந்தேகம் போகலை, இப்ப என்னடா செய்யறது... நான் கல்கத்தா, நீ மெட்ராஸ்னு...’

சரத் உயிர் துடிக்க வேண்டிய விஷயங்களுக்குக் கூடத் தோளைக் குலுக்குவான். அவ்வளவுதான்... ‘என்ன தகுதில நான் உங்கப்பாகிட்ட வந்து பெண் கேப்பேன்...’

‘சான்ஸே இல்லை. அவரை மீறித்தான் ஆகணும்.’

‘அதுக்குக் கொஞ்சம் பொறு. எனக்கு ஒரு நல்ல வேலை கிடைக் கட்டும். அதுவரைக்கும் ஈமெயில்ல பேசிக்கலாம், யோசிக் கலாம், பூசிக்கலாம்.’

‘அது பத்தாதே.’

‘பாரு. இந்த ஆபீஸ்ல டெம்பரரி ஜுஜிபி சம்பளத்துக்கு வேலை செய்துக்கிட்டிருக்கேன். புராண காலத்து டாஸ் ப்ரொக்ராம்ல. என் தகுதிக்கு வேலை கிடைக்கிறவரை என்னால் ஒண்ணும் முடிவெடுக்க முடியாது. அம்மாப்பா வேற தலையைத் திங்க றாங்க. உன்னைப் பத்திச் சொல்ல வேளை வரலை. தைரியம் வரலை. பை தி வே... நீங்கள்ளாம் என்ன ஜாதி பார்ட்னர்?’ என்று கேட்டான் சரத்.

‘தெரியாதுரா. கல்யாணத்தும்போது மாப்பிள்ளைக்குத் தலைப்பா கட்டுவாங்க... அந்த ஜாதி.’

‘அடையாளம் பத்தாது. கல்கத்தா போறியா... சரி, கல்கத்தால வேலை தேடறேன். இல்லை. பணம் அனுப்பு... வரேன். அன்னிக்கு மாதிரி புண்ணியவான்... ரூம் கொடுத்தான்னா...’

‘உனக்கு அங்க வேலை கிடைக்கும்ங்கறே? எனக்கு எல்லாமே குழப்பமா இருக்குடா. பட்டுகிட்ட கேட்கலாமா... இல்லை, சத்யாகிட்ட பேசிப் பார்க்கட்டுமா? டம்போ ஜிஞ்ச்போக்லி, கார்ட்டூன், செத்துப் போ’ என்று வைதாள்.

‘சில வேளையில் எனக்குக்கூடத் தோணுது. வெத்து நானு. அஞ்சாயிர ரூபா சம்பாதிக்கத் துப்பில்லை... உனக்கு என்ன காதல்னு அடிக்கடி மண்டைக்குள்ள அதட்டல் கேட்டுக்கிட்டே இருக்குது.’

‘பணமில்லாட்டா என்ன... ஏழையா ஒன் ரூம் அபார்ட்மெண்ட்ல ஒரே ஜீன்ஸ்ல உயிர் வாழலாமே. நான் அப்பளம், வத்தல் விக்கறேனே.’

‘அதை நான்தான் வாங்கணும். அதெல்லாம் வெட்டிப் பேச்சு. உனக்குத் தினம் பிட்ஸாவும் கோக்கும் இல்லாட்டா ‘உலகமே போர்’ம்பே. மணி டியர் மணி.’

‘இப்ப என்னதான் பண்ணச் சொல்ற?’

‘நாளைக்குச் சொல்றேனே... லெட் மி திங்க் பாபா.’

‘நாசமாப் போ!’

டெலிபோன் பூத்தில் சில்லறை வாங்காமல் புறப்பட்டு விட்டாள். ‘மேடம், மேடம்’ என்று கடைக்காரர் கூப்பிட்டுப் பார்த்தும் கவனிக்கவில்லை.

வீடு திரும்பியதும் படுக்கையில் புத்தகங்களை வீசி எறிந்தபோது ரிப்போர்ட் தனியாக விழுந்தது. எடுத்துப் பிரித்துப் பார்த்தாள். ‘சொல்லப்பட்ட நிவேதா ஐயந்த்’ என்ற வார்த்தையைப் பார்த்ததுமே சட்டென்று நிமிர்ந்து உட்கார்ந்து வேகமாகப் படித்தாள். உடனே குளிக்கும் உத்தேசத்தைப் புறக்கணித்து விட்டு செருப்பை மாட்டிக்கொண்டு செல்லும்போது, ‘எங்கடி போறே?’ என்று அம்மா கேட்டாள்.,

‘செகண்ட் ஃப்ளோருக்கு... பாட்டியைப் பார்க்க பர்மிஷன் உண்டா?’

‘தூங்கிட்டு இருப்பா. தொந்தரவு பண்ணாதே.’

‘பாட்டி தூங்கினாலும் முழிச்சுக்கிட்டிருந்தாலும் ஒண்ணு தாம்மா.’

லக்ஷ்மி அவளைக் கவலையுடன் பார்த்து, ‘அப்பா, ஏதாவது சொன்னாரா?’

‘சொல்லப் போறார். பெரிய நியூஸ்’ என்று கதவை அறைந்து மூடிவிட்டுச் சென்றாள்.

லக்ஷ்மிக்கு முகத்தில் கவலை ரேகை படிந்தது. ‘யாரையுமே புரியலை இப்பல்லாம்’ என்றாள்.

நிதி இரண்டாவது மாடிக்குச் செல்லவில்லை. நான்காவது மாடியில் 7ஏ ஃப்ளாட்டுக்குச் சென்றாள். கதவின் மணியைப் பொறுமையின்றி அழுத்தினாள். கதவை பட்டாபி (அத்தியாயம் 1) திறந்தான்.

‘ஹாய் நிதி... என்னது, என்னைத் தேடிக்கிட்டு? டம்புகூட சண்டையா, அப்பா கூடவா?’

‘உள்ள வரலாமாடா? உங்கப்பாம்மா இருக்காங்களா?’

‘கிளப்புக்குப் போயிருக்காங்க. அம்மா தம்போலா, அப்பா விஸ்கி. சொல்லு...’ அவன் படுக்கையிலிருந்த கிதாரை அப்புறப் படுத்தியபோது, அது ‘பிட்ரங்’ என்றது. ‘சொல்லு...’

அவனிடம் ரிப்போர்ட்டைக் காட்டினாள். அவன் படிக்கையில் நகத்தைக் கடித்துக்கொண்டு காத்திருந்தாள்.

‘மை காட்... திஸ் இஸ் ஃபன்னி’ - தலையில் கை வைத்துச் சிரித்தான்.

‘அதை ஓட்டி வந்த இளைஞன் பெயர் மாணிக்கவாசகம் என்பதாக இருக்கலாம். அந்த டி.கே. சுந்தரமூர்த்தியின் டிரைவராக இருக்கலாம்.’

‘டிரைவரா? தப்பு தப்பா இருக்கே?’

‘மத்ததெல்லாம் சரியா இருக்கு பாரு... கார் நம்பர் கூட.’

‘டம்போ கேட்டா விழுந்து சிரிப்பான். மாணிக்கவாசகம் மை காட்!’

'பட்டு... பீ சீரியஸ். டிரைவர் விஷயத்தைத் தவிர மற்றதெல்லாம் சரியா இருக்கில்லையா?'

'ஆமாம்... அடுத்த ரிப்போர்ட்ல சரி பண்ணிடுவாங்க. சரத்து ஜாதகத்தையே விரிச்சுருவாங்க. உங்கப்பாவுக்குத் தெரிஞ்சு போச்சு. அதான் மேட்டர்.'

'அதனால்தான் கல்கத்தாவுக்கு மாத்தல்.'

'உங்கப்பாவே கேட்டிருப்பார்.'

'என்ன செய்யணும்?'

'டம்போவை மற. கல்கத்தாவில கண்ணாடி போட்டுக்கிட்டு உயரமா ஏதாவது ஒரு தாஸ்குப்தாவோ, சென்குப்தாவோ கிடைப்பான்' - அவன் மேல் ஒரு புத்தகத்தைத் தூக்கி எறிந்தாள். 'என் சங்கடத்தைப் புரிஞ்சுக்க மாட்டியா?'

நிதி அழ ஆரம்பித்து விட்டாள். 'ஸாரி ஸாரி ஸாரி... இப்ப தீர்த்து வெக்கறேன் உன் பிரச்னையை' டெலிபோனை எடுத்து மடியில் வைத்துக்கொண்டு சரத் ஆபீஸின் நம்பரை ஒத்தினான் பட்டாபி.

'ஐ வாண்ட் டு ஸ்பீக் டு சரத் ப்ளீஸ்.'

'...'

'என்னது... எங்கே?'

'...'

'சரி' என்று போனை வைத்தான். 'நிதி... அவன் ஆபீஸ்ல இல்லை. எங்கேயோ போயிருக்கானாம்.'

'இப்பத்தானே பேசினேன்.'

'என்ன சொன்னான்?'

'கல்கத்தாவில வேலை தேடறேன்னான் பட்டு. அவன் இருக்கற வேலைக்கு என்ன? சம்பளம் பத்தாதா?'

'சிகரெட்டுக்கே போதாது. எங்கிட்ட இதுவரை டென் கே... உங்கிட்டயும் வாங்கிருக்கான்ல. பாரு நிதி, நீ வந்து அவனை விட்டுப் பிரியறதுக்குத் தயாரா இரு. வாழ்க்கையில

எத்தனையோ முக்கியமான விஷயங்கள் இருக்கு. இந்த லவ் எல்லாம் வேஸ்ட்டு.'

'எங்க போயிருக்கானாம்?'

'யாரு?'

'டம்போதான்.'

'சொன்னா அடிக்க மாட்டியே, ஒதுங்கிக்கறேன்.'

'சொல்லு.'

'பெண் பார்க்க.'

'என்னது!'

'அவன் அம்மா அப்பா வற்புறுத்தறாங்க. அதனால் சாஸ்திரத் துக்குத் தட்டிக் கழிக்க பெண் பார்க்கப் போயிட்டிருக்கிறதா ஒரு தடவை சொன்னான். இப்பவும் அப்படித்தான் போயிருக் கணும்... அவன் ஒரு கோழை. நீ ஒரு கோழை. உங்களுக் கெல்லாம் எதுக்குக் காதல்... இதில் என்னை வேற இழுத்து விட்டுக்கிட்டு... உங்கப்பா தினம் காலைல ஆபீஸ் போறப்ப என்னை நாய் கொண்டுவந்த வஸ்துவைப் போல கடுமையாப் பார்க்கறார்.'

'உங்கிட்ட போய் உபதேசம் கேக்க வந்தேன் பாரு...'

'பாரு... சரத்துக்கு நீதான் எல்லாமே. ஆனா, உன் மாதிரி அவனுக்கும் அப்பா அம்மாவை எதுத்துக்கிட்டு விஷயத்தைச் சொல்ல தைரியம் வரலை. அதனால அவங்க சொல்றத கொஞ்ச நாள் கேட்டுக்கிட்டிருங்க.'

'எத்தனை நாள்?'

'அவனுக்கு நல்ல வேலை கிடைக்கிறவரைக்கும்.'

'அதுக்குள்ள கல்கத்தா போய்ட்டா?'

'போ! நீ ஜாகர்த்தா போனாலும் டம்பு உன்னை மறக்க மாட்டான். தைரியமா இரு. அப்பா அம்மா சொல்றதுக்கெல்லாம் தலையாட் டிக்கிட்டு இரு. அடக்கி வாசி... தேவைப்பட்டா சட்டுனு மிரட்டலா ஒரு காரியம் பண்ணிரலாம்.'

இரண்டாவது அத்தியாயம் ○ 59

‘என்ன காரியம்?’

‘இப்ப கேக்காதே. பாரு நிதி, ஃபேமிலியை எதுத்து விரோதம் பண்ணிக்கிட்டு எதாவது செய்யணும்னா அதுக்கு ரெண்டு சப்போர்ட் வேணும். மனசு, பணம் ரெண்டும் வேணும். இப்ப உங்கிட்ட மனசு மட்டும் இருக்கு. காசு இல்லை. ரொம்பக் கஷ்டப்படுவீங்க.’

‘அம்மா போட்ட நகையெல்லாம் லாக்கர்ல இருக்கு.’

‘என்னால மார்வாடி கடையைத் தேடி ஓட முடியாது. கொஞ்சம் பொறுமையா இரு. இந்த ட்யூனை கேட்டிருக்கியா... டங் டங் டங்...’

‘உடைப்பில போடு உன் ட்யூனை. எனக்கு இப்பவே டம்போவைப் பார்த்தாகணும். பெண் பார்க்க அவன் எங்க போயிருக்கான்னு கண்டுபிடி. வீட்டுக்குப் போன் பண்ணு.’

‘பண்ணி?’

‘நாம ரெண்டு பேரும் அங்க போறோம்’ என்றாள்.

8

உனக்கென்ன பைத்தியமா?

மாதவப் பெருமாள் கோவிலுக்குப் போகும் ஒரு சந்தில் இருந்தது அந்த வீடு. அதன் முதல் மாடியில் ஹாலில் புதுசாகப் போட்ட நூறு வாட் பல்பின் வெளிச்சத்தில் பவானி ஜமக்காளத்தின் மேல் ஓர் ஆர்மோனியம் வைக்கப்பட்டிருந்தது. சரத் அதைக் கலவரத்துடன் பார்த்துக்கொண்டிருந்தான். 'பாட் டெல்லாம் வேண்டாம்மா' என்றான். 'சும்மார்றா' என்று அதட்டினாள் சரத்தின் அம்மா கோதாவரி.

'சரத்துக்குப் பாட்டு ரொம்ப இஷ்டம்.'

'முறைப்படி மன்னார்குடி மகாலிங்கையர்கிட்ட சங்கீதம் கத்துண்டு கச்சேரி வரைக்கும் வந்துட்டா. மாப்பிள்ளைக்குச் சங்கீதம் பிடிக்குமா?' என்றாள் பெண்ணைப் பெற்றவள்.

'இப்பதான சொன்னேன்? புடிக்கும். இவனும் எட்டு வயசுவரை மிருதங்கம் கத்துண்டான்' என்றாள் கோதாவரி.

'அப்புறம்தான் கம்ப்யூட்டர், டேபிள் டென்னிஸ் அது இதுன்னு வேற திசையில் போய் சாதகத்தை விட்டுட்டான். கப்பெல்லாம் வாங்கிருக்கான்.'

எல்லாம் பொய். சரத் முகத்தை வைத்துக்கொள்ள இடம் தேடினான். சரத்துக்கு இருபத்தாறு வயது.

தலையைக் குல்லாய் போல வெட்டியிருந்தான். ஒரு காதுக் கடுக்கனை, இந்த விசேஷத்துக்காகக் கழற்றிப் பைக்குள் வைத்திருந்தான். உதடுகளில் மெல்லிய அவசரத் தீற்றல் இருந்தன. புருவங்கள் அடர்த்தியாக இருந்தன. கண்கள் மையிட்டதுபோல் இருந்தன. பனியன் போடாமல் காலர் இல்லாத சட்டை அணிந்திருந்தான். ஷவரம் செய்த உடனே வளர்ந்து விடும்போல அத்தனை பச்சைக் கன்னம். கண்களில் இருந்த துறுதுறுப்புதான் நிதியைக் கவர்ந்திருக்க வேண்டும். நிதியோடு பொருத்தினால் நிறத்திலும் தோற்றத்திலும் ஒரு மாற்று குறைவு தான். இவனை ஏன் அவள் இத்தனை விரும்புகிறாள் என்பது காதலின் பாதைகள் தெரியாதோருக்குத் தெரியாது.

அப்பா ராமராவும் அம்மா கோதாவரியும் துவாரபாலகர்கள் போல காக்க, மேரி பிஸ்கட்டை ஓரத்தில் கடித்துவிட்டு ஏலக்காய் தட்டியிருந்த தேநீரை உதட்டால் தொட்டு 'நைஸ் டீ' என்றான். அந்தப் பெண் இயல்பாக வந்து அவன் எதிரே உட்கார்ந்தாள். பெரியவர்களை நமஸ்காரம் செய்தாள். பெயர் கேட்டு வைத்துக் கொள்ளவில்லை. எப்படியும் நிராகரிக்கப் போகிறான்... பெயர் எதற்கு?

'நீங்க என்ன படிக்கறீங்க?' என்றான் சரத். ஏதோ கேட்க வேண்டுமே.

'எம்.சி.ஏ.'

'எந்த காலேஜ்?'

'அம்பிகா...'

'அப்படி காலேஜ் இருக்கா? அப்பளம்தான் இருக்கு...'

யாரும் சிரிக்கவில்லை.

'வேலைக்குப் போறீங்களா?'

'ஆமாம்... க்ளாஸ் எடுக்கறேன்...'

'எதில?'

'ஜாவா!'

'மாப்பிள்ளை ஏன் ஒரு மாதிரியா இருக்கார்? உடம்பு சரியில்லையா?' என்று பெண்ணின் தந்தை கேட்க,

'அதெல்லாம் ஒண்ணுமில்லை... ஆபீஸ்ல நிறைய வேலை' என்று சமாளித்தார் ராமராவ்.

ஏறக்குறைய நாற்பது பேர் இந்த சம்பாஷணையை உன்னிப்பாகக் கவனித்துக்கொண்டிருக்க, 'உங்க பொண்ணோட தனியாப் பேச அனுமதி உண்டா?' என்று கேட்டான் சரத்.

'தாராளமா, பால்கனிக்குப் போகலாம்...' என்றார் பெண்ணைப் பெற்றவர். அவர் முகத்தில் கவலை ரேகைகள் ஸ்திரமாக இருந்தன.

பால்கனிக்கு வந்தபோது, 'ஸாரி... உங்க பேரு?'

'மஞ்சுளா!'

'என் பெரு சரத்சந்தர்... எங்கப்பா வெச்சது.'

'எங்கப்பாவுக்குப் பிடிக்கும். பெங்காலி நாவலிஸ்ட்.'

'பாருங்க மஞ்சுளா... எனக்கு உங்களைக் கல்யாணம் செய்துக்க எந்த விதத் தகுதியும் இல்லை. ஸ்திரமா வேலை இல்லை. ஒரு ஆன்லைன் எடிட்டிங் கம்பெனியில சின்னதா ஒரு டாஸ் சாஃப்ட்வேர் இருக்கு. அதை விண்டோஸ்க்கு மாத்தறதுக்கு முன்னாடி மெயின்டெய்ன் பண்ணிக்கிட்டு இருக்கேன். சம்பளமும் மூவாயிரத்தை எட்டலை... ப்ரொபேஷன்ல இருக்கேன். ஸ்மோக் பண்ணுவேன்.'

'கல்யாணத்துக்கு அப்புறம் நிறுத்திரலாம். நான் வேலைக்குப் போறேன். எனக்குப் பத்தாயிரம் தராங்க. அடுத்த ஆறு மாசத்துக்குள்ள உயர்த்தப் போறாங்க. இதெல்லாம் பிரச்னை இல்லை.'

சரத் வெளியே எட்டிப் பார்த்தபோது, தூரத்தில் சாமி ஊர்வலம் வந்துகொண்டிருந்தது. அதைச் சமாளித்து நிதியும் பட்டாபியும் மோட்டார் சைக்கிளில் வந்து கொண்டிருந்தார்கள்.

'ஐய்யோ!' என்றான் சரத்.

'என்ன?'

'பிரச்னை... நான் ஒரு பெண்ணுக்கு வாக்குக் கொடுத்துட்டேன்.'

'என்னன்னு?'

'கல்யாணம் பண்ணிக்கிட்டுக் கடைசிவரை காப்பாத்தறதா, அந்தப் பொண்ணு இங்க வந்துண்டிருக்கு.'

மஞ்சுளா சிரித்தாள். சிரிக்கிற விஷயமா இது?

'நீங்க ஏன் இதை எங்கிட்ட சொல்றீங்க? உங்க அப்பா அம்மா கிட்ட சொல்றதுதானே?'

'சொல்லப் போறேன்... நல்ல வேலை கிடைக்கிறவரை காத்திருக்கேன்.'

'அப்படி இருக்கறபோது, எதுக்காக ரொம்பக் காரியமா வீட்டுக்கு வந்து பாட்டைப் பத்தியெல்லாம் கேட்டுட்டு பிஸ்கட்டைச் சாப்ட்டுட்டு...'

'ஸாரி!'

'நீங்க முதுகெலும்பில்லாத ஆசாமியா?'

'ஆமாம். நீங்க எனக்கு ஒரு உதவி செய்யணும். அவ வந்துக் கிட்டிருக்கா.'

'எவ?'

'நிதி... என் கேர்ள் ஃப்ரெண்டு!' மஞ்சுளாவைப் பரிதாபமாகப் பார்த்தான்.

'எங்கப்பா அம்மாகிட்ட என்னைப் பிடிக்கலைன்னு சொல் லிடுங்க.'

'நான் ஏன் சொல்லணும்? வாங்க... திஸ் இஸ் அன்பிலீவபிள்.'

இருவரும் மறுபடி ஹாலுக்கு வந்தபேது, 'என்ன எல்லாம் பேசி யாச்சா?' என்றார் தகப்பனார், மலர்ந்த முகத்துடன். அப்போது கதவு மணி அடித்தது. 'நல்ல சகுனம்.'

மஞ்சுளாவின் கண்களில் நீர் தெரிந்தது. அவளுக்காக சரத் வருத்தப்பட்டான். என்ன மடையன் நான்! அவள் கண்ணைத் துடைத்துக்கொண்டு பேசினாள். 'கேளுங்க சார், ஆண்ட்டி நீங்களும் கேளுங்க... உங்க பையன் உங்ககிட்ட தைரியமா சொல்லவேண்டியதை எங்கிட்டச் சொல்லியிருக்கார். வேற யாரையோ மனசில வெச்சிருக்காராம். அதை உங்ககிட்ட நேராச்

சொல்லாம எங்களையெல்லாம் இந்த சம்மர்ல பட்டுப் புடைவையைக் கட்டிக்க வெச்சு மத்யானத்துல இருந்து பஜ்ஜி பண்ண வெச்சு, அவமானப்படுத்திக் கூத்தடிக்கிறார். எங்களை என்னன்னு நினைச்சுக்கிட்டிருக்கீங்க? இவங்களை உள்ள விட்டதே தப்புப்பா. எங்கப்பா இந்த மாதிரி கச்சடா ஆசாமிங் களையெல்லாம் புடிச்சுட்டு வரீங்க? சொல்லிட்டேன். இனிமே நீங்க என்னைப் பெண் பார்க்க ஏற்பாடு பண்ண வேண்டாம். வாழ்நாள் முழுதும் கல்யாணம் ஆகாம இருந்தாலும் சரி... இந்த மாதிரி பொய் பேசறவங்களை நடுக்கூடத்தில் உக்காத்தி வெச்சு...' என்று இரைந்தாள் மஞ்சுளா.

'சரத்து... என்னடா இது?' என்று கலவரப்பட்டாள் கோதாவரி.

இதனிடையில் கதவு திறக்கப்பட்டு நிதியும் பட்டுவும் நின் றார்கள்.

'டம்பு... உங்கிட்ட பேசணும்... கம் அவுட்... கம் அவுட்' என்றாள் நிதி அதட்டலாக.

'பாரு சரத்... எனக்கும் இதுக்கும் சம்பந்தமில்லை' என்றான் பட்டு.

'சரத், என்னடா இதெல்லாம்? எனக்கு மார் வலி வரதேடா.'

'அப்பா, அம்மா நான் சொல்லணும்னுதான்... வீட்ல போய் பேசலாம்மா.'

நிதி, 'ஹாய் நீதானாம்மா பொண்ணு?' என்றாள் மஞ்சுளாவைப் பார்த்து. அவள் பேச முடியாமல் விசும்பிக்கொண்டு உள்ளே போனாள்.

'நிதி... திஸ் இஸ் டூ மச். பட்டு இவளை ஏன் கூட்டி வந்தே?'

'நான் இல்லைப்பா. இவளாத்தான் அவசரப்பட்டா... அங்க இவங்க வீட்டில பூகம்பம் வரப் போவுது... உங்க ரெண்டு பேரையும் ஏஜென்சி வெச்சு ரிப்போர்ட் வந்தாச்சு.'

'போங்க சார்... இப்படியும் மனுஷா இருப்பாளோ?' என்றார் பெண்ணைப் பெற்றவர்.

'ஐயாம் ஸாரி மிஸ்டர் ஈஸ்வரன்' என்றார் ராமராவ்.

'நீலகண்டன். பேர்கூடச் சரியாத் தெரியாம பெண் பார்க்க வந்திருக்கீங்க.'

ஒரு பாட்டி நடந்தது எதையும் கவனிக்காமல் உள்ளே வந்து, 'மாப்பிள்ளைக்கு மஞ்சுவைப் புடிச்சுப் போய்டுத்தாம்மா?' என்றாள்.

'நீங்க போய்டுங்க சார்... பின் பக்கத்தில் நாயைக் கட்டிப் போட்டு இருக்கோம். அவுத்து விடப் போறோம்.'

'என்ன நாய்?' என்றாள் நிதி.

'ஜெர்மன் ஷெப்பர்டு.'

'சரத், நீ இதுக்குப் பதில் சொல்லித்தான் ஆகணும்டா. எங்க எல்லோருக்கும் பைத்தாரப் பட்டம் கட்டிட்டே. பாரும்மா... எங்களை மன்னிச்சுருங்கோ. எங்க பிள்ளை சரியில்லை. சரத், உன்னை வெட்டணும்டா... வீட்டுக்கு வா.'

'அம்மா, உங்க சண்டையெல்லாம் ரோட்டில போட்டுக்கங்க. வேணும்னா பஜ்ஜி பொட்டலம் கட்டிக் கொடுக்கச் சொல்றேன். தின்னுண்டே வாக்குவாதம் பண்ணிண்டே போங்கோ' என்றார் நீலகண்டன். கடும் கோபத்தில் இருந்தார்.

அவர்கள் இறங்கி வந்ததும்,

'சொல்றேம்மா... சொல்றேம்மா... ப்ளீஸ்... ரோட்டில சண்டை வேண்டாம்.'

நிதி, 'நான் சொல்றேன் ஆண்ட்டி. நான் சரத்தைக் கல்யாணம் பண்ணிக்கப் போறவ. என் பேரு நிவேதா.'

'அடி செருப்பால... யாருடி நீ?'

'பட்டு, இந்தாளை அடி' என்றாள் நிதி. 'செருப்புன்னா பல்லு பேந்துரும்... இவர் யாரு?'

'எங்கப்பா.'

'ஓ... ஸாரி ஸாரி... உங்ககிட்ட மரியாதையா இருக்கணும்.'

'நிதி!'

அவர்கள் தெருவில் நடக்க, பெருமாள் கிட்டே வந்து விட்டார். தீப்பந்தங்களின் வெளிச்சத்தில் நகைகள் ஜொலிக்க, வேதங்கள் ஒலிக்க, சாஸ்திரத்துக்கு அவசரமாக அபசுரமாக ஊதப்பட்ட நாதசுர இசையுடன் தன்னார்வ பிராமண இளைஞர்களால் ஏளப் பண்ணப்பட்டு வந்துகொண்டிருந்தார். 'பகவானே... என்ன இது சோதனை?' என்றாள் கோதாவரி. அவள் மூக்கில் இருந்த வைரம் கண்ணீரில் ஒளிர்ந்தது.

'டம்பு. நான் அப்புறம் பேசறேன் உன்கூட. பை அங்கிள்... பை ஆண்ட்டி' என்று பட்டாபியின் காவஸாக்கியின் பின் சீட்டில் ஏறிப் போய்விட்டாள் நிதி.

'என்னடா பேரு டம்பு! என்ன கதை ஓடிண்டிருக்குன்னு கொஞ்சம் சொல்றியா?'

தெப்பக் குளத்தருகே ஒரு ஓட்டலில் ஃபேமிலி ரூமில் மூன்று பேரும் உட்கார்ந்தார்கள்... 'எனக்குத் தலைவலி... ஒரு சோடா போதும்' என்றார் ராமராவ். 'எனக்குப் படபடன்னு வருது... லிம்கா வாங்கித் தா' என்றாள் கோதாவரி.

அதைக் குடித்துவிட்டு நெஞ்சைப் பிடித்துக்கொண்டு 'யார்றா அந்தப் பொண்ணு?' என்றாள்.

'என்னடா சரத்... இப்படிப் பண்ணிட்டே? முதல்லருந்து சொல்லு... அவ ஃப்ரெண்டா?'

'இவளைத்தாம்பா கல்யாணம் பண்ணிக்கப் போறேன்.'

'இதை முன்னாடியே சொல்லித் தொலைச்சிருக்கக் கூடாதோ? பாவம், பொண்ணைப் பெத்தவா மனசு எப்படித் துடிச்சுப் போயிருக்கும். இவர் வேற நீலகண்டனை ஈஸ்வரன்னு போட்டுக் குழப்பி, தெரியலைன்னா வாயை மூடிண்டு சும்மா இருக்கணும்.'

'அம்மாவுக்கு ஷாக் ஆய்டும்னுட்டு உங்ககிட்ட முதல்ல சொல்லலாம்னு... எல்லாமே சட்டுனு நடந்து போச்சுப்பா. என்னைக் கேக்காம ஏற்பாடு பண்ணிட்டீங்க.'

'யாரு அது? அப்பா யாரு?'

'அப்பா பேரு ஜயந்த். அஸ்ட்ராகாம்ல சிஎஃப்ஓவா இருக்காரு.'

'அவரைப் பார்த்திருக்கியாடா?'

'தூரத்தில பார்த்திருக்கேன்... பேசினதில்லை.'

'பேஷ்.'

'என்ன ஜாதி?' என்றாள் தாய்.

'தெரியாதும்மா. எதோ தலைப்பா கட்டுவாளாம் கல்யாணத்தும் போது.'

'உத்தமம்... நாம கட்ட மாட்டோம்... தெரியுமோ...'

'பலே, புரட்சிடா நீ!'

'அப்பா, நான் எதையும் மறைச்சு வெக்கலை. உங்ககிட்ட சொல்ற துக்கு வேளை வரலை.'

'கல்யாணம் ஆகலியே இன்னும்?'

'என்னம்மா நீ?'

'பொண்ணு கண்ணுக்கு லட்சணமாகத்தான் இருக்கா' என்றார் ராமராவ்.

9

மேலும் சிக்கல்கள்

ராமராவ் யாரைப் பற்றிச் சொல்கிறார் என்பது கோதாவரிக்குச் சரியாகத் தெரியவில்லை. பெண் பார்க்க மகனுடன் வந்தவளுக்கு இந்த அனுபவம் ஒரு நாளைக்கு அதிகம்தான்.

‘எந்தப் பொண்ணு... தெளிவாச் சொல்லுங்கோ.’

‘மோட்டார் சைக்கிள் பொண்ணு. இந்தப் பொண்ணுதான் வேண்டாம்னுட்டானே.’

‘ஜாதகம் பார்க்கச் சொன்னபோதோ பேப்பர்ல விளம்பரம் கொடுத்தபோதோ ஏண்டா சும்மாருந்த... உன்னை, உன்னை கன்னம் கன்னமா இழைக்கணும். கட்டுக்கட்டா ஜாதகத்தை வெச்சுண்டு, அங்காடி நாய் போல அலைஞ்சு பொருத்தம் பார்த்து... எல்லாத்தையும் கேவலமாப் பண்ணிட்டியேடா.’

‘நான்தான் அதெல்லாம் வேணாம்னு சொன்னேன். நீங்க கேட்டாத்தானே...’ என்றான் சரத்.

‘சொல்லியிருக்கலாமில்லையா?’

‘சொல்லியிருக்கணும்.’

‘அவ அப்பாவுக்கு எத்தனை சம்பளம்?’ என்று கேட்டார் ராமராவ்.

‘நிறையன்னு நினைக்கிறேன். பேரு ஜயந்த்... வீட்டுல ரெண்டு கார்.’

'சொந்த வீடா?'

'ஆமா, ரெண்டு பெரிய ஃப்ளாட், சி.ஐ.டி. காலனில. அதெல்லாம் பிரச்னை இல்லைம்மா.'

'அந்தாளை இப்பவே போய்ப் பாத்துரவேண்டியதுதானே?' என்றார் ராமராவ்.

'இப்ப கொஞ்சம் லேட்டாயிடுச்சு. ஒண்ணும் அவசரமில்லைப்பா. நானே அந்தாளை இன்னும் சந்திச்சதில்லை.'

நிதி வீட்டுக்குத் திரும்புவதற்காக ஜயந்தும் ராமலக்ஷ்மியும் காத்திருந்தார்கள். 'உன் பொண்ணு என்ன செஞ்சிருக்கா தெரியுமா?'

'இதையே திருப்பித் திருப்பிக் கேட்டுக்கிட்டிருக்கிங்க. என்ன செய்தானு சொல்ல மாட்டீங்க.'

'ரொம்ப ஷாக் ஆயிடுவே.'

'பரவால்லை சொல்லுங்க. நிறைய ஷாக் தாங்கியாச்சு.'

இருவரும் ஒரு கணம் பார்த்துக்கொண்டார்கள். அந்தப் பார்வையில் இருபத்தைந்து வருட மண வாழ்க்கையின் பொழிப்புரை இருந்தது.

'ஒரு ரிப்போர்ட் காட்டறேன்... படிச்சுப் பாரு' என்ற ஜயந்த் ப்ரீஃப்கேஸைத் திறந்து அந்த ரிப்போர்ட்டைத் தேடினார். இல்லை. போன் செய்தார். 'அகஸ்... அந்த ரிப்போர்ட்டை நீ என் பெட்டியில வெக்கலையா?'

'இல்லைங்க. நீங்க அதை எடுத்துட்டு போகலையாய்யா? உங்க மேஜை மேல இல்லை.'

'இல்லையா... அங்கதான் வெச்சிருந்தேன்.'

'என்ன ரிப்போர்ட்டு?' என்று கேட்டா லக்ஷ்மி.

'உன் பொண்ணைப் போன வாரம் முழுக்க வேவு பார்த்த ரிப்போர்ட்டு.'

'இந்தக் காரியம் எல்லாம் எதுக்குப் பண்றீங்க? ஏற்கெனவே அவ யாரோடயும் பேசறதில்லை. மூஞ்சியை தூக்கி வெச்சிக்கிட்டிருக்கா.'

‘உண்மையைத் தெரிஞ்சுக்க வேணாமா?’

‘உங்க பொண்ணு ஒரு பையன் கூட சுத்தறா. அதான் உண்மை.’

‘உனக்கு முன்னாடியே தெரியுமா?’

‘தெரியும்.’

‘அடிப் பாவி... நீயும் உடந்தையா?’

‘இல்லை. ஆனா தெரிஞ்சுருச்சு. சரண்யா சொல்லித்து. கீரைக்காரி சொன்னா.’

‘கீரைக்காரி! ஹூம்... நான் முப்பதாயிரம் செலவழிச்சு, டிடெக்டிவ் ஏஜென்ஸியை வெச்சு... அவன் யாரு தெரியுமா, ஒரு டிரைவர். உம் பொண்ணு பெரிய சோஷலிஸ்ட் வர்க்கப் புரட்சி பண்றா.’

‘டிரைவரா? என்ன உளர்றீங்க.’

‘ஆமாம்... ரிப்போர்ட்ல சொல்லி இருக்கு.’

‘அப்ப அந்த ரிப்போர்ட்டு பொய். கிழிச்சுப் போடுங்க.’

‘உன் கீரைக்காரி என்ன சொன்னா?’

‘பையன் ஒரு காதில கடுக்கன் போட்டிருந்தானாம். தலைல குல்லா மாதிரி கிராப். சிகரெட் குடிக்கிறானாம். கார்ல தெருக் கோடில இவ ஏறிக்கறாளாம். கூட்டிட்டுப் போறானாம். கோயம்பேடு பஸ்ல போறப்ப ஒரு முறை சிக்னல்ல பார்த்தாளாம். தோள் மேலே கை போட்டுக்கிட்டு தோற்றத்தில் பெரிய வூட்டுப் புள்ளை மாதிரித்தான் இருக்கறதாச் சொன்னா.’

‘இதை ஏன் என்கிட்ட சொல்லலை? காசு வேஸ்ட்டு.’

‘சமயம் வரக் காத்திருந்தேன். நீங்க கொஞ்சம் அமைதியா, கொஞ்சம் பிபி கம்மியா இருக்கறப்ப சொல்லலாம்னு இருந்தேன். ஒரு வீட்டுல ரெண்டு பேரும் எகிறிக் குதிச்சா, எனக்கு பிபி ஏறிடும். அப்புறம் சொல்லலாம்னு...’

‘சொல்லி?’

‘பையன் யாரு, என்னன்னு விசாரிச்சு... அப்பா அம்மாவை சந்திச்சு...’

'டிரைவர் வீட்டு மோடாவில உக்காந்துகிட்டு டீ சாப்டணும்கற... சாஸர்ல ஊத்தி?'

'டிரைவர் இல்லங்க. உங்க ரிப்போர்ட் தப்பு. இப்ப என்ன, அவ வந்த உடனே கேட்டுரலாம். நமக்குத் தெரிஞ்சு போச்சு. அவளா சொல்லறாளா பார்க்கலாம்.'

'முளையில் கிள்ளாம இப்படி வளர விட்டு...'

'முளையிலேயே கிள்ளக் கூடிய சாமர்த்தியம் இருந்தா நான் ஏன் வீட்டில பிணைக் கைதியா இருக்கேன்.'

'சரி சரி... ஆரம்பிக்காதே பழசெல்லாம்.'

'கேட்டது எல்லாத்தையும் வாங்கிக் கொடுக்கறது, பணத்தின் அருமை தெரியாம வளக்கறது. எதிர்த்துப் பேசறபோது அப்பாவும் பொண்ணும் சந்தோஷப்படறது. இப்ப கல்யாண விஷயத்தில மட்டும் சொன்ன பேச்சைக் கேப்பாளா அவ?'

'மறுபடி ஆரம்பிச்சுட்டியா.'

'எத்தனை லூட்டி அடிச்சிங்க? உங்க பொண்ணு அதில கால் பங்காவது செய்யாம இருப்பாளா? அதே ரத்தம்தானே?'

நிதி வருகிற அரவம் கேட்டு இருவரும் மௌனமானார்கள். மணி ஒன்பதடித்தது.

'என்ன நிதி... இவ்வளவு சீக்ரம் வந்துட்டே?'

'அப்பா, ப்ளீஸ் கிண்டல் வேணாம். என் ஃப்ரெண்டு, பெண் பார்க்கப் போயிருந்தான். அந்த ஃபங்ஷனுக்கு ஒத்தாசைக்குப் போயிருந்தேன்' என்றாள். சிரித்துக்கொண்டாள்.

'அம்மா... அப்பாவுக்குக் கல்கத்தா மாத்தலாயிருக்கு... சொன்னாரா?'

'இல்லையே... இது என்ன புது பூதம்?'

'ஆமாம்... சொல்ல மறந்துட்டேன். இந்த வாரமே போறோம்' என்றார் ஜயந்த்.

'எல்லாருமா?'

‘ஆமாம்.’

‘குழந்தைகள் படிப்பெல்லாம் என்ன ஆறது?’

‘அதெல்லாம் அவருக்கு முக்கியமில்லையம்மா. என்னை மெட்ராஸை விட்டுக் கிளப்பணும்.’

‘நிதி... அந்தப் பையன் டிரைவரா?’ என்று ஆரம்பித்தாள் லக்ஷ்மி.

‘எந்தப் பையன்?’

‘பாரு நிதி, எல்லாம் அப்பாவுக்குத் தெரிஞ்சு போச்சு.’

‘பின்னால துப்பறியும் நாயை அனுப்பிச்சா தெரியாம பின்ன?’

‘சொல்லு... யாரு அந்த ரோக்?’ என்றார் ஜயந்த்.

‘அதான் உங்க ரிப்போர்ட்லயே இருக்கேப்பா... கார் டிரைவர்னு’ என்றாள் நிதி, கேலிக் குரலில்.

‘நீ எப்பப் பார்த்தே ரிப்போர்ட்டை?’

‘உங்க டேபிள்ள இருந்தது. தெரியாம எடுத்துட்டேன். அவன் ஒண்ணும் டிரைவர் இல்லை. மீடியால இருக்கான். பேரு சரத்.’

‘என்ன வேலை?’

‘அப்படி ஒண்ணும் பெரிய வேலை இல்லை.’

‘ஏன்... நீங்கதான் ஒரு பெரிய வேலை போட்டுக் கொடுங்களேன், அவ இஷ்டப்படறான்னா...’ என்று இடைமறித்தாள் லக்ஷ்மி.

‘ஒப்புத்துக்க மாட்டான்’ என்றாள் நிதி.

‘முதல்ல அவன் மூஞ்சியை நான் பார்க்கவேண்டாமா? நம்ம அந்தஸ்துக்கு தகுதியா? என்ன படிச்சிருக்கான்?’

‘நான் அதெல்லாம் கேக்கலைப்பா. ஒண்ணும் பெரிசாப் படிக்கலைன்னு நினைக்கிறேன். டிசிஏ முடிச்சானா தெரியலை. அதெல்லாம் முக்கியமாப் படலை.’

‘பின்னே எது முக்கியம்?’

‘இது ஒரு கெமிஸ்ட்ரிப்பா.’

'கெமிஸ்ட்ரி! வாட் இஸ் தட் கெமிஸ்ட்ரி?'

'உங்களுக்கும் டாலிக்கும் இருக்கே அது.'

அப்படியே ஸ்தம்பித்துப் போனார் ஜயந்த். அவருக்கு வந்த கோபத்தில் பளேர் என்று கன்னத்தில் அறைந்து விட்டார். நடு நாட்களில் உற்சாகங்கள் குறைந்து, மூன்றாவது குழந்தை பிறந்து ராமலக்ஷ்மி சரியாக தேகப் பயிற்சிகள் செய்யாததால் அழகிழந்த போது ஜயந்த் கொஞ்சம் விளையாடியிருக்கிறார். மனைவியை மூன்று வருஷங்கள் 'தள்ளி' வைத்து ஆபீஸில் நாகரிகமான ஓர் இளம் விதவையுடன் தனியாகக் குடித்தனம் வைத்து, வீட்டுக்கு வராமல் படுத்தியிருக்கிறார். அது அவர்கள் மண வாழ்வின் கறுப்பு வருஷங்கள்.

ராமலக்ஷ்மி போய் அந்த பஞ்சாபிப் பெண்ணைப் பிலு பிலுவென்று பிடித்து, அவள் இங்கிலாந்து போய்விட்டாள். இப்போது நாலாவது கணவனுடன் லெஸ்டரில் வாழ்கிறாள். டயாபடிஸ், அன்ஜைனா, உச்ச ரத்த அழுத்தம் எல்லாம் வந்ததும் ராமலக்ஷ்மியின் தேவை அவசியமாகி ஜயந்த் வாலைச் சுருட்டிக் கொண்டுவிட்டார். ஆனால், இப்போதும் இந்தியா வந்தால் கூப்பிடுவாள். உடனே போய்ச் சந்திப்பார். பெயர் டாலி.

'உனக்கு என்ன தெரியும் டாலியைப் பத்தி?'

'பாருங்கப்பா, பொண்ணை அடிக்கிறது சட்டப்படி குற்றம்பா, இனிமே அடிச்சிங்க... போலீஸுக்குப் போன் பண்ணிடுவேன்.'

'நிதி... நீ உள்ளே போம்மா. அத்து மீறிப் பேசறே' என்றாள் லக்ஷ்மி.

'உண்மையைச் சொன்னா உங்களுக்கெல்லாம் அத்துமீறல்...'

'அவன் மட்டும் வரட்டும் என்கிட்ட...'

'அவன் உங்ககிட்ட வரவேண்டிய அவசியம் இல்லைப்பா.'

'நீ சொல்றவனை நாங்கக் கட்டிக் கொடுப்போம்னு எப்படி நீ நினைக்கலாம்?'

'வேண்டாம். இது எங்க வாழ்க்கை. உங்களுடைய உதவி தேவையே கிடையாது எங்களுக்கு.'

ஜயந்தின் ஆத்திரம் கண்மூடித்தனமாகப் போய் விட்டது. 'போடி முதல்ல! இந்த வீட்டை விட்டுப் போ. என் கண் முன்னால நிக்காதே.'

'பாருங்கப்பா... இந்த வீட்டை விட்டு எப்ப போறதுன்னு எனக்குச் சரியாவே தெரியும். அப்பதான் போவேன்.' அவளைத் தள்ள ஒரு வலுவிழந்த முயற்சி செய்ய, அவள் அழுந்தி நின்றாள்.

'அப்ப நான் போறேன்' என்றார் ஜயந்த்.

'அது உங்க இஷ்டம்.'

ஜயந்த் சட்டென்று பர்ஸை எடுத்துக்கொண்டு புறப்பட்டார்.

'பிசாசே, பாவம்டி உங்கப்பா... மனசைப் புண்படுத்திட்ட.'

'அவர் மட்டும் எல்லார் மனசையும் புண்படுத்தலாமா... சொல்லும்மா...'

'இப்ப அவர் என்ன சொல்லிட்டார்னு வானத்துக்கும் பூமிக்கும் குதிக்கற... உன் நல்லதுக்குத்தானே சொல்றார். பாத்து விசாரிச்சு செய்யுன்னு.'

'அவர் அப்படிச் சொல்லலை. அவருக்கு இஷ்டமில்லைம்மா. என்னை அன்னிக்குப் பார்க்க வந்தானே எம்.பி.ஏ. பையன்... அவனைக் கல்யாணம் பண்ணிக்கணும். நான் என்ன பலி ஆடா?'

'ஏன்... அந்தப் பையனுக்கு என்ன?'

'அவனை எனக்குத் தெரியாதும்மா. என்னையும் அவனுக்குத் தெரியாதும்மா.'

'இந்தப் பையனை மட்டும் தெரியுமோ?'

'நல்லாவே தெரியும். எனக்கும் இவனுக்கும் எத்தனையோ விஷயங்கள்ல டெம்பரமெண்ட் ஒத்துப் போகும்மா. அம்மா, நான் இவனோட சந்தோஷமா இருப்பேம்மா. ஒருத்தருக்கு ஒருத்தர் பரஸ்பர நம்பிக்கை, அன்பு எல்லாம் இருக்கும்மா. பொய் சொல்ல மாட்டாம்மா. அவனும் என்னைப்போல அப்பாம்மா பேச்சுக்கு எதுத்துக்கத் தயங்கறான். எங்களுக்கு அவசரமே இல்லை. ரெண்டு பேருமே இன்னும்

கல்யாணத்துக்குத் தயாராகலை. நீங்க ஏதாவது எக்கச்சக்கமா செய்தா படக்குனு போய் ரிஜிஸ்டர் மேரேஜ் பண்ணிண்டுருவோம்.'

'அதுக்கெல்லாம் தேவையில்லை. அப்பா வரட்டும். நான் சமாதானமாப் பேசி மனசை மாத்தப் பார்க்கறேன்' என்றாள் லக்ஷ்மி.

ராத்திரி ஒரு மணியாகியும் ஜயந்த் வீட்டுக்கு வரவில்லை.

10
நான் கேட்க வேண்டிய கேள்வி

இரவு ஒரு மணியாகியும் ஜயந்த் வரவில்லை.

ராமலக்ஷ்மி முதலில் சத்யாவுக்கு போன் செய்தாள். ரொம்ப நேரம் அடித்துவிட்டு எக்ஸ்சேஞ்சே கைவிட்டு பீப் குரல் கேட்டது. எல்லோரும் எங்கே போய்த் தொலைந்தார்கள், இந்த ராத்திரி வேளையில்?

சத்யா அவளுக்கு உறவு... அலட்டல் இல்லாமல் உதவிக்கு வருவான். சில வேளை அசந்தர்ப்பமாகப் பேசி ஜயந்தின் கோபத்துக்கு உள்ளாவான். நிதியை மாடலிங் போகலாம் என்று ஒரு தடவை சொல்ல, ஜயந்த் அவனை அடிக்க வந்துவிட்டார்.

அகஸ்டஸின் எண் டயரியில் எங்கோ எழுதி வைத்திருந்தது நினைவுக்கு வந்தது. கறுப்பு டயரியில் இஷ்டப்படி எண்கள் எழுதியிருந்தன. கேலண்டர் தாளிலும் சில எழுதியிருந்தன. நிதியை எழுப்பினாள்.

'என்...னம்மா?' என்று அலுத்துக்கொண்டாள்.

'அப்பா இன்னும் வந்து சேரல...'

'எல்லாம் வருவார்மா, என்னைத் தூங்க விடு...'

'உனக்கு அகஸ்டஸ் நம்பர் தெரியுமா?'

'சருவைக் கேளு.'

அருகே படுத்திருந்த சரண்யா நம்பர் சொன்னாள். விழித்திருந் திருக்கிறாள்.

'சரு, நீ படு... நான் போன் பண்ணிக்கிறேன்...' என்றாள் லக்ஷ்மி. அவள் கேட்காமல் தாயின் மேல் சாய்ந்து தள்ளாடிக்கொண்டு கூடத்துக்கு வந்தாள்.

அகஸ்டஸ் உடனே போனை எடுத்தான்.

'அகஸ்டஸ், சி.எஃப்.ஓ அய்யா வெளிய போனவர் இன்னும் வரலை.'

'அப்படியா... ஒரு அஞ்சு நிமிஷத்துல போன் பண்றேன் மேடம். வீட்டில் தனியா இருக்கீங்க. ஆபீஸ்லருந்து செக்யூரிட்டியை அனுப்பறேன். பெரும்பாலும் கிளப்புக்குத்தான் போயிருப்பார். நான் விசாரிக்கிறேன்.'

'இந்த நேரத்தில்கூட கிளப் திறந்திருக்குமா என்ன?'

'இருபத்து நாலு மணி நேரமும் மூடறதில்லை. காரை எடுத்துக் கிட்டுப் போயிருக்காரா பார்த்தீங்களா?'

சரண்யா ஷெட்டில் எட்டிப் பார்த்து விட்டு வந்தாள்.

'ரெண்டு காரும் இருக்கு அகஸ்டஸ்.'

'பதற்றப்படாதீங்கம்மா... கண்டுபிடிச்சு சீக்கிரமே தகவல் சொல்றேன்.'

'அகஸ், அவருக்கு ஏதாவது ஆயிடுத்துன்னா மூணு குழந்தை களையும்...'

'அப்படியெல்லாம் பேசாதீங்க மேடம்... கவலைப்படாதீங்க... ஏசுநாதர் எப்போதும் உடன் இருந்து நல்லவர்களைக் காப்பாற்றுவார்' என்றான் அகஸ்டஸ்.

ஜயந்த் நிச்சயமாக நல்லவர்தான் என்று லக்ஷ்மிக்குத் தோன்றியது. அண்மையில் அவர் செய்த காரியங்களை குடும்பத்தின் நல்லதுக்காகத்தானே செய்தார்? அவர்மேல் பச்சாதாபம்

ஏற்பட்டது. ஒரு கணம் அவரை ஸ்ட்ரெச்சரில் வீட்டுக்குள்ளே கொண்டுவருவதுபோல எண்ணக் கீற்று தோன்றி திடுக்கிட்டு வயிற்றில் ஒரு கத்தி குத்திவிட்டு மறைந்தது... சேச்சே!

விழித்துக்கொண்டே காத்திருந்தாள். டிவி போட்டாள். மதியம் காட்டிய கத்திச் சண்டை படம் மீண்டும் ஓடிக்கொண்டிருந்தது. சமையல் அறைக்குச் சென்று சாமி மண்டபத்தில் இருந்து குங்குமம் எடுத்து நெற்றியில் இட்டுக்கொண்டாள். ராத்திரி வேளையில் இட்டுக்கொள்வது ஒரு வேளை அம்மனுக்குக் கோபம் வருமோ என எண்ணினாள்.

ராமலக்ஷ்மிக்கு ஆந்திராவில் இப்போதும் உறவினர்கள் இருந்தாலும், மூன்று தலைமுறையாக சென்னை வாசத்தால் தமிழ்ச் சூழ்நிலையின் பாதிப்புதான் அவளிடம் அதிகம். முருகனும் வெங்கடாசலபதியும்தான் அவளுக்குத் துணை. வியாழக்கிழமை மயிலாப்பூர் சாயிபாபா கோவிலுக்குப் போவாள். ஒரு கோணத்தில் இதற்கெல்லாம் அர்த்தம் இல்லாதது போல் பல தடவை தோன்றியது உண்டு. அத்தனை பக்தியுடன் இந்தத் தெய்வங்களை வணங்கியதற்கு அவள் வாழ்க்கையில் நல்லது அதிகம் நடக்கவில்லை. ஐந்து பிரசவம்... இரண்டு குழந்தைகளின் மரணம். ஒரு குறைப் பிரசவம்... கர்ப்பப் பை நீக்கம்... இதையெல்லாம் அவள் வணங்கிய கடவுள்கள் எப்படி அனுமதித்தார்கள்? சேச்சே... இப்படியெல்லாம் எண்ணக் கூடாது. தப்பு என்று ஓரத்து எச்சரிக்கை ஒலித்தபோது, டெலிபோன் மணி ராத்திரியின் மௌனத்தில் தெளிவாக ஒலித்தது... கெட்ட செய்தி இருப்பதுபோல ஒரு திடுக்கிடல் இருந்தது.

'மிஸ்டர் ஜயந்த் வீடுங்களா?'

'ஆமாம்... அவங்க மிஸஸ் பேசறேன்...'

'நீங்க உடனே நெப்ட்யுன் ஆஸ்பத்திரிக்கு வர்றீங்களா... மிஸ்டர் ஜயந்தை அட்மிட் பண்ண, உடனே ஈஸிஜி, எக்கோ எல்லாம் எடுக்கணும்...'

'என்ன ஆச்சு? நீங்க யாரு?'

'நான் டாக்டர் கோபிநாத் பேசறேன். அவருக்கு இன்ஃபார்க்ஷன்... உடனே வரீங்களா?'

‘அவரோட பேச முடியுமா?’

‘மயக்கத்தில இருக்கார். ஸெடேட்டிவ்ஸ் கொடுத்திருக்கோம்...’ லக்ஷ்மி நிதியை எழுப்பினாள்.

‘என்னம்மா... மறுபடி மறுபடி?’

‘எழுந்திருடி... அப்பா ஆஸ்பத்திரியில மயக்கமா இருக்காராம்.’

‘என்னது... என்ன ஆச்சு?’

‘எல்லாம் உன்னால... முதல்ல காரை எடு.’

‘நான் என்னம்மா பண்ணேன்?’ வாரிச் சுருட்டிக்கொண்டு எழுந்தாள்.

‘அவர் டென்ஷன் ஆறாப்பல நடந்துக்கிட்டு... முதல்ல காரை எடு. சொல்றேன்... தரித்திரமே...’

‘அம்மா, இந்த மாதிரி பேசினா காரை எடுக்க மாட்டேன்.’

‘சொன்னாக் கேளேண்டி... நீ வேற இப்ப என்னைச் சித்ரவதை பண்ணணுமா? ஒருத்தர் ஒருத்தரா உயிர வாங்குங்கடி.’

நிதி கார் அதிகம் ஓட்டுவதில்லை. ஒரு முறை இடித்தபின் நிறுத்தி விட்டாள். ‘நான் பட்டாபியைக் கூப்பிடறேன். அவன் நல்லா ஓட்டுவான்.’

அகஸ்டஸுக்கு போன் பண்ணலாம் என்று யோசித்தபோது, அகஸ்டஸே ஒரு செக்யூரிட்டி காவலாளியுடன் வந்தான். தருண் தூங்கிக்கொண்டிருக்க, அவனை எழுப்பாமல் இவர்கள் மூவரும் காரில் புறப்பட்டார்கள்.

நெப்ட்யுன், என்.ஆர்.ஐ.க்கள் சேர்ந்து நிறுவிய ஒரு மிக நவீன ஆஸ்பத்திரி, இரவு பகல் தெரியாதபடி சிப்பந்திகள் அப்போது தான் குளித்ததுபோலத் தோற்றமளித்தார்கள். ‘நேராப் போனா இடது பக்கத்தில் ஐ.ஸி.யூ.ன்னு எழுதியிருக்கும். டாக்டர் கோபிநாத் பேஷண்ட்டுன்னு சொல்லுங்க.’

ஜயந்தை முதலில் அடையாளம் கண்டுபிடிக்க முடியவில்லை. நீல நிறத்தில் பைஜாமா. மார்பு திறந்திருக்க எலெக்ட்ரோடுகள்

மானிட்டருடன் இணைந்திருந்தன. சீராக ஆரஞ்சுக் கோடு அதன் மின் திரையில் ஓடிக்கொண்டு, அவ்வப்போது இதயத் துடிப்புக் கேற்ப மேல் நோக்கிக் கீற்றிக்கொண்டிருந்தது.

டாக்டர் கோபிநாத் கழுத்தில் ஸ்டெத் மாலை அணிந்து, போன் பேசிக் கொண்டிருந்தார்... 'டென் ஸிஸி போதும்...'

'மிஸஸ் ஜயந்த், உங்க கணவருக்கு இதுக்கு முன்னாடி இத மாதிரி வந்திருக்கா?' என்று கேட்டார் டாக்டர் கோபிநாதன்.

அகஸ்டஸ்தான் சொன்னான்: 'அவர் ஸ்டேபிள் அன்ஜைனாவுக்கு மருந்து சாப்பிட்டுக்கொண்டிருப்பார். டாக்டர் பத்மநாபன்தான் கார்டியாலஜிஸ்ட்.'

'இதுக்கு முந்தி ஆன்ஜியோ ஏதும் எடுத்திருக்கிறார்களா?'

'இல்லை. ஈஸிஜி,எக்கோ...'

'பத்மநாபனுடைய போன் நம்பர் இருக்குமா?'

'இருக்கு டாக்டர்.'

'டாக்டர், இவருக்கு ஆபத்து இல்லையே?'

'பாருங்க... எஸ்டி செக்மெண்ட் டிப்ரெஷனைப் பார்த்தா, இவருக்கு ஒரு சைலண்ட் ஹார்ட் அட்டாக் வந்திருக்கணும்னு தோணுது. மாத்திரை என்ன சாப்பிடறார்? பி.பி. எகிறிக் குதிக்குது.'

லக்ஷ்மி, அகஸ்டஸைக் கண்ணீருடன் பார்த்தாள்.

'கார்டிஜெம் ஆஸ்ப்ரின், ஸ்டுஜிரான், அப்பப்ப ஸார்பிட்ரேட் ஒண்ணு அடக்கிப்பார்' என்றான் அகஸ்டஸ்.

'நீங்க டாக்டரா?'

'இல்லை... பர்சனல் செக்ரெட்டரி.'

'எப்படி ராத்திரில தெருவில அலைய விட்டிங்க இவரை... ஆட்டோ ரிக்ஷாக்காரர் கொண்டுவந்து போட்டார், அரை மயக் கமா. உடம்பு பூரா வேர்வை. எக்கச்சக்கமாக் குடிச்சிருக்கார். ஆட்டோக்காரர் நல்லவர்...'

‘வீட்டுல வாக்குவாதம்... கோவிச்சுண்டு, தோ இவதான்...’ என்று நிதியைக் காட்டினாள் லக்ஷ்மி.

‘நல்ல வேளை... பையில கார்டு இருந்தது...’ என்றார் டாக்டர்.

ஜயந்த் மௌனமாக உறங்கிக்கொண்டிருந்தார்.

‘நீங்க போய் உக்காருங்கம்மா... கான்டீன்ல டீ, பிஸ்கட் எதாவது வேணும்னா வாங்கிக்கலாம். யு ஹவ் எ லாங் நைட்.’

‘அப்பாக்கு என்னம்மா?’ என்றாள் சரண்யா.

பெரிய ஹாலில் நடுவே குட்டி நீர்வீழ்ச்சியும் கலர் பல்புகளும் மலர்க் கொத்துகளும் கலை உணர்ச்சியோடு அடுக்கப் பட்டிருந்தன. செஞ்சிலுவையின் கண்ணாடி உண்டியலில் ரூபாய் நோட்டுகள் திணிந்திருந்தன. ஆபரேஷன் தியேட்டர் வாசலில் கன்னத்தில் கை வைத்து உட்கார்ந்தவாறே உறவினர்கள் உறங்கிக்கொண்டிருந்தனர். 24 மணி நேர ஃபார்மஸி வெளிச்சத்தில் வெறிச்சோடியிருந்தது. ஒரு பூனைக் குட்டி எழுந்து உடம்பை வில்லாக வளைத்தது.

‘வேண்டாத ஒரு வியாதிடி...’

‘அம்மா...’ என நிதி அதட்டினாள்.

‘ஒரு வாரமாவே அவருக்கு மனசு சரியில்லை. சரியா சாப்டலை... வெறிச்சுப் பார்க்கறார். சொன்ன பேச்சு கேட்காத பிள்ளைகளைப் பெத்தா...’

‘அம்மா, இப்ப அந்த மேட்டர் வேண்டாம். முதல்ல அப்பாவுக்கு நல்லபடியா ஆகணும்னு பிரார்த்தனை பண்ணுவோம்.’

‘அக்கா, ஏன்க்கா அப்பாவைப் போய் இப்படிக் கோபம் வர மாதிரி பண்றே... உன்னாலதானே...’

நிதி அவள் கன்னத்தில் அறைந்தாள்.

சரண்யா கண்ணீர் உதிர, ‘அடிக்கிறாம்மா...’ என்று அம்மாவின் பின்னால் ஒளிந்துகொண்டு மௌனமாக அழுதாள்.

‘அவள ஏண்டி அடிச்சே?’

'அநாவசியமா என்மேல் பழியைப் போடாதீங்க. அவருக்கு ஹார்ட் பிராப்ளம் வந்ததுக்குக் காரணம் நான் இல்லை. அவருடைய லைஃப் ஸ்டைல்... அவர் செய்த பற்பல அக்கிரமங்கள்... ஸ்மோக்கிங், டிரிங்கிங்... அப்புறம் விமன், டாலி, எல்லோரும்தான் காரணம்... என்னைச் சொல்லாதே...' என்றாள் நிதி.

'இருந்தாலும், நீ செஞ்ச துரோகம் அவரை ரொம்பக் கலக்கிடுச்சு...'

'அம்மா, என்ன பேச்சுப் பேசறே? எனக்கு விருப்பமானவனைக் கல்யாணம் பண்ணிக்கிறது எப்படி துரோகமாகும்? புரியலம்மா...'

'எல்லோரும் சேர்ந்து அவரைச் சித்ரவதை பண்ணுங்கோ. அந்த ஆத்மா எவ்வளவு தூரம் தாங்கிக்கறது பார்க்கலாம்...' என்றாள் நடுங்கும் குரலுடன்.

டாக்டர் பத்மநாபன் வந்தார்.

'என்ன ராமலக்ஷ்மி... பெரியவரை இப்படித் தெருவெல்லாம் அலைய விட்டு... நான்தான் சொல்லி இருக்கேனே... அவரை டென்ஷன் இல்லாமப் பார்த்துக்கங்கன்னு...' ராமலக்ஷ்மி நிதியைப் பார்த்துவிட்டு சும்மா இருந்தாள்.

அவர் உள்ளே சென்றபோது அம்மாவும் பெண்ணும் அரை அடி இடைவெளியில் உட்கார்ந்திருந்தாலும் மன இடைவெளி அரை மைல் இருந்தது.

'சரண்யா, நீயாவது அப்பாவைச் சந்தோஷமாக வெச்சுக்கம்மா... நான் ரொம்ப நாள் இருக்க மாட்டேன்...'

'சரிம்மா' என்றாள் சரண்யா.

நிதி சட்டென எழுந்தாள். கண்ணீரைத் துடைத்துக்கொண்டு புறப்பட்டாள்.

'எங்கடி போறே? ராத்திரில உன்னையும் தேடணுமா?'

'எங்கயும் போகலை... ஒரு போன் பண்ணப் போறேன்...'

'அந்தப் பையனுக்கா? கல்யாணம் கில்யாணம் பண்ணிக்கறதா இருந்தா உங்கப்பாவுக்குச் சொஸ்தமானதும் பண்ணிக்கிறயா... தயவு செய்து? இப்ப ஏதாவது ஏடாகூடமாச் செய்தே... உயிரை விட்டுருவார்...'

'அம்மா... அம்மா... அம்மா... உன்னைப் போல ராட்சசி உண்டா?'

'நான் கேக்க வேண்டிய கேள்வி!' என்றாள் ராமலக்ஷ்மி.

11

உரிமை இருக்கு, பக்குவம்..?

மறு நாளைக்கு மறுநாள் அதிகாலை நாலு மணிக்கு ஜயந்த்துக்கு விழிப்பு கண்டது. முதன் முதலாக டாக்டர் கோபிநாத்தின் முகத்தைப் பார்த்தார்.

'எப்படி இருக்கீங்க ஜயந்த்?'

தலையாட்டினார், சிறிய குரலில் ஏதோ சொன்னார். அவரருகே குனிந்து கேட்டதில் 'மை வைஃப்' என்றது புரிந்தது. 'அவங்கல்லாம் இருக்காங்க, சிஸ்டர்... ஃபேமிலியை அழைச்சுட்டு வாங்க...' என்றார் டாக்டர்.

லக்ஷ்மியைக் கண்டதும் ஜயந்துக்குக் கண்களில் நீர் மல்கியது. 'ஸாரி...' என்றார். அவள், 'சரியாப் போய்டுத்து... சரியாப் போய்டுத்து' என்று அழுதாள். நிதி சலனமில்லாமல் படுக்கையருகே நின்று கொண்டிருந்தாள். ஜயந்த்தின் பார்வை சுற்றிலும் வருடியது. அவள்மேல் தங்கவில்லை. ஒருமுறை கூடப் பார்க்கவில்லை. இந்தப் படுத்த படுக்கையிலும் அவர் தன்னுடைய மறுப்பை, எதிர்ப்பை ஒருவிதத்தில் காட்டுவது போல இருந்தது.

என்ன தந்தை இவர்? தன் தீர்மானத்தை என்மேல் திணிக்க ஹார்ட் அட்டாக்கை வரவழைத்துக் கொள்கிறார். ஒரு தற்கொலை மாதிரிதானே இது? என் சந்தோஷம் இவருக்கு முக்கியமா... அல்லது

வாரிசுகள் இவர் சொல்படி நடக்க வேண்டும் என்பதா? பிடிவாத மாக என்னைப் பார்க்க மறுக்கிறாரே... என்ன நெஞ்சழுத்தம்?

'பாருங்க... நிதி வந்திருக்கா பாருங்க. எல்லாம் சரின்னுட்டா... சமாதானம் ஆய்டுத்துன்னு சொல்லிட்டா. இனிமே உங்க விருப்பப்படியே நடக்கறதா சொல்லியிருக்கா. சொல் லேண்டி...' என்றாள் லக்ஷ்மி.

'அம்மா, என்ன இது... நான் அப்படியா சொன்னேன்?'

'சொல்லேண்டி...'

அப்போதும் ஜயந்த் அவளைப் பார்ப்பதைத் தவிர்த்தார். ஒரு அலட்சியத்தில் இத்தனை கோபத்தைக் காட்ட முடியுமா என்ன?

'பாருங்கம்மா... இவருடைய ஹார்ட் எஃபிஷென்ஸி ரேஷியா கம்மியா இருக்கு. இதயம் பம்ப் பண்ற திறமை பத்தலை. ஆர்ட்டரிஸ்ல ஏதாவது அடைப்பு இருக்கலாம். அதுக்கு அடுத்த வாரம் ஆன்ஜியோகிராம்னு ஒண்ணு, எக்ஸ்ரே மாதிரி எடுக்கணும். அதுக்கப்புறம்தான் ஸ்டெண்ட் போடணுமா... இல்லை. ஆபரேஷன் பண்ணணுமான்னு தீர்மானிக்கணும். ஒரு வாரம் முழுக்க ரெஸ்ட்ல இருக்கட்டும்...' என்றார் டாக்டர் கோபிநாத்.

'இப்ப அழைச்சுட்டுப் போகலாமா?'

டாக்டர் சார்ட்டைப் பார்த்தார். 'நாளைக்குக் காலைல பத்து மணிக்கு அழைச்சுட்டுப் போங்க...' என்றார். இந்தச் சேதி கேள்விப்பட்டு ஆபீஸிலிருந்து பலர் வந்திருந்தனர். மிகப்பெரிய பழக் கூடை, மலர்க் கொத்து, 'கெட் வெல்' கார்டுடன் சீருடை டிரைவர் கொண்டுவர... அதி துல்லியமான வெள்ளை உடை அணிந்து மலர்ச்சியாக வந்தார் சதானந்த். லக்ஷ்மியை வணங்கினார். 'அகஸ்டஸ்தான் தகவல் சொன்னான். ஜயந்த் கல்கத்தா போறேன்னு ஒப்புத்துக்கிட்டப்பவே எனக்கு டவுட்டா இருந்துச்சு. கொஞ்சம் வாங்க...'

ராமலக்ஷ்மியைத் தனியாக அழைத்து, 'வீட்டுல எதாவது பிரச்னையாம்மா?'

'ஆமாம் சார்... மூத்த பொண்ணு அவர் விருப்பத்துக்கு விரோதமாக் கல்யாணம் பண்ணிக்கணும்ங்கறா. பேசாம விட்டுத் தொலைச்சுரலாம்னு நான் சமாதானமாய்ட்டேன். இவர்

கூடாதுங்கறார். நல்லதுக்குத்தான் சொல்றார்... அது அந்த மூதேவிக்குத் தெரிய மாட்டேங்குது. ரெண்டு பேரும் பிடிவாதம். நான் நடுவில மாட்டிக்கிட்டுத் திண்டாடறேன்...'

'பாரும்மா... ஆபீஸுக்கு ஜயந்த் ஒரு அச்சாணி போல. அவரைச் சாக விட்டுருவமா, விடலாமா? அவரு இல்லைன்னா ஆபீஸ் குடை சாஞ்சுரும். எனக்குக் குற்ற உணர்ச்சியா இருந்தது. அவருக்கு அதிக வேலை கொடுத்து டென்ஷனை உண்டாக்கிட்டமோன்னு, கல்கத்தாகூடப் போகவேண்டாம். நல்லா ரெஸ்ட் எடுக்கட்டும். மேட்டர் வேறயா இருக்குது. நான் வேணா உங்க பொண்ணுகிட்ட பேசிப் பார்க்கட்டுமா?'

'வேண்டாம்... அவ ஏதாவது ஏறுமாறாத் தூக்கி எறிஞ்சு பேசிருவா...'

'என் டாட்டர் பாமினி மாதிரித்தாம்மா. பேசற விதத்தில பேசறேன். எங்கிட்ட விட்டுருங்க. யூனியன் ஆளுங்களையே சமாளிக்கிறேன்... வீட்ல கேஷ் இருக்காது... இந்தாங்க ஆஸ்பத்திரில பணம் கட்ட வெச்சுக்கங்க', அவர் ஜாடை காட்ட ஐந்நூறு ரூபாய் நோட்டுக் கட்டை அவருடன் வந்திருந்த சிப்பந்தி கொடுத்தார். 'மக பேர் என்ன...'

நிதி காரிடாரில் பெஞ்சில் உட்காராமல், கன்னத்தில் கை வைத்துச் சிந்தித்துக்கொண்டிருந்தாள்.

சதானந்த் அவளிடம் வந்து 'நிவேதா, வரியா காப்பி சாப்பிடலாம்?'

'வேண்டாம் அங்கிள்...' என்றாள் நிதி.

'நான் யார் தெரியுமா?'

'தெரியுமே! அப்பாவோட பாஸ்...'

'பாஸ் மட்டும் இல்லை... அப்பாவோட ஃப்ரெண்டு. வெல் விஷர். அபாயத்தைத் தாண்டிட்டார். பயம் இல்லை. யூ நீட் டு ரிலாக்ஸ். உங்க அப்பா, அம்மாகிட்ட சொல்ல முடியாததை என்கிட்ட நீ சொல்லலாம். வாம்மா...' என்றார்.

அவருடைய மெர்ஸிடிஸ் காரில் நிதியை அருகே உள்ள ஐந்து நட்சத்திர ஓட்டலின் காப்பி ஷாப்புக்கு அழைத்துச் சென்றார்.

‘காப்பியோட ஏதாவது சாப்பிடறியா? இங்க பேஸ்ட்ரிஸ் பிரமாதமா இருக்கும்...’

‘சாப்பிடறேன்.,. பசிக்குது...’

‘ராத்திரி சாப்பிடலையா?’

‘யாருமே சாப்பிடலை... பாவம் அம்மா...’

‘உங்கப்பாவுக்கு ஏன் ஹார்ட் அட்டாக் வந்தது?’

‘அவருடைய லைஃப் ஸ்டைல்தான் காரணம் அங்கிள். எல்லாரும் எம்மேல பழி சொல்றாங்க...’

‘உம் மேலயா? நீ என்ன பண்ணே?’

‘ஒரு பையன்கூடப் பழகறேன். அவனைக் கல்யாணம் செய்துக்க ஆசைப்படறேன். ரெண்டு பேரும் இன்னும் கல்யாணத்துக்குத் தயாராகலை அங்கிள். டம்போவுக்கு ஏதாவது நல்ல வேலை தருவீங்களா?’

‘டம்போ! அதான் அவன் பேரா?’

‘சரத்... டம்போன்னு கூப்பிடுவோம்...’

‘என்ன படிச்சிருக்கான்?’

‘படிப்பு அதிகமில்லை. பி.எஸ்ஸில அரியர்ஸ் வெச்சிருக்கான். நிறுத்திட்டு ஃபிலிம் இன்ஸ்ட்யூட், அது இதுன்னு என்னவோ போட்டுக் குழப்பிருக்கான். இப்ப ஒரு வீடியோ எடிட்டிங் கம்பெனியில டாஸ் ப்ரொக்ராமைப் பாத்துக்கிட்டு இருக்கான். சம்பளம் மூவாயிரம்கூட இல்லை. நல்ல பையன்...’

‘அந்த க்வாலிஃபிகேஷனுக்கு நம்ம கம்பெனியிலயும் அதே சம்பளம்தாம்மா கிடைக்கும்...’

‘அதான் வேற எதாவது படின்னா கேக்க மாட்டேங்கறான்... ஸ்க்ரிப்ட் எழுதிக்கிட்டிருக்கான், ஸ்ட்ரீட் ப்ளேஸ் போறான்...’

‘பாரும்மா... வாழ்க்கைல சம்பாத்தியமும் முக்கியம். உங்கப்பா இந்த அளவுக்கு கலங்கிட்டாருன்னா காரணம் புரியுது. உம்மேல உள்ள அக்கறைதான்மா. நீங்கள்ளாம், நீயும் சரி... என் மக

பானுவும் சரி... லக்ஸுரில வாழ்ந்தவங்க. உன்னைப் போய் குறைந்த சம்பளத்தில், ஒரு ரூம் ஃப்ளாட்ல இருக்க வெச்சா ரெண்டு மாசம் நல்லாருக்கும். காதல் பழசாகிடும். அப்புறம் வாழ்க்கையின் யதார்த்தங்கள் மூஞ்சிமேல வந்து மோதும். ஒருத்தன் ஒருத்தனா பணம் கேட்டுக்கிட்டு வருவான். பேப்பர்க்காரன், பால்காரன், கேபிள் டிவி, காப்பிப்பொடி, க்ராஸரி... இதில் எல்லாம் காதல்ங்கறது ஆவியாய்டும்மா. மறுபடி மறுபடி உங்கப்பாகிட்ட பணம் கேக்கணும். இல்லை. ஃப்ரெண்ட்ஸ் கிட்ட... பணம் போதாத உலகம் வேற. கொடூரமான உலகம்மா... அதில வாழறதுக்கு உனக்குத் தகுதி போதாது. நிறைய நிறைய சந்தோஷங்களை விட்டுக் கொடுக்கணும்...'

'நான் கல்யாணத்தைப் பற்றியே பேசல அங்கிள். என் கணவனைத் தேர்ந்தெடுக்க எனக்கு உரிமை இருக்கா, இல்லையா? சொல்லுங்க...'

'உரிமை இருக்குதான். பக்குவம் இருக்கறாப்பல தெரியலை. அதுதான் உங்கப்பா பயப்படறார்போல.'

'அன்னிக்கு குமாரோ யாரோ ஒரு எம்.பி.ஏ.வைக் கூட்டி வந்து, பத்து நிமிஷம்கூடப் பேசாம இந்த நிமிஷம் கல்யாணம் பண்ணிக்கங்கறார்... என்ன நியாயம் இது?'

'நியாயமில்லைதான். ஆனா, அந்தப் பையனை எனக்குத் தெரியும். ப்ரில்லியண்ட். ஐ.ஐ.டி. ஐ.ஐ.எம். ராங்க் ஸ்டூடண்ட். நம்ம கம்பெனிக்கே வளைச்சுப் போடணும்...'

'எனக்கு அவனைத் தெரியாதே...'

'தெரிஞ்சுக்கயேன்... நான் சொல்றதெல்லாம் அந்த, என்ன பேரு டம்போ, பேரே அம்சமா இல்லையே...' என்று புன்னகைத்தார்.

'உங்க ஜெனரேஷனுக்கு அதெல்லாம் புரியாது...'

'சரி, சரி... டம்போ என்கிற சரத்தை ஒரு ஓரத்தில் வெச்சுக்க. குமாரை மறுபடி பாரு... பெங்களூர்லருந்து வரவழைக்கிறேன். அவன்கிட்டயும் பேசு. உனக்குத் தகுதியான கணவனா பாரு... அதையும் நீதான் தீர்மானிக்கணும். டம்போவைக் கட்டிக்கிட்டா, உங்கப்பா மனசை உடைக்கப் போற... குமாரைக் கட்டிக்கிட்டா, அவர் மனசை நிறைக்கப் போறே... எதுன்னு தீர்மானி, என்ன சொல்றே?'

நிதி வேறு திசையில் பார்த்தாள்.

'நைஸ் காப்பி... போலாமா?' என்றாள்.

'கொலம்பியன் காப்பி. இதெல்லாம் சாப்டணும்னா, குமார் வேணும்! டம்போவைக் கட்டிக்கிட்டா பன்னு, மல்லிக்காப்பி, பீச்சு மாங்கா இவ்வளவுதான் கெடைக்கும். எதிலயும் உயிர் வாழலாம்னு சொல்லாதே. மூணாவது நாள் அமிபியாஸிஸ் வந்துரும். பாதி காலம் பாத்ரூம்லயே உக்காந்திருப்ப...'

'ரொம்ப பயமுறுத்தறீங்க அங்கிள்...'

'பயமுறுத்தலை பெண்ணே... உண்மையைச் சுட்டிக் காட்டறேன். நீங்கல்லாம் மினரல் வாட்டர் ஜந்துக்கள்ம்மா. உன்னுடைய இம்யூன் சிஸ்டத்துக்கு, பல வியாதிகள் என்னன்னே தெரியாது...'

'இப்ப என்ன சொல்றீங்க?'

'அவசரப்பட்டு எந்த முடிவையும் எடுக்காதே. உங்கப்பா மனசை உடைக்காதே...'

'அது வேணா ப்ராமிஸ் பண்றேன்... அதுவும் டம்போவைக் கேட்டுட்டு...'

சதானந்த் பெருமூச்சு விட்டார்.

சதானந்துக்கு ஜயந்த் ஆரோக்கியமாக இருக்கவேண்டியது மிக முக்கியம். இந்த இளம்பெண் அவருடைய தீர்வு காணும் திறமைக்குப் பெரிய சவாலாக இருக்கிறாள். மனசுக்குள் எப்படியாவது இவளை ஆறப்படுத்துவது என்று தீர்மானித்து விட்டார்.

செல்போனில் எண்களை ஒற்றினார்.

'குமார்... நான் சதானந்த் பேசறேன்... அஸ்ட்ராகாம் எம்.டி. நீ எப்படி இருக்கே? லுக்... உன் ப்ராஜெக்ட் பத்தி மேலும் டிஸ்கஸ் பண்ணனும். பத்து மணி ஃப்ளைட்டைப் புடிச்சு ஆபீஸுக்கு வரியா?' அவன் உற்சாகத்தில் சரி என்றுதான் சொல்லியிருக்க வேண்டும்.

'பை தி வே குமார்... ஜயந்தோட டாட்டரை மீட் பண்ணியா?'

‘...’

‘அப்படியா... மறுபடியும் மீட் பண்ணு... அப்பா இல்லாம தனியா... ஜயந்துக்கு மைல்ட் ஹார்ட் அட்டாக். இப்பப் பரவாயில்லே...’ நிதி அவரையே பார்த்துக்கொண்டிருந்தாள். செல்லை மடக்கினதும், ‘என்ன பார்க்கறே... இந்தாளு என்ன எம்.டி.யா... கல்யாணத் தரகனான்னா?’

‘இல்லை... இல்லை...’

‘குமாருக்கு நீ வெளிப்படையாப் பேசினது பிடிச்சிருந்ததாம்...’

‘என் மனசு மாறிடும்னு எதிர்பார்க்கறீங்களா அங்கிள்?’

‘பாரு நிவேதா, வாழ்க்கைல சாய்ஸஸ் வேணும். எம் மக பானு உள்பாவாடைக்கு வெக்கற பட்டிகூட நாலு கடை ஏறி இறங்கி தான் வாங்குவா, போலாமா... ஒரு பையனைப் பார்த்த உடனே உயிரை விடாதே... நாலஞ்சு பேரைப் பாரு, பேசு, பழகு.’

அவர்கள் திரும்பும்போது நிதி ஓட்டல் லாபியில் சரத்தும் ஒரு பெண்ணும் வருவதைப் பார்த்தாள். அந்தப் பெண்ணை எங்கேயோ பார்த்திருக்கிறாள்.

12
மீண்டும் குமார்

சதானந்த் திரும்பிப் பார்ப்பதற்குள் கூடவே வந்த நிதியைச் சட்டென்று காணவில்லை. எங்கே போனாள் என்று வியப்புடன் லாபியில் கண்களால் துழாவியபோது அவள் வாசலருகில் அந்த இளைஞனையும் அவனுடன் வந்திருந்த பெண்ணையும் வழி மறித்துப் பேசுவது தெரிந்தது. அவளை விட்டுச் சென்று விடலாமா எனக் கோபம் வந்து, அது நாகரிகம் ஆகாது என்று அருகே சென்றார். கைகளைப் பலமாக ஆட்டிக்கொண்டு பேசிக் கொண்டிருந்தவள் அவரைப் பார்த்ததும் நிறுத்தி, 'டம்போ, திஸ் இஸ் சதானந்த்... எங்கப்பாவோட பாஸ்...'

சதானந்த், 'ஹாய்' என்றார். அவன் பதற்றத்தில், 'பாஸ் கோ கோலி மாரோ... இங்க வந்து என்ன கலாட்டா பார்ட்னர்?'

'இந்தப் பொண்ணு பேரு என்னடம்போ?' என்றாள் நிதி, அவனிடம் அதட்டலாக.

'மஞ்சுளா...'

'அது என்ன ளா வோ... ஓ... இதான் நீ பாத்த பெண். இப்ப ஞாபகம் வருது. என்ன மேட்டர்டா இது... கல்யாணம் நிச்சயம் ஆயிடுச்சா?'

'பேத்தாதே... இவங்க என்னை வேற மேட்டர் பேசக் கூப்பிட்டாங்க.'

'என்ன பேசினீங்க? ரிஸ்ட் வாட்ச் யார் போடறது, சூட்டு யார், ரிசப்ஷன்ல யாரு கச்சேரி... புத்தியைக் காட்டிட்டியே டம்போ...'

'ஹேய் ஹேய்... கூல் இட் மேன்... நீ பாட்டுக்கு என்ன என்னவோ பேசற. அப்புறம் கதை வேற மாதிரி போயிடும். நான் ஒண்ணும் உனக்குச் சொந்தம் கிடையாது.'

'பின்ன என்னதான் பேசினீங்க? சொல்லு மஞ்சு...'

'அதெல்லாம் உங்கிட்ட சொல்லவேண்டிய அவசியம் இல்லை' என்றாள் மஞ்சுளா.

'இவன் என்னைக் கல்யாணம் செய்துக்கப் போறவன். எனக்குத் தெரிஞ்சுக்க உரிமை இருக்கு...'

சதானந்த் நிலைமையைச் சமாளிக்கும்விதத்தில், 'நிதி, இதெல்லாம் பொறுமையா இருக்கறபோது பேசவேண்டியது...'

சட்டென்று திசை மாறி, 'சொல்லுங்க சார்... எதுக்கு நாம இங்க வந்தோம்?' என்று கேட்டாள் நிதி.

சதானந்த் தயங்க... 'நான் சொல்றேன்... எனக்கு உன்னைவிட அழகா, எலிஜிபிளா, உன்னைவிட அதிகமாப் படிச்ச, அதிகமா சம்பாதிக்கிற குமார்ங்கறவனைக் கல்யாணம் செய்துக்க சம்மதமானு கேக்கத்தான் கூட்டி வந்தார். அதுக்கு நான் என்ன சொன்னேன் சார்?'

'என்ன சொன்னே?'

'மாட்டேன்னுதானே? டம்போவை கேக்கணும்னுதானே சொன்னேன். இந்த நாய்கிட்ட சொல்லுங்க சார்... இவன் துரோகி இல்லையா சார்... எனக்குச் சம்மதம் சொல்லிட்டு, இன்னொரு பெண்கூட என்ன சார் மூக்கை மூக்கைத் தேய்ச்சுக்கிட்டு மார்னிங் காப்பி?'

'நான் இன்னும் காப்பி சாப்பிடலை. இவளை நான் கல்யாணம் பண்ணிக்கணுமா சார்? இப்பவே என்ன ரேக்கு ரேக்கறா... பாரு நிதி... சின்னப் பிள்ளையாட்டம் உளறாதே. ஃபீல்டுல பல பேரைச் சந்திப்பேன். மஞ்சுளா என்கிட்ட மீடியால ஏதாவது

வேலை தேடறதைப் பத்தி பேசறதுக்காக அட்வைஸ் கேக்கத் தான் கூப்பிட்டா. நம்பினா நம்பு, நம்பாட்டிப் போ... ஐ ஜஸ்ட் டோன்ட் கேர்...'

மஞ்சுளா, 'நிதி... நீங்க ரொம்ப க்ரூடா பிஹேவ் பண்றீங்க... நான்தான் இவரை வரச் சொன்னேன். நாங்க பேசவே ஆரம்பிக்கலை இன்னும். மிஸ்டர் சரத், ஆர் யூ கமிங்? எனக்கு உங்க ரெண்டு பேருக்கு இடையில உள்ள சண்டைல எந்தவித ஆர்வமும் இல்லை...'

சரத் அவளைச் சங்கடமாகப் பார்த்தான். 'நிதி, ஐ வில் டாக் டு யூ லேட்டர்டா' என்று புறப்பட்டுச் சென்றான். அவனுக்கும் கோபம். இந்நாடகத்தை மௌனமாகப் பார்த்துக்கொண்டிருந்த சதானந்த்துக்கு இளைய சமுதாயம் இயங்கும் விதமே புரியவில்லை.

'அந்தப் பையன் பொய் சொல்லலைன்னு தோணுது...'

'அந்தக் குமாரோ, சேகரோ வரட்டும் சார், நீங்க சொன்னதுபோல வாழ்க்கையில தீர்மானங்கள், சாய்ஸ் வேணும்தான். டம்போவை நம்ப முடியாது... எப்படி அவளைச் சந்திக்கலாம் இந்தாளு? பெண் பார்த்துட்டு ரெண்டு நாள் கழிச்சு அவளைச் சந்திக்கிறான்... இவனுக்கு இஷ்டம் இருக்குதுன்னுதானே அர்த்தம்... என்ன ஆம்பிளை இவன்?'

'பாரு நிதி, எல்லாச் சமயத்திலேயும் உண்மையைப் போட்டு உடைக்கிறது ஒரு நல்ல குணம்னு சொல்ல முடியாது. சில வேளையில் மனசில உள்ள எண்ணங்களை மனசிலேயே வெச்சுக்கவேண்டியிருக்கும். இல்லைன்னா பிற்காலத்தில ரொம்ப கஷ்டப்படுவே.'

'இந்தாளு ஒண்ணா நம்பர் ரோக் சார்...'

'பார்த்தாத் தெரியலை... எப்படிம்மா நீ உடனே அப்படி முடிவு கட்ட முடியும்?'

'முடியும் சார்... விசுவாமில்லாத ஆண்களை என்னால் கண்டு பிடிக்க முடியும் சார்... இவனுக்காக நான் அப்பாகிட்ட பெரிசாச் சண்டை போட்டு, வீட்டை விட்டுப் போகவும் தயாரா இருந்து, அவருக்கு அதனால ஹார்ட் அட்டாக் வந்து, வீடே கலங்கிக்

கிடக்குது. கூலா டாட்டா காட்டிட்டு அவளை அழைச்சுட்டுப் போறான் பாருங்க...' என்று மூக்கெல்லாம் சிவந்து அழுதாள் நிதி.

மீண்டும் அவளை காப்பி ஷாப்புக்குக் கூட்டிச் சென்று உட்கார வைத்து பேப்பர் நாப்கின் எடுத்துக் கன்னத்தைத் துடைத்து விட்டு, 'மறந்துரும்மா...'

அவள் அழுதுகொண்டே, 'மறக்க முடியாது சார்' என்றாள்.

'எதை? நட்பையா, துரோகத்தையா?'

'ரெண்டையும்...'

'குமாரைச் சந்திக்கலாமில்லையா?'

'நிச்சயம்... தாராளமா. ஐ வில் ஸீ ஹிம். இவனைவிடப் பொருத்தமா இருந்தா அவனைக் கட்டிக்கிட்டா போச்சு...'

சதானந்த் அவளை விநோதமாகப் பார்த்தார். வார்த்தையில் இருந்த அளவுக்கு அவள் தோற்றத்தில் தீர்மானம் தெரிய வில்லை. கொஞ்ச நேரம் ஆசுவாசப்படுத்திக்கொண்டு நிதி ஓட்டல் டெஸ்கிலிருந்து போன் செய்தாள்.

'சரத்கூடப் பேசணும்' என்றாள்.

சதானந்த் அங்கிருந்த எக்னாமிக் டைம்ஸை எடுத்துக்கொண்டு நாற்காலியில் உட்கார்ந்து புரட்டிக்கொண்டிருக்க பதினைந்து நிமிஷம் பேசினாள்.

'ஸாரி சார்...' என்றாள் திரும்ப அவருடன் சேர்ந்துகொண்டு.

'என்னை வீட்டுல டிராப் பண்ணிருங்க' என்றாள்.

காரில், 'டம்போ எல்லாம் சொல்லி விட்டான்' என்றாள்.

என்ன சொன்னான் என்று சதானந்த் கேட்க விரும்பவில்லை. அவருக்குத் தலை சுற்றியது. அவள் சொல்லவும் விரும்பவில்லை.

வீடு வெறிச்சென்றிருந்தது. வேலைக்காரர்கள்கூட அவளை ஒரு மாதிரி பார்த்தார்கள். 'அப்பாவுக்கு எப்படி இருக்கு?' என்றான் தருண்.

இரண்டாவது அத்தியாயம் ○ 95

‘பரவாயில்லைடா... அபாயத்திலிருந்து தப்பிச்சுட்டார்...’

‘இண்டியா ஜெயிச்சுடுச்சு தெரியுமா?’

‘பார்க்கவே இல்லைடா...’

நிதி இரண்டாவது ஃப்ளாட்டுக்குச் சென்றாள். ஆயா, பாட்டியைக் குளிப்பாட்டி அலங்கரித்து வாசனையாக வராந்தா நிழலில் உட்கார வைத்திருந்தாள். பாட்டி அவளைப் பார்த்ததும் வழக்கம்போல் கையை எடுத்துப் பத்திரப்படுத்திக்கொண்டாள். கூட வந்த தருண், ‘பாட்டி, இண்டியா ஜெயிச்சுடுச்சு...’ என்றான்.

‘பாட்டி... எல்லாத்துக்கும் நான்தான் காரணமா? அப்பாவுக்கு ஹார்ட் அட்டாக் வந்ததுக்கு எல்லாரும் ஏன் என்னையே குற்றச்சாட்டோட பார்க்கறாங்க... பாட்டி, நீ சொல்லு... நானா காரணம்?’என்று கேட்டாள் நிதி.

பாட்டி அவளைப் புரியாமல் அல்ஸைமர் பார்வை பார்த்தாள்.

‘பாட்டிக்கிட்ட பேசறியா... உனக்குள்ளே பேசிக்கறியா?’

‘போடா.’

‘அப்பாவுக்கு உடம்பு வந்ததுக்கு நீ காரணம் இல்லை... நான் அம்மாகிட்ட சொல்லிடறேன்...’

‘எல்லாரும் என்னை அப்படி அதட்டறாங்கடா...’ என்றாள் கண்ணீருடன்.

‘எல்லாம் இந்தச் சருதான் வத்தி வெச்சது... அப்புறம் கீரைக்காரி...’

‘நீ கூடத்தானே... ஏண்டா, நீயும்தானே?’

‘இன்னிக்கு நீ கடுக்கன் பார்ட்டியோட சாண்ட்ரோல போறதைப் பார்த்தேன்னு சொன்னேன். உண்மையைச் சொல்லணுமா இல்லையா? நிதி, அவன் சாண்ட்ரோ வெச்சிருக்கானா?’

‘இல்லைடா... ஓசி! டம்போகிட்ட காசு கிடையாது...’ என்ற நிதி, பாட்டியிடம், ‘எதை எடுத்தாலும் தப்பா நினைச்சுக்கிட்டா எப்படி பாட்டி? அன்னிக்கு அவன் யாரோ பெரிய ஆளைப் பார்க்க ஃபைவ் ஸ்டார் ஓட்டலுக்குப் போனான். கூடப்

போனேன். உடனே 'ரூம்ல தப்பு செஞ்சோம்'னு முடிவு கட்டிடறதா?' என்றாள்.

'அப்ப ஏன் நீ அவனை லவ் பண்றே?'

'பணம் முக்கியமில்லைடா தருண்...'

'பின்ன என்ன முக்கியம்?'

'குணம்...'

'நான்கூட லவ் பண்ணலாமான்னு யோசிச்சுக்கிட்டு இருக்கேன். எங்க மாலதி டீச்சரை. வாவ்! நீ அவளைப் பார்க்கணும்... சிம்ரன் மாதிரி... அப்புறம் ஒரு பொண்ணு எங்கிட்ட ஹோம்வொர்க் கேட்டுக்கிட்டு ரொம்ப ஈஷுது. கண்ணாடி போட்டிருக்கு... அதான் ப்ராப்ளம். காண்டாக்ட் லென்ஸ் போட்டுக்கிட்டு வான்னு சொல்லப் போறேன்...' என்றான் தருண்.

'போடா...'

'அப்பாவைப் பார்க்கப் போறியா? என்னையும் அழைச்சுக் கிட்டுப் போயேன்...'

'அப்பா என்னைக் கவனிக்க மாட்டேங்கறாரே...'

'அதெல்லாம் கண்டுக்காதே... போலாம் வா. நானும் அப்பாவைப் பார்க்கணும். அப்புறம் தப்பா நினைச்சுப்பார். ஒரே சன்.'

இருவரும் ஆஸ்பத்திரி போய்ச் சேர்ந்தபோது பார்வையாளர் நேரம் முடிந்திருந்தது. தருண், சிப்பந்தியிடம் ஏதோ தனியாகப் பேசியதில் அனுமதித்தார்கள்.

'எவ்வளவுடா...'

'அம்பது...'

ஜயந்த் படுத்திருந்த அறைக்குச் சென்றபோது அம்மா பாத் ரூமிலிருந்த ஃப்ளாஸ்கை கழுவிக்கொண்டு வந்தாள். படுக்கை யருகே குமார் நின்றுகொண்டிருந்தான்.

'ஹாய்...' என்றான் தருண்.

'நீ என்னை வந்து பார்த்ததற்கு ரொம்ப தாங்க்ஸ்...' என்றார் அப்பா. மூன்று நாள் தாடி இருந்தது. களைப்புடன், யுத்தம் முடிந்த பூமி போலக் கிடந்தார்.

'எப்படி இருக்கீங்க அப்பா?' என்று கேட்டாள் நிதி.

அவள் பேச்சைக் கவனிக்காமல் பார்வை திரும்பியது.

தருண், 'அப்பா... எப்படி இருக்கீங்க?' என்றான்.

அவனைத் தன்பால் இழுத்து உச்சி முகர்ந்து தன்மேல் ஒட்ட வைத்துக்கொண்டார். 'நீதாண்டா... நீதாண்டா...' என்று வார்த்தை தடுமாறினார்.

'அழாதீங்கப்பா. அதான் சரியாப் போச்சே. சவுத் ஆப்பிரிக்காவை ஜெயிச்சுட்டோம் தெரியுமா? கங்குலி பின்னிட்டான். அப்புறம் யுவராஜ் சிங்னு ஒரு புது பிளேயர்ப்பா...'

'வீடியோ எடுத்தியா? வீட்டுக்கு வந்ததும் போட்டுக் காட்டு...'

'எப்படி இருக்கீங்க அப்பா?' என்று மறுபடியும் கேட்டாள் நிதி.

அதைத் துளியும் காதில் வாங்கிக்கொள்ளாமல், அப்போது அறைக்குள் நுழைந்த குமாரைப் பார்த்து, 'நீ இதுக்குன்னு பெங்களூர்ல இருந்து வந்தியாப்பா?' என்று கேட்டார்.

'சதானந்த் போன் பண்ணியிருந்தார், சார். பயப்பட வேண்டாம்... அம்பது வயசுக்கப்புறம் வர்ற ஹார்ட் அட்டாக் காரணமா உயிருக்கு ஆபத்து ஏற்படாதுன்னு ஒரு ரிப்போர்ட் உண்டு. முப்பது, நாப்பதுன்னா சிவியரா இருக்கும்... ரிலாக்ஸ் பண்ணுங்க... உங்க பழக்க வழக்கங்களே மாறணும். ஸ்மோக் பண்ணுவீங்களா? நான் ஒரு புத்தகம் தர்றேன்... படிங்க. ரொம்ப யூஸ்ஃபுல்...'

'எப்படி இருக்கீங்க அப்பா?' என்றாள் நிதி, மூன்றாம் முறையாக.

'ஃப்ளைட்ல வந்தியா?'

நிதிக்கு அழுகை வந்தது. நர்ஸ் வந்து தர்மாமீட்டரை அவர் வாயில் பொருத்தி தன் சிறிய கைக்கடிகாரத்தை நோக்கினாள். நிதியின் பக்கம் அப்பா திரும்பவே இல்லை.

'வாடா தருண்... போலாம்...' என்றாள்.

வெளியே வந்து வராந்தாவில் இருந்த பெஞ்சில் உட்கார்ந்தாள்.

'அக்கா... இதுக்கெல்லாம் போய் அழலாமா? அவர் பேசலைன்னா என்ன... நீயும் பேசாதே... எத்தனை நாள் பேசாம இருப்பார்? எதாவது அப்பாகிட்ட சொல்லணும்னா எங்கிட்ட சொல்லிடு... தீர்ந்து போச்சு மேட்டர்...' என்று மானசீகமாக ஸ்கொயர் கட் அடித்துக்கொண்டே சொன்னான் தருண்.

குமார் வெளியே வந்தான். 'அன்னிக்கு உங்க வீட்ல டின்னருக்கு வந்து கடி ஜோக் சொன்னேனே... ஞாபகம் இருக்கா...'

'எப்ப ஊர்லேர்ந்து வந்தீங்க?'

'இப்பத்தான். உடம்பிலிருந்து ஏரோப்ளேன் வாசனைகூடப் போகலை.'

'அப்பாவைப் பார்க்க வந்தீங்களா?'

'இல்லை... முக்கியமா உங்களைப் பார்க்கத்தான்...' என்றான் குமார்.

'என்ன விஷயம்?'

'சும்மாதான். பொதுவா யார் யார் எந்தெந்த ஜெயில்ல இருக்காங்க... இந்த மாதிரி அரசியல் பேசத்தான்.'

'சவுத் ஆப்பிரிக்காவை ஜெயிச்சாச்சு...' என்றான் தருண்.

'எதிலப்பா... கபடிலயா?'

'நீங்க கன்ஸல்டன்டா?'

'ஆமாம்...'

'கன்ஸல்டன்ட்னா என்ன?' என்றான் தருண்.

சீரியஸாக பதிலளித்தான் குமார். 'உங்கிட்டருந்து விஷயம் தெரிஞ்சுக்கிட்டு உனக்கே உபதேசம் பண்ண உங்கிட்ட பணம் வாங்கறவன்...'

நிதி அவனை அப்போதுதான் புதிதாகப் பார்த்தாள்.

13
மற்றொரு மனமாற்றம்

ஆஸ்பத்திரி அறையில் அப்பாவின் புறக்கணிப்பால் நொந்து போயிருந்த நிதியின் மனத்துக்குக் குமாரின் வேடிக்கைப் பேச்சு தைலம் தடவியது.

'வாங்க... கான்டீன்ல ஒரு காப்பி மெஷின் இருக்குது...' என்று அவனை அழைத்துச் சென்றாள்.

லிஃப்ட்டில் இறங்கும்போது ஒரு பேஷண்ட்டை ஸ்ட்ரெச்சரில் தள்ளிக்கொண்டு வந்தனர். அவர் மூக்கில் குழாய் செருகப்பட்டிருந்தது. கண்கள் மூடியிருந்தன.

பேஸ்மெண்ட்டில் வெளியே வந்ததும், 'நம்மகூட ஸ்ட்ரெச்சர்ல கொண்டு வந்தாங்களே, அவனைக் கவனிச்சீங்களோ...' என்று கேட்டான் குமார்.

'ஏன்?'

'போன வாரமே இறந்துபோனாப்பல தோணிச்சு எனக்கு...'

'சீ... மார்பிட். இப்படித்தான் ஜோக் அடிப்பீங்களா...'

'எனக்கு ஆஸ்பத்திரியைக் கண்டதுமே ஸிக் ஜோக்கா வருது... நீங்க குதிரையைச் சுட்ட ஜோக்

சொல்லப் போய்த்தான் அன்னிக்கு உங்கப்பாகூட சண்டை போட ஆரம்பிச்சீங்க...'

பிளாஸ்டிக் கப்பில் சூடாகக் காப்பி வாங்கிக்கொண்டு அலு மினிய மேஜை அருகில் உட்கார்ந்தார்கள். 'குமார்... என்னைப் பத்தி என்ன நினைக்கிறீங்க?'

'சந்திக்கிறது இரண்டாவது தடவை. அதுக்குள்ள உங்களைப் பத்தி அபிப்பிராயம் பண்ணிக்கிட்டா நான் முட்டாள். காதலைத் தவிர, மத்த எதிலும் ஃபர்ஸ்ட் இம்ப்ரஷன் தப்பா இருக்கும்னு லிங்கனோ, சீனிவாச சாஸ்திரியோ சொல்லியிருக்காங்க... இல்லை, கிருபானந்த வாரியரா?' என்று வாரியார் போல பேசிக் காட்டினான்.

புன்னகைத்தாள்.

'அப்பாடா... சீதை முகத்தில் சிரிப்பு...'

'அவரைப் போலவே பேசறீங்களே?'

'வாரியார் ஒரு பக்கம் பக்தியைக் கிளப்பினார்... இன்னொரு பக்கம் நூற்றுக்கணக்கான மிமிக்ரி ஆர்டிஸ்டுங்களையும் உண்டாக்கினார். மிமிக்ரில எல்லோரும் செய்ற முதல் அயிட்டம் இது. யாராவது தடை செய்யணும்...'

'அப்புறம், ஒரே வசனத்தை கமல், ரஜினி, எம்.ஜி.ஆர்., நம்பியார், ஜனகராஜ், எம்.ஆர். ராதா, கார்த்திக் பேசறது... அது?' என்று கேட்டாள் நிதி.

'அதுவும் காலம் காலமா எல்லோரும் செய்யறதுதான். பண்ணிக் காட்டட்டுமா...'

'வேண்டாம் குமார், எனக்கும் எங்கப்பாவுக்கும் எதுக்காக சண்டை தெரியுமா?'

'நீங்க கேட்ட எதும் அவர் வாங்கிக் கொடுக்கலையா... கைச் செலவுக்குப் பத்து ரூபாதான் கொடுத்தாரா?'

'நான் கேட்ட பையனை அவர் வாங்கிக் கொடுக்கலை...'

'ஓ... காதல் சமாசாரமா?'

'அவன் பேரு சரத். அவன்கிட்ட பணம் இல்லை. முன்பின் தெரியாத உங்களைக் கல்யாணம் பண்ணிக்கச் சொன்னார்... மாட்டேன்னேன். வந்தது சண்டை. ரெண்டு பேரும் காச்சு மூச்சுன்னு கத்த... வீட்டை விட்டு வெளியே போய்...'

'நீங்களா?'

'இல்லை அவர். வெளியே போய் ஹார்ட் அட்டாக்கை வரவழைச்சுகிட்டு இப்ப எல்லாத்துக்கும் நான்தான் காரணம்னு எங்க ஃப்ளாட்டு பூனைகூட குற்றம் சாட்டுது...'

'அநியாயம்... விரும்பினதைக் கேக்கறதில தப்பே இல்லை. தன்னுடைய விருப்பங்களை மத்தவங்கமேல திணிக்கிறதுதான் தப்பு. இதெல்லாம் வாழ்க்கைத் தீர்மானம். அந்தப் பையன்கிட்ட சொல்லுங்களேன். தைரியம் இருந்தா நீங்க அப்பாவுக்கு எதிரா நீச்சல் போடலாமே... போராடலாமே...'

'அந்த தைரியம் இல்லையே ரெண்டு பேருக்கும்...'

'ஏன்?'

'அவனுக்குச் சம்பளம் போதாது. ரெண்டாயிரமோ, மூவா யிரமோ... எங்க டிரைவரைவிடக் குறைச்சல். நல்ல வேலை கிடைக்கிறவரைக்கும் கல்யாணம் வேண்டாம்னு சொல்றான் டம்போ... சென்சிபிள்தானே?'

'டம்போவா?'

'செல்லப் பேரு...'

'உங்க அப்பாவே வேலை போட்டுக் கொடுக்கலாமே...'

'ஒப்புத்துக்க மாட்டான்...'

'ஓ யெஸ்... தன்மானம் அண்ட் ஆல் தட். ஒரே தீர்வுதான் இருக்கு...'

'என்ன?'

'டம்போவை மறந்துட்டு என்னைக் கல்யாணம் பண்ணிக்கிறது...'

'விளையாடறீங்களா?'

'சீரியஸாவே சொல்றேன்... உங்களைப் பார்த்தவுடன் தோணிப் போச்சு... இவதான் எனக்குரியவள்னு... மேலும் பாருங்க... நீங்க இதுக்கு சம்மதிச்சா உங்கப்பாவுடைய ஹார்ட் புத்துயிர் பெற்று பதினாலு வயசு மாதிரி ரத்தம் பாய்ச்ச ஆரம்பிக்கும். நான் ஒண்ணும் மோசமான மாப்பிள்ளை இல்லை. ஐ.ஐ.டி. பி.டெக்., ஐ.ஐ.எம். எம்.பி.ஏ. வென்ச்சர் கம்பெனி ஒண்ணு ஆரம்பிச் சிருக்கேன். கன்சல்டேஷன் பண்றேன். மாசத்துக்கு ரெண்டு லட்சம் பண்றேன். உங்களைக் கல்யாணம் பண்ணிக்கிட்டா இன்னும் பல ஆஃபர்களை ஏத்துக்கிட்டு பத்து லட்சம்வரைகூடப் பண்ணுவேன்... முப்பது வயசுக்குள்ள ஒரு கோடி பண்றதுக்கான திறமையும் சக்தியும் இருக்கு. இன்ஸ்பிரேஷன்தான் இல்லை...'

நிதி மௌனமாக இருந்தாள்.

'இந்த கான்டீன்லேயே பாருங்க... இத்தனை பெரிய மனுஷங்க வராங்க. கேப்டிவ் மார்க்கெட். இந்தப் பாடாவதி காப்பிக்குப் பதிலா ஒரு நல்ல காப்புசீனோ கொடுத்தா தெம்பாகி, கப் இருபது ரூபாகூடப் போகும். நூறு பர்சன்ட் மார்ஜின் இருக்கு. இம்மாதிரி ஐடியாஸ் எங்கிட்ட கைவசம் இருபது இருக்கு. உலகத்தில் முட்டாளுங்க நிறையப் பேர் இருக்காங்க... ஆனா, அவங்க கிட்டதான் பணம் இருக்கு...'

'நீங்க டம்போவுக்கு ஏதாவது நல்ல வேலை போட்டுக் கொடுங்களேன்...'

'என்னங்க... 'பகைவனுக்கு அருள்வாய்'னு பாரதி பாடிட்டுப் போனா, அது அவ்வளவு சுலபமில்லைங்க... என்னைப் பத்திப் பேசுங்க. டம்போ இஸ் அவுட்...'

'நான் என்ன பண்ணணும் சொல்லுங்க?'

'சொல்லட்டுமா... உங்க டம்போகிட்ட போங்க... போய் 'டம்போ... வருகிற பொங்கலுக்குள்ள டீசன்ட்டா ஒரு வேலை பாரு... கல்யாணம் பண்ணிக்கிறேன்'னு சொல்லிடுங்க... அவனுக்கும் ஒரு உந்து சக்தி வரும்.'

'வேலை கிடைக்கலைன்னா?'

'தன் பர்ஸிலிருந்து எடுத்து, 'இதோ என் கார்டு. கிவ் மி ஏ ரிங்... அடுத்த ப்ளைட், டூரிஸ்ட் கார், ஜட்கா எதையாவது பிடிச்சு

வந்துருவேன். உட்லண்ட்ஸ்லயோ, பாம்குரோவிலோ கல்யாணம், ஸெஷல்ஸ் தீவுகள்ல ஹனிமூன்...'

'நீங்க எங்க இருக்கீங்க?'

'பெங்களூர்ல. உங்களுக்காக இந்த பாடாவதி சிங்காரமற்ற சென்னைக்குக்கூட வரத் தயாரா இருக்கேன். சதானந்த் சொன்னார்... அவருடைய கம்பெனியிலேயே வேலை காத்துக் கிட்டிருக்கு... சம்பளம்தான் செட்டில் ஆகலை.'

'என்ன கேட்பீங்க?'

'உங்களுடைய ஒரே ஒரு தலைமுடியை...'

அவள் முகம் மாறியது... 'ஹௌ ஸில்லி! போலாமா?'

புறப்படும்போது, 'டம்போவுக்கு ஒரு கெடு கொடுங்க. உங்களைக் கல்யாணம் கட்டிக்க அவனுக்கு ஆர்வமும் உண்மையான காதலும் இருந்தா இந்நேரம் அவன் நல்ல வேலை தேடிருக்கணும் - தலையால தண்ணி குடிச்சாவது! அவனுக்கு அக்கறை இல்லைன்னு தோணுது. யோசிச்சுப் பாருங்க. ஏதாவது ஒரு கோர்ஸ் முழுக்கப் படிக்கச் சொல்லுங்க, அது க்ரோஷா ஊசி நிட்டிங்கா இருந்தாலும் சரி, ஓட்டல் மானேஜ்மெண்ட்டாக இருந்தாலும் சரி... ஏதாவது...'

'சொல்றேன்...'

'எனக்கு என்னவோ உங்களுக்கும் எனக்கும் போன ஜென்மத்துல இருந்தே முடிச்சு போட்டாச்சுன்னு உள்ளுணர்வு சொல்லுது...' என்றான் குமார்.

அவர்கள் மீண்டும் மாடிக்குப் போனபோது ஜயந்த் விழித் திருந்தார். படுக்கையில் சாய்ந்த நிலையில் மார்பருகில் ட்ரே வைக்கப்பட்டு ராமலக்ஷ்மி ஊட்டிக்கொண்டிருந்தாள். 'சார், நான் பெங்களூர் புறப்படறேன்...'

'இதுக்குன்னே வந்தியாப்பா...' என்றார் மெதுவாக, 'பாரு லக்ஷ்மி...'

'உங்க டாட்டரையும் சந்திக்க வந்தேன் சார்... நாங்க ரெண்டு பேரும் கல்யாணம் பண்ணிப்போம்னு நினைக்கிறேன்...' என்றான்.

முதன்முறையாக அவர் பார்வை நிதி மேல் விழுந்தது.

'என்னம்மா...' என்றார்.

'யோசிக்கிறேன்பா...' என்றாள்.

சட்டென்று அவர் கண்களில் ஒளி படர்ந்தது.

'கிட்ட வா...'

அவளை அருகில் அணைத்துக்கொண்டு நெற்றியில் முத்த மிட்டார். தாடி குத்தியது. 'ஷேவ் பண்ணி விடட்டுமாப்பா?'

கண்களில் நீர் வழிய 'ஸாரிம்மா... உங்கிட்ட ரொம்பக் கடினமா நடந்துக்கிட்டேன்...'

'நானும்தாம்பா...'

ராமலக்ஷ்மி பக்கத்தில் மௌனமாகக் கண்ணீர் விட்டு அழ,

'என்ன இது கோஷ்டி அழுகை! அழ வேண்டிய விஷயமில்லை. பி ஹாப்பி சார். உங்க டாட்டர் ரொம்ப புத்திசாலி. தனக்கும் குடும்பத்துக்கும் எது நல்லதுன்னு தெளிவாகவே இருக்குது. தன்னிச்சையா, அத்துமீறலா எந்தக் காரியமும் செய்ய மாட்டாங்க. நீங்க அவங்களைப் பத்தி ஒர்ரி பண்ணிக்கவே வேண்டாம். நான் வரட்டுமா?'

'தாங்க்ஸ்ப்பா... இவ்வளவு தூரத்திலேர்ந்து சிரமம் எடுத்துக்கிட்டு அங்கிருந்து வந்து...'

'அதான் சாசுவதமா வந்துறப் போறேனே... நிதி, பை பை... ஏதாவது தேவைன்னா போன் பண்ணுங்க... ஈ-மெயில் அனுப்புங்க... உடனே வர்றேன்...'

'நிதி, வரியா... நான் போய்ப் படிக்கணும்...' என்றான் தருண்.

வீட்டுக்குத் திரும்ப வந்ததும் கிரிக்கெட் போட்டான்.

'இதான் படிக்கிற லட்சணமா?'

'ஃபைனலை எந்த மடையனாவது விடுவானா?'

நிதி போன் செய்தாள், 'டம்போ, நான் நிதி பேசறேன்.'

இரண்டாவது அத்தியாயம் ○ 105

'என்ன பார்ட்னர்... மறுபடி மஞ்சுளா மேட்டரா? நான் சொன்னேனே... அவ கூப்பிட்டுத்தான் மீட் பண்ணேன்னு...' என்றான் சரத்.

'இல்லைடா, சம்திங் மோர் சீரியஸ்... நீ ஏன் இதுவரைக்கும் நல்ல வேலை பார்த்துக்கலை?'

'க்வாலிஃபிகேஷன் இல்லைபா... சொன்னேனே.'

'அதுக்கு ஒரு கோர்ஸையாவது முடிக்கிறது. நாய் வாயை வெச்சா மாதிரி இதில பாதி அதுல கொஞ்சம்னு.'

'என்னது... எங்கம்மா மாதிரி பேச ஆரம்பிக்கிறே?'

'உனக்கு என்னைக் கல்யாணம் பண்ணிக்க இஷ்டமா? இல்லையா?'

'அதுக்குத்தானே சிகரெட்டையே விட்டேன்...'

'எத்தனாவது தடவை? பீ சீரியஸ்... எனக்கென்னவோ உனக்குக் கல்யாணத்தில் இஷ்டமில்லைன்னு தோணுது. தட்டிக் கழிச்சுட்டே இருக்கே... அதுக்கான காரணங்களைத்தான் சேகரிச்சுட்டிருக்கே...'

'அப்படி யார் சொன்னது... அந்த பெங்களூர் பார்ட்டியா? நீ இந்த மாதிரியெல்லாம் பேச மாட்டியே...'

'பாரு... ஒரு கண்டிஷன் வெச்சுக்கலாம். நான் உனக்காக டிசம்பர் வரைக்கும் வெயிட் பண்ணத் தயாரா இருக்கேன்...'

'அதுக்குள்ள என்ன பண்ணணும்?'

'அதுக்குள்ள பதினஞ்சாயிரமாவது சம்பாதிக்கிற மாதிரி ஒரு வேலை தேடணும்... இல்லை, ஒரு நல்ல கோர்ஸில் சேர்ந்துக் கணும்...'

மறுமுனை மௌனமாயிற்று.

'டம்போ, லைன்ல இருக்கியா?'

'பாரு பார்ட்னர்... இந்த மாதிரி கண்டிஷன் போட்டா எனக்கு ஆவாது. உத்தரவாதமாச் சொல்ல முடியாது... வேலை

தேடிக்கிட்டுத்தான் இருக்கேன். எனக்கு லைஃப்ல பெரிய ஆளா வரப்போறேன்னு உள்ளுணர்வு சொல்லுது. எதிலன்னு தெரியலே. எனக்குள்ளே ஒரு தேடல் நடந்துக்கிட்டிருக்கு. நான் யாரு, எதுக்காக இந்த உலகத்திலே வந்தேன், என்ன சாதிக்கப் போறேன்... இது எல்லாமே குழப்பமா இருக்கு. பார்ட்னர்... இதுவரை எனக்கு நடந்த ஒரே ஒரு நல்லது - உன்னுடைய சிநேகிதம். அதை நான் இழக்க விரும்பவில்லை. அதுக்காக என்னை ஆரக்கிள் படி, இ-காமர்ஸ் படி, ஜாவா படி, டை கட்டிக்கிட்டு காம்பாக் கம்ப்யூட்டர் வித்துக் கொடுன்னு சொன்னா நான் அம்பேல்மா! என்னால் முடிஞ்சவரை ட்ரை பண்ணிப் பார்க்கறேன். ஆனா, டிசம்பர்க்குள்ள பதினையாயிரம் அப்படி இப்படின்னு கெடு வெச்சா ஆவறதில்லை. எனக்கு அதிக சம்பாத்தியத்தின் மகிமையே இன்னும் புரியலை. உனக்கு நல்ல மாப்பிள்ளை கிடைச்சா... உங்கப்பாம்மா பேரப் பிள்ளைங் களைப் பார்க்க அவசரத்தில் இருந்தாங்கன்னா தாராளமாக் கல்யாணம் கட்டிக்க. ஆனா, ஐ வில் ஸ்டில் லவ் யூ. உன் பக்கத் திலயும் நியாயம் இருக்கு. எத்தனை நாள்தான் என்னை மாதிரி பொறம்போக்குக்காகக் காத்திருப்பே... என்ன சொல்றே?'

'டிசம்பருக்குள்ள முடியாதுங்கறியா?'

'முடியாது...'

'அப்படின்னா நாம ஓடிப் போயிடலாம்டா' என்றாள் நிதி.

14

ஏழையாக இருந்து பார்க்கலாமே..!

சரத் அதிர்ந்துவிட்டான்.

'உனக்கு என்ன பைத்தியமா... ஓடிப் போறதா? எங்க போறது? முதல்ல இந்த 'ஓடிப் போறது' என்கிற வார்த்தையே எனக்குப் புரியல. இது என்ன 10 மீட்டர் ஓட்டமா?'

'சும்மா ஒரு பேச்சுக்கு சொல்றது டம்போ. நீ வாழ்க்கைல எதிர் நீச்சல் போடத் தயாரா? சொல்லு...'

'எனக்கு ஸ்விம்மிங் பூல்லேயே நீஞ்சத் தெரியாது! பாரு... என்னுடைய சம்பளத்தில் எதிர்நீச்சல் பிசினஸ் எல்லாம் முடியாது. அதுவும் போன மாசச் சம்பளமே இன்னும் வரலே.'

'ஏழையா இருந்து பார்க்கலாமே... எங்கிட்ட பாட்டி நகைங்கள்லாம் இருக்கு. எடுத்துக்கிட்டு வந்துர்றேன்.'

'பாட்டி நகைங்கள் வித்து தீர்ந்ததுக்கப்புறம்?'

'வேலை செய்யறேன். சேல்ஸ் கேர்ளா சோப்பு விக்கறேன்.'

'நீயெல்லாம் சோப்பு விக்கற ஜாதி இல்லைம்மா... தேச்சுக்கற ஜாதி.'

'கோயம்புத்தூர் போய் நித்யாகூடக் கொஞ்ச நாள் இருக்கலாமே... வேலை கிடைக்கறவரைக்கும்.'

'பாரு நிதி... வாழ்க்கையின் உண்மை ஏதும் புரியாத இருக்கே. எதுக்காக அவசரப்படணும்? முதல்ல காரணம் சொல்லு.'

'மனசு மாறிடுவனோன்னு பயமா இருக்கு டம்போ. இங்க ஒரு எமோஷனல் பிளாக்மெயில் நடக்குது. நீயோ எதையுமே சீரியஸா எடுத்துக்க மாட்டேங்கறே. நிஜமாவே உனக்கு என்னைக் கட்டிக்கணும்னு அக்கறை இருந்தா இந்நேரம் நல்ல வேலை பார்த்திருப்பே அல்லது நல்ல படிப்பு படிச்சிருப்பே. இன்னிவரைக்கும் என்னை விரும்பறேங்கறதுக்கு அடையாளம் ஏதும் காட்டலைடா நீ.'

'என்ன பார்ட்னர் இது... அஸ்திவாரத்தையே சந்தேகிக்கிற இப்ப. கல்யாணத்துக்கு என்ன அவசரம்? இருந்திருந்தா உனக்கு என்ன வயசு... பத்தா?'

'போடா... காமெடி பண்ணாதே.'

'பத்து வயசு மாதிரிதான் பேசறே.'

'உனக்கு நம்ம காதல் முக்கியமா இல்லையா?'

'இப்ப சினிமா வசனம் பேசற. எனக்குக் காதலைவிட முக்கியம் என் பொண்டாட்டியை மதிப்பா, நல்லா வெச்சுக்கறது. மூணாவது மாடில அஸ்பெஸ்டால் கூரை போட்ட ஒரு ரூம் வாடகை எடுத்து, பத்தமடை பாய் போட்டு டிரான்சிஸ்டர்ல இன்று ஒரு தகவலுக்கு பாட்டரி போடக்கூடக் காசில்லாம இருக்கறதில எனக்குச் சம்மதம் இல்லை' என்றான் சரத்.

'ஏண்டா?'

'அந்த வாழ்க்கையை நான் பார்த்தாச்சு. அதையெல்லாம் திருச்சில விட்டுட்டுக் கடந்து வந்தாச்சு. ஐ ஹேட் இட்... எனக்கு ஒரு கனவு இருக்கு. குறிக்கோள் இருக்கு. பாரு நிதி... நான் உன்னைச் சந்திச்சதே தற்செயல். அன்னிக்கு அந்த 49பி பஸ்ஸை ஓடிப் போய் பிடிச்சிருந்தேன்னா நான் உன் வாழ்க்கையில வந்திருக்க மாட்டேன். அவ்வளவு தற்செயலானது நம்ம நட்பு. நான் உனக்குத் தகுந்தவன் இல்லை... நாம ரெண்டு பேரும் வேற டிரெய்ன், வேற கிளாஸ், வேற பர்த். உனக்கான தகுதி எனக்கு

வரவரைக்கும் உன்னைக் காத்திருன்னு சொல்ல எனக்குக் கஷ்டமா இருக்கு. காரணம், அதுக்கொரு டைம் லிமிட் வெக்க முடியலை. நான் வெத்து ஆசாமி நிதி... என் வீட்டுலயும் கட்டாயப் படுத்தறாங்க. நான் சொல்ற நல்ல உபதேசம் இது... கல்யாணம் பண்ணிக்க, உனக்குத் தகுதியானவனைக் கல்யாணம் பண்ணிக் கிட்டு அமெரிக்கா போ... ஆஸ்திரேலியா போ... அவனைக் காதலிக்க ஆரம்பி. இரண்டாவது காதல் கதையா அதை ஆரம்பி.'

'என்ன டம்போ நீ, போன்லேயே அழ ஆரம்பிச்சுருவேன். உன்னைத் தவிர என்னால் வேற யாரையும் நினைச்சுப் பார்க்கக் கூட முடியலையே. நீ என்னைப் போட்டு இப்படிக் குழப்பறியே...'

'கல்யாணம் முக்கியமில்லே... அதுக்கு அவசரமில்லைன்னு நீ உணர்ந்துகிட்டா நான் சொல்றது உனக்கு விளங்கும்.'

'கல்யாணம்ங்கறது என்ன பின்ன?'

'ஒரு விதமான அனுமதிதான்.'

'எதுக்கு?'

'டு ஹேவ் செக்ஸ். முட்டாள் பெண்ணே...'

'போடா, உனக்குத் தைரியமில்லை... கோழை, இல்லை, ஃபோனி.'

'நான் ஒரு ரியலிஸ்ட்... யதார்த்தவாதி.'

'உன்கிட்ட துணிச்சலே இல்லை. போனை வெச்சுர்றேன். அம்மா வந்துட்டாங்க.'

போனை வைத்துவிட்டுக் கண்ணைத் துடைத்துக்கொண்டாள் நிதி. லக்ஷ்மி உற்சாகமாக இருந்தாள். 'நிதி... அப்பாவுக்கு ஸ்விட்ச் போட்டாப்பல சரியாய்ருச்சு. குமாரைக் கல்யாணம் பண்ணிக்கறேன்னு சொன்ன உடனே முகம் தெளிஞ்சு போய் பழைய கலர் வந்தாச்சு. 'நிதி நம்ம பொண்ணுங்க... நம்ம விருப்பத்துக்கு எதிரா எதுவும் செய்யமாட்டா'ன்னு சொன்னியே லக்ஷ்மி... அது சரியாப் போச்சு. என்மேல அவளுக்கு நிஜமாவே அக்கறைதான்' அப்படின்னு ஆத்து ஆத்துப் போறார்.'

நிதிக்கு ஏதோ சொல்லவேண்டும் என்று உறைத்தது. ஆனால், சோர்ந்திருந்தாள்.

'குமார் பெங்களூருக்குப் போகலை. ஃப்ளைட்டை விட்டுட்டு மறுபடி வந்துட்டான். எப்ப கல்யாணத்தை வெச்சுக்கலாம்னு கேட்டான். நான்தான் 'அப்பாவுக்கு உடம்பு தேறி அதென்ன, ஆன்ஜியோவோ என்னவோ சொல்றாங்களே... அது முடிஞ்சு, கடவுள் புண்ணியத்துல எல்லாம் நல்லபடியா வந்துரட்டும். அதுக்கப்புறம் வெச்சுக்கலாம்'னு சொன்னேன். தை பிறக்கணுமே... ஜனவரி கடைசில வெச்சுக்கலாம். எல்லோருக்கும் வர-கொள்ள சௌகரியமா இருக்கும். முதல்ல கல்யாண மண்டபம் கிடைக்கணுமே.'

சரண்யா, 'அம்மா... நான் நிதிக்கா கல்யாணத்துக்குப் பெரிசா ஜரிகை போட்ட நாலு பட்டுப் பாவாடை வாங்கிக்கப் போறேன்' என்றாள்.

'எனக்கு அடிடாஸ்' என்றான் தருண்.

'நிதி... இப்பவே அளவு எடுத்து பிளவுஸ் எல்லாம் தெச்சுக்க. ரிசப்ஷனுக்கு உனக்கு குஜராத்தி டிரஸ் நல்லாவே இருக்கும்.'

'அம்மா, அம்மா, அம்மா... நான் எதுவுமே ஒப்புக்கலை. அதுக்குள்ளே கல்யாணம், மெடர்னிட்டி ஆஸ்பத்திரி, குழந்தை அட்மிஷன் வரைக்கும் போற நீ! யோசிக்கணும்மா. ரொம்பக் குழப்பத்திலே இருக்கேன். நான் என்ன சொன்னேன் அப்பாகிட்ட? யோசிக்கறேன்னுதானே?'

'ஒரு குழப்பமும் இல்லை. இப்பத்தான் எல்லாம் தெளிவாகி உன் மனசில பதிஞ்சிருக்கு, எல்லோருக்கும் நல்லது குமாரை கல்யாணம் பண்ணிக்கறதுதான்னு...'

'இல்லைம்மா... அப்படி இல்லை. குமாரே எங்கிட்ட சொல்லி யிருக்கார்... 'டயம் கேளு. அதுக்குள்ள நல்ல வேலை தேடிக்கிட் டான்னா, தாராளமா சரத்தையே கல்யாணம் பண்ணிக்க'ன்னு.'

'அந்தப் பையனுக்கு எந்த வேலையும் கெடைக்காது நிதி... ரொம்ப யோசிக்காதே... நான் உங்கப்பாவை நிமிர்ந்துகூட பாக்காம கல்யாணம் பண்ணிக்கிட்டேன். இதனால் என்ன குறைஞ்சு போய்ட்டேன்?' என்று கேட்டாள் லக்ஷ்மி.

'ஆமாம்... உன் கண்ணுக்கு முன்னாலேயே துரோகம் பண்ணார். அதைச் சதி சாவித்திரி மாதிரி ஏத்துக்கிட்டே.'

'அதெல்லாம் பழசு நிதி...'

'பழசில்லை... இப்பகூட அவ வந்தா அப்பாவை டின்னருக்குக் கூப்பிடறா தெரியுமோ?'

'தெரியும். நான் ஏன் அதைச் சகிச்சுக்கறேங்கறது உனக்குத் தெரியுமா... எல்லாம் உங்க மூணு பேருக்காக.'

நிதி தன் தாயை அந்நியளைப் போலப் பார்த்தாள். 'உங்க ஜெனரேஷன் வேறம்மா.'

'அதெல்லாம் இல்லை. அப்பா அம்மா பண்ணி வெக்கற கல்யாணம்தான் எந்த ஜெனரேஷனுக்கும் நல்லது. காது குத்தினது துந்து போலையே உனக்கு... தோடு போட்டுக்கணும். பாப்பாலால்ல ஆர்டர் கொடுக்கணும்.'

ஜயந்த் வீடு திரும்பிய அந்த வாரம் அவருடைய ஆன்ஜியோ பரபரப்பில் கழிந்துவிட்டது. உடனே ஒரு ஆன்ஜியோப்ளாஸ்டி பண்ணி நல்ல வேளை, நாற்பது சதவிகிதம்தான் அடைந்திருந்த ரத்தக் குழாயைச் சுத்தம் பண்ணி, ஸ்டெண்ட் வைத்து விட்டார்கள். வாரம் முழுவதும் குமார் அவர் அருகில் இருந்து உதவி செய்தான். மூன்று நாளில் ஆஸ்பத்திரியில் விடுவித்து விட்டார்கள். அன்பின் அவர் ஓய்வெடுக்க நீலாங்கரையில் கடற்கரை வீடு ஏற்பாடு செய்தான்.

லக்ஷ்மி நெகிழ்ந்துபோய், 'உன் வயசில எனக்கு ஒரு பையன் இருந்திருக்கவேண்டியது... பிறந்து செத்துப்போச்சு, குமார். அந்தக் குறையை இப்ப நிவர்த்தி பண்ணிட்டே. இனி எங்களுக்குக் கவலையே இல்லை.'

நிதி அவனுடன் பேசவே இல்லை. ஒரு முறை போகிற போக்கில் கேட்டாள். 'குமார்... நீங்க எப்ப பெங்களூர் திரும்பிப்போவீங்க.'

'திரும்பிப்போகலையே! இங்கதான் வேலை ஒப்புக்கிட்டேனே.'

'எங்க?'

'சென்னைல... அஸ்ட்ராகாம்ல... என்னுடைய வென்ச்சர் கம்பெனியை அவங்க வாங்கறாங்க.'

'எங்கப்பா ஏற்பாடா இது?'

‘இல்லை... சதானந்த். எத்தனை வேலை பாக்கியிருக்கு... ஜனவரில கல்யாணம்னா நாலு மாசம்கூட இல்லையே.’

‘வெய்ட் எ மினிட். இந்தக் கல்யாணத்தில் என் சம்மதம்னு ஒண்ணு இருக்கு தெரியுமா?’

‘இருக்கு. உங்க டம்போ என்ன பண்ணிக்கிட்டிருக்கார் தெரியுமா... ஏதோ நவீன நாடகப் பயிலரங்கத்தில் சேர்ந்து ப்ரெக்ட் நாடகத்தைத் தெருக் கூத்தாப் பண்ணி டெல்லில போடப் போறாங்களாம். வரீங்களா... போய் ரிகர்சல் பார்க்கலாம்’ என்றான்.

‘வேண்டாம்.’

நிதிக்கு அதிர்ச்சியாக இருந்தது. அவ்வளவு சொல்லியும் இந்த டம்போ எந்தவிதமான முயற்சியும் எடுத்துக்கொள்ளாமல் இப்படி அலட்சியப் போக்காக இருப்பது அவளுக்கு ஆத்திரமாக வந்தது.

‘பாரு நிதி... நீ அவனுக்கு நிறைய சந்தர்ப்பம் கொடுத்தாச்சு. நிறையக் காத்திருந்தாச்சு. அவன் தன்னுடைய தகுதியை முழுக்க இழந்துவிட்டான். இது ஒருவிதத்தில உனக்கு ஷாக்காகத்தான் இருக்கும். அவனுக்கு உன்னைக் கல்யாணம் பண்ணிக்கறதில இஷ்டம் இல்லை’ என்றான் குமார்.

மெல்ல மெல்ல அவளை அறியாமலேயே அவள் சம்மதம் அங்குலம் அங்குலமாக அவளிடமிருந்து பறிக்கப்பட்டது. யார் யாரோ வந்து போனார்கள். சட்டைப் பை நிறையக் காகிதங்கள் வைத்திருந்த கல்யாண காண்ட்ராக்டர், வெள்ளிப் பாத்திர வியாபாரி, தொப்பி போட்ட சேட்டு... இவர்களுடன் அகஸ்டஸ் அடிக்கடி வந்தான். டெய்லர்களையும் மராமத்துக்காரர்களையும் கூட்டி வந்து ஆணைகள் பிறப்பித்துக்கொண்டிருந்தான்.

‘மண்டபம் ரெண்டு நாளைக்கு முழுக்கக் கிடைக்கலன்னா முதல் நாளே ரிசப்ஷன் வெச்சுரலாம் அகஸ்டஸ்!’ என்றாள் லக்ஷ்மி.

‘இல்லை... ரிசப்ஷனை ஃபைவ் ஸ்டார் ஓட்டல்ல வெச்சுரலாம்.’

‘எப்படியோ மண்டபம் கிடைக்கலைங்கறதுக்காக ஒத்திப்போட முடியாது. உனக்குத் தெரியுமே... இந்தப் பொண்ணைச் சம்மதிக்க வெக்கறதுக்கு நான் பட்ட பாடு.’

'நான் எப்பம்மா சம்மதம் சொன்னேன்?' என்று தன் அறையிலிருந்து குரல் கொடுத்தாள் நிதி.

'பாத்தியா...'

தான் இன்னும் இதை முழு மனதாக எதிர்க்காமல் இருக்கிறோமே என்று வியப்பாகவும் இருந்தது நிவேதாவுக்கு.

'ரெண்டு டைப்ல பத்திரிகை அடிக்கணும். அகஸ்டஸ், ஆபீஸ் லருந்து நாலு காராவது அனுப்பணும்னு சொல்லிடு... ஜி.எம். ராஜன்கிட்ட.'

'மழை இருக்காதில்லை அப்ப?'

எல்லாவற்றையும் நிதி தன் அறையிலிருந்து பிரமிப்புடன் கேட்டுக்கொண்டிருந்தாள்.

ஜயந்த் நீலாங்கரை பங்களாவில்தான் இருந்தார். அவர் முழுமை யாக ஒரு மாதம் ஓய்வு எடுக்க வேண்டும். அவரிடம் கோப்புகள் எதுவும் செல்லக்கூடாது என்று சதானந்த் உத்தரவிட்டிருந்தார். ஜயந்துக்கு இருப்புக்கொள்ளவில்லை.

'நிதி, அப்பா உன்னைப் பார்க்கணுமாம்... ஒரு முறை போய் வந்துடேன்.'

'சரிம்மா... கிளாஸ்லருந்து அப்படியே நீலாங்கரை போய்ட்டு வந்துர்றேன்ம்மா' என்றாள்.

'கார் அனுப்பட்டுமா?'

'இல்லைம்மா... என் வண்டில போய்டறேன்.'

'குமாரை வரச் சொல்லட்டுமா?'

'குமார் எதுக்கு... நான் அப்போவோட தனியாப் பேசி ரொம்ப நாளாச்சு.'

நிதி, அப்பாவைப் பார்க்கப் புறப்பட்டவள் அங்கே செல்ல வில்லை.

15

நிதியைக் காணோம்!

நிதி நீலாங்கரை பங்களாவுக்குப் போகவில்லை என்பது தற்செயலாகத்தான் தெரிந்தது. ராமலக்ஷ்மி அங்கே போன் செய்து ஜயந்துக்குப் பணிவிடை செய்த நர்ஸிடம் துவைக்கவேண்டிய துணிகளை நிதி மூலம் கொடுத்து அனுப்பச் சொன்னபோது, 'நிதி யாருங்க?' என்றாள்.

'எங்க டாட்டர் நிவேதா... அங்க வரலையா?'

'இல்லையே... யாரும் ஜயந்த் சாரைப் பார்க்க வரலையே...'

ராமலக்ஷ்மிக்கு இதன் விபரீதம் உறைக்க ஒரு நிமிஷமாயிற்று. என்ன இது... ஏதாவது விபரீத காரியம் செய்துவிட்டாளா? இப்போது ஜயந்தின் இதயம் உள்ள நிலையில் அவரிடம் தெரிவிப்பது அபாயமானது என அவளுக்குத் தோன்றியது. குமாருக்கு போன் செய்தாள்.

'நிதி நீலாங்கரை போகலையா... சரி, பதற்றப் படாதீங்க. எங்க போயிருப்பாள்னு எனக்குத் தெரியும்' என்றான் குமார்.

'அந்தக் கடன்காரன் வீட்டுக்குத்தான் போயிருக் கணும். இந்த மாதிரி அலையறவளை உனக்கு எப்படிப்பா கட்டிக் கொடுப்பேன்...'

‘அதெல்லாம் பெரிய விஷயம் இல்லைங்க. நிதியைக் கூட்டிட்டு வரணும். அவ்வளவுதானே... எங்கிட்ட விடுங்க.’

‘உன்னை மாதிரி மாப்பிள்ளையை அடையறதுக்குப் பாக்கியம் செய்திருக்கோம்பா, அகஸ்டஸ்கிட்ட அட்ரஸ் இருக்கு.’

‘கவலைப்படாதீங்க. எனக்கு அவனை எங்க பிடிக்கணும்னு தெரியும்.’

தரமணியில் ஒரு வகுப்பறை போன்ற இடத்தில் அந்தப் பயிலரங்கம் நடந்துகொண்டிருந்தது. குமார் அதை விசாரித்துச் சென்றபோது கதர் ஜிப்பா அணிந்த பெண்களும் இளைஞர்களும் தரையில் சாக்பீஸ் கோடு போட்டு நடனாசிரியரின் தட்டுகளுக்கு ஏற்ப கால் மிதித்துக்கொண்டிருந்தார்கள். அவர்கள் அசைவு களில் கதகளி-மோகினியாட்டச் சாயல்கள் இருந்தன.

ஒரு செண்டு வாத்தியமும் கின்னாரமும் ஒலித்துக் கொண் டிருந்தன.

‘யாரு வேணும்?’ என்று குரல் கேட்டு, ‘மிஸ்டர் சரத்சந்தர்...’ என்றான் குமார்.

‘சரத்... உன்னைப் பார்க்க யாரோ வந்திருக்காங்க...’

சரத் வாயில் சிகரெட் தொங்க, ‘யாரு?’

‘என் பெயர் குமார்...’

‘ஓ... எம்.பி.ஏ....’

‘நிதி எங்கே?’

நேராகப் பார்க்காமல், ‘எனக்குத் தெரியாது’ என்றான் சரத்.

‘இங்கே வரலையா?’

‘இல்லை.’

குமார் அவனைத் தனியாகத் தள்ளிக்கொண்டு சென்று உலுக்கி, சற்றும் எதிர்பாராத விதத்தில் கன்னத்தில் அறைந்தான். சரத் தள்ளிப்போய் விழுந்தான். அவன் எழுந்து சண்டை போட சோகையாக முயன்றபோது மறுபடி தள்ளப்பட்டு விழுந்தான்.

'பாஸ்டர்ட்... அவள நீ எங்கயாவது ஒளிச்சு வெச்சிருந்த... எல்லாரையும் உள்ள தள்ளிடுவோம். டிராமா நடக்காது.'

சரத் சுதாரித்துக்கொண்டு அவனை அடிபட்ட மானைப் போலப் பார்த்தான். 'மிஸ்டர், என்ன பேசறீங்க... நிதியை நான் பாத்து மூணு நாளாச்சு. நேத்தோ முந்தா நாளோ போன்ல பேசினேன். அவ்வளவுதான். அதுக்குப் போய் அடிக்கறீங்களே...'

'எங்க வெச்சிருக்கே சொல்லுரா நாயே, உதை பின்னிடுவேன்.'

'இதென்ன வம்பாப் போச்சு.'

'எனி பிராப்ளம்?' என்று நடன டைரக்டர் கேட்க,

'ஏ மாஸ்டர்... கதாநாயகனை கூடிய சீக்கிரமே அரஸ்ட் செய்யப் போறோம்...' என்றான் குமார்.

'எந்தா சரத் இது...'

'சும்மா பேத்தறான் மாஸ்டர்.'

'இப்பவே ஒரு மிஸ்ஸிங் ரிப்போர்ட் கொடுத்து உங்களை எல்லா ரையும் ஸ்டேஷனுக்கு அழைச்சுட்டுப் போகலைன்னா பாரு...'

'பயப்படாதீங்க மாஸ்டர்... இந்தாளு உளர்றது.'

கூட வந்திருந்த அகஸ்டஸ், 'சார்... போகலாம். டாய்லெட்லகூட பார்த்துட்டேன். நிதி இங்க இல்லை' என்றான்.

'பின்ன எங்க போயிருப்பா?'

'அவன் வீட்ல ஒருமுறை பார்த்துரலாம்.'

'தாராளமாப் பார்த்துக்கங்க. அட்ரஸ் தரட்டுமா... நீங்க கை வெச்சது நியாயமில்லை' என்றான் சரத்.

'நீ அவளைக் கடத்திப்போனது?'

'குமார்... கொஞ்சம் கவனிங்க. நிதி உடனே என்னைக் கல்யாணம் செய்துக்க விரும்பினா. இப்பக்கூட கை சொடக்கினா வந்துருவா. நான்தான் அதுக்குத் தயார் இல்லைன்னு சொல் லிட்டேன். அவசரம்னா தாராளமா உங்களைக் கல்யாணம் கட்டிக்கலாம்னு ஓகே சொல்லிட்டேன். அதனால அவளை

இரண்டாவது அத்தியாயம் ○ 117

கடத்திப்போய் ஒளிச்சு வெக்கவோ, மனசை மாத்தவோ எந்தத் தேவையும் இல்லை எனக்கு. என் நாட்டமெல்லாம் இப்ப ஒண்ணாம் தேதி நாங்க டெல்லில போடப்போற நாடகம்தான்.'

இதனிடையே நீலாங்கரை பங்களாவில் ஜயந்திடம் அந்த நர்ஸ் உடம்பு துடைத்துவிடும்போது, 'உங்க டாட்டர் பேரு எந்தா?'

'நிதி... ஏன்?'

'அவங்க இங்க வந்தான்னு கேட்டது உங்க மனைவி.'

'அப்படியா? வீட்டுக்கு போன் போட்டுக் கொடு...'

ஜயந்த் ராமலக்ஷ்மியிடம் போனில், 'நிதி இங்க வராளா?'

'சரியாச் சொல்லலை. ஃப்ரெண்ட்ஸ் எல்லாம் பார்த்துட்டு அங்க போனாலும் போவேன்னு சொன்னாள். வந்தாலும் வருவா. உங்ககூட அப்புறம் பேசறேன். குமார் வந்திருக்கார்.'

'ரொம்ப நல்ல பையன். அவனைக் கணவனா அடையறதுக்கு நிதி பாக்கியம் பண்ணிருக்கா, இல்லையா?'

'ஆமாங்க... ஆமாங்க' என்று அவசரமாக போனை வைத்தாள்.

குமார், அகஸ்டஸுடன் வந்திருந்தான். 'ஆன்ட்டி... அந்தப் பையன் டிராமா ரிகர்சல் பண்ணிக்கிட்டிருக்கான். அங்க நிதி இல்லை.'

'அவன் வீட்டில் போய்ப் பாத்தீங்களா?'

'வீடில்லை... சின்ன ஃப்ளாட்டு. அதில அப்பா, அம்மா, சிஸ்டர் இருக்காங்க. அங்க நிதி ஒளிஞ்சிருக்க சான்ஸ் இல்லை.'

'பின்ன எங்க போயிருப்பா?'

'நீங்க இதை ஜயந்த்கிட்ட சொல்லவேண்டாம்' என்றான் குமார்.

'சொல்லலை. ஆனா எத்தனை நாள் மறைக்க முடியும். நான் என்ன செய்வேன்? ஏது செய்வேன்? எங்க போவேன்? போலீஸ் கீலிஸ்னா பெரிசாப் போய்ருமே... பேப்பர்ல எல்லாம் போட்டுருவாங்களே...'

‘சரியா ஒரு நாள் பார்க்கலாங்க. வரலைன்னா போலீஸுக்குத் தகவல் சொல்லிரலாம்’ என்று அகஸ்டஸ் சொன்னான்.

ஒரு நாளாச்சு... இரண்டு நாளாச்சு... அவள் வரவில்லை. குமாருக்கு முதன்முறையாகச் சற்றுப் பதற்றம் ஏற்பட்டது. ‘சரத்தைத் தவிர அவளுக்கு வேற யாராவது நண்பர்கள் உண்டா?’

‘மாடி ஃப்ளாட்டில் பட்டாபின்னு இருக்கான். அவன் வீட்டுக்கு எப்பவாவது போவா’ என்றாள் ராமலக்ஷ்மி.

‘அங்க போய்க் கேட்டுட்டமே... வரலையாம்.’

‘சுசித்ரான்னு ஆர்.ஏ. புரத்தில் ஒரு ஃப்ரெண்டு... அப்பறம் மனோன்மணின்னு ஒரு பொண்ணு... பாஸ்கட் பால் ஆட வரும்.’

குமார், ‘கவலைப்படாதீங்க. நான் நிதியைக் கண்டுபிடிச்சுக் கொடுக்கறேன்.’

‘அய்யோ... ஓடிப் போன பொண்ணுன்னு பேர் கட்டிருவாங்களே...’

‘உங்க டாட்டரை நான்தான் கல்யாணம் செய்துக்கப் போறேன். பத்திரிகை புரூஃப் எல்லாம் வந்தாச்சு. அதனால இந்தக் கவலையெல்லாம் அநாவசியம். மேலும், உங்க மகளை நான் அறிஞ்சவரைக்கும் அந்த மாதிரி செய்யக்கூடிய பொண்ணு இல்லைன்னு தோணுது.’

‘பின்ன எங்கதான் போயிருப்பா?’

‘சொல்லத் தெரியலைங்க. அவ தீர்மானமில்லாம குழப்பத்தில் எங்க போய் இருக்க முடியும்? ஒரு வேளை...’

‘ஒரு வேளை.’

‘சேச்சே... அப்படி நினைச்சுப் பார்க்கவே கூடாது.’

‘என்ன... சொல்லுங்க.’

‘இதுக்கு முந்தி இப்படிக் காணாம போயிருக்காளா?’

‘இல்லை... இதுதான் முதல் முறை...’

'டிப்ரஷன் வந்தா கதவைச் சாத்திக்கிட்டு தனியா உக்காருவாளா?'

'அதெல்லாம் கிடையாது. கொஞ்சம் முன் கோபம். தூக்கி எறிஞ்சு பேசிருவா. தனக்கு எது நல்லதுங்கறது தெரியாத பொண்ணுங்க அவ. அய்யோ, நான் என்னத்தைச் செய்வேன். இவர்கிட்ட எப்படிச் சொல்றது...'

'பயப்படாதீங்க... ஜயந்த்கிட்ட சொல்லத் தேவை இல்லாமலேயே அவங்களைக் கொண்டுவந்துருவம்.'

ஆனால், குமாருக்கும் என்ன செய்வது என்று தெரியவில்லை.

அகஸ்டஸ்கூடச் சற்று அயர்ந்துவிட்டான்.

இறுதியில் தெரிந்தவர்கள் மூலம் போலீசை அணுகுவது என்று தீர்மானித்தார்கள். சதானந்திடம் சென்றான் குமார். 'என்னப்பா... அந்தப் பொண்ணு ஜயந்துக்கு ரொம்ப பிராப்ளம் கொடுக்குது...'

'என்ன பண்றதுங்க...'

'உனக்குத்தான் கல்யாணம் கட்டிக்கொடுக்கறதா அவங்க சம்சாரம் சொன்னாங்க.'

'ஆமாம், பொண்ணு இருந்தாத்தானே கல்யாணம் கட்டிக்க முடியும்...' என்றான் விரக்தியுடன்.

'கவலைப்படாதே. இன்டெலிஜன்ஸ்ல ஒரு டி.ஐ.ஜி. உறவு. அவர்கிட்டச் சொல்லிடறேன். எதுக்கும் ஒரு எஃப்.ஐ.ஆர் அல்லது மிஸ்ஸிங் ரிப்போர்ட் பதிவு பண்ணிடு.'

மயிலாப்பூர் காவல் நிலையத்துக்குச் சென்றார்கள்.

'ஏம்பா, இது சி.ஐ.டி. காலனி... நம்ம ஏரியாவிலேயா வருது? தேனாம்பேட்டைல வரும்போல இருக்கே' என்றார் கான்ஸ்டபிள்.

'தேவைப்பட்டா மாத்திக்கலாம். முதல்ல பதிஞ்சிருங்க. ஐ.ஜி. ஆபீஸிலிருந்து போன் வந்தது' என்ற இன்ஸ்பெக்டர் விவரமாக விசாரித்தார். 'இந்த மாதிரி இதுக்கு முந்தி காணாமப் போயிருக்காங்களா?'

'இல்லை.'

‘லவ் மேட்டர் எதாவது?’

குமார் தயங்க...

‘இருந்தாச் சொல்லிருங்க. லவ் பார்ட்டியெல்லாம் பெங்களூர் தான் போகும். எங்களுக்கு எல்லா விவரமும் தேவை. அண்ணே, ராயபுரத்தில் ஒரு அநாதைப் பிரேதம் கெடந்ததுன்னு போட்டோ வந்துச்சே... அதைக் கொண்டா...’

குமாருக்குத் திக்கென்றது. ‘என்னங்க நீங்க...’

‘உங்களுக்குத் தெரியாதுங்க. பொம்பளைப் புள்ளைங்க இந்த காலத்தில பைத்தியம் புடிச்சு அலையுதுங்க. சினிமாவும் பத்திரி கையும் காரணம். எதுக்கும் பாத்துரலாமே. தோ... இவங்களா பாருங்க...’

அந்த போட்டோவில் கடற்கரையில முழங்கால் மடங்கி திரி திரியாகக் கூந்தலுடன் ஒரு பெண் கிடந்தாள்.

‘இது இல்லைங்க. அவங்க புடைவை கட்ட மாட்டாங்க.’

‘போறப்ப என்ன சட்டை போட்டிருந்தாங்க... உயரம் என்ன இதெல்லாம் விவரம் போட்டு, சமீபத்தில் எடுத்த போட்டோ, மற்ற அடையாளங்கள் ஏதும் இருந்தாக் கொடுத்துட்டுப் போங்க. அது சாயங்காலம் வீட்டுக்கு வந்ததா... புடைவை, டிரஸ், நகைங்க எதும் மிஸ் ஆயிருக்கான்னு பாருங்க.’

‘இதெல்லாம் அதுக்குத் தெரியாதுங்க.’

‘நீங்க எதுக்கும் ஒருமுறை பாத்துருங்களேன். எல்லா நண்பர்கள் வீட்லயும் கேட்டுருங்க. நானும் ரேடியோவில் மேஸெஜ் கொடுக்கறேன். எல்லாத்துக்கும் போட்டோ வேணும்.’

குமார் மறுபடி நிதியின் வீட்டுக்குச் சென்றபோது அவள் திரும்பி விட்டாள் என்று செய்தி சொல்வாள் என்று எதிர்பார்த்தான். ராமலக்ஷ்மியின் முகத்தில் இருந்தே இல்லை என்பது தெரிந்தது.

‘என்னப்பா சொன்னாங்க போலீஸ்ல?’

‘தேடிப் பார்க்கறாங்களாம். இன்ஸ்பெக்டர் வரார். அதுக்கு முந்தி அவளுடைய நகை ஏதும் மிஸ்ஸிங்கா... பார்க்கச் சொன்னாங்க. நிதிகிட்ட விலை மதிப்புள்ள நகை ஏதும் இருந்ததா?’

'இல்லையே... சன்னமா ஒரே ஒரு செயின் மட்டும் போட்டிருந்தா.'

'அவ ரூம்ல எதாவது நகை இருந்தா...'

'பாட்டி நகைகள் எல்லாம் பாங்க் லாக்கர்ல இருக்கு.'

'அம்மா, நிதி அக்கா ஒரு கல்யாணத்துக்குப் போய் திரும்பி வந்தப்புறம் திரும்பி பாங்க்ல போட்டமோ?' என்றாள் சரண்யா.

'ஆமாம்டி... போடலைன்னு நினைக்கிறேன்.'

'அது எங்க இருக்கு இப்ப?'

'அவ ரூம்ல அலமாரில வெச்சதா ஞாபகம்.'

'பாத்துரலாமே.'

அவள் அறைக்குச் சென்று பார்த்ததில் படுக்கையில் அவள் துணிகள் அனைத்தும் கலைத்துப்போடப்பட்டிருந்தன. இரும்பு அலமாரி திறந்திருந்தது. அதன் உள் லாக்கரில் நகைகள் இல்லை. ராமலக்ஷ்மி படுக்கையில் உட்கார்ந்துகொண்டு அழுதாள்.

'பாட்டி நகையெல்லாம் காணம் குமார். பிளான் பண்ணிட்டுத்தான் போயிருக்கா.'

16
மூன்றாவது மனமாற்றம்

'பாட்டியின் நகைகளைக் காணமா? சரியாப் பாருங்க' என்றான் குமார்.

மீண்டும் தேடிப் பார்த்ததிலும் நகைகள் இல்லை. குமாருக்குப் பெண்களைப் பற்றிய நடைமுறை ஞானம் குறைவு என்பது வெளிப்படையாகத் தெரிந்தது. நிதியுடன் பார்த்துப் பேசிய அளவில் அவள் நகைகளை வாரிக்கொண்டு வீட்டை விட்டுப் போகும் வகையில்லை என்றுதான் எண்ணினான். இப்போது அவள் காணாமல் போனதும் முதன் முறையாக அவனுக்கு இந்தப் பெண்ணைக் கல்யாணம் செய்துகொண்டால் பிரச்னைகள் வரலாம் என்ற தயக்கம் ஏற்பட்டது. 'கவலைப்படாதீங்கம்மா' என்று அடிக்கடி ராமலக்ஷ்மியிடம் சொன்னாலும் தானே கவலைப்பட்டான். நிதியை இந்த மாநகரத்தில் எப்படித் தேடுவது?

'பாருப்பா... அவர்கிட்ட விஷயத்தை மறைக்கக் கூடாது. சொல்லிவிட வேண்டாமா?' என்று கேட்டாள் ராமலக்ஷ்மி.

'அதான் யோசிக்கிறேன், எப்ப சொல்லலாம்னுட்டு.'

'தாமதித்துச் சொன்னாலும் கோவிப்பார்... சொல்லா விட்டாலும் கோவிப்பார்.'

'இன்னும் ரெண்டு நாள் பார்க்கலாமா?'

'அதுக்குள்ள வீட்டுக்கு வந்துருவாரே. அவருக்கு அங்கே நீலாங் கரையில் இருப்புக் கொள்ளாதே... ஒரு நாள் பார்க்கலாம்... அப்புறம் சொல்லிவிடலாம்.'

குமார், 'சரி ஆன்ட்டி... நாளைக்கு காலைல பத்து மணிக்கு நானே போய் அவர்கிட்ட சொல்றேன்...'

'இல்லைப்பா... ரெண்டு பேரும் போகலாம். எகிறிக் குதிப்பார்.'

அகஸ்டஸ்ஸின் உதவியுடன் நிதி வழக்கமாகச் செல்லக்கூடிய அத்தனை இடங்களுக்கும் சென்று பதற்றம் காட்டாமல் விசாரித்தார்கள். கம்ப்யூட்டர் கிளாஸ், சிநேகிதிகள் வீடு, சாயி பாபா கோவில், ஜிம், கபாலீஸ்வரர் கோவில், பௌலிங் கிளப்... ஒரே ஒரு இடத்துக்கு மட்டும் தேடிச் செல்ல யாருக்கும் தோன்ற வில்லை... அது அதே இரண்டாவது மாடியில் இருந்த ஃப்ளாட். நிதி தன் குழப்பத்தில் காலையில் அங்கேதான் சென்றிருந்தாள். ஏதோ ஒரு நினைப்பில் பாட்டியிடம் தன் சங்கட நிலைக்கு விடை கிடைக்கும் என்று அன்று காலை பாட்டியிடம் சென்றாள். முதலில் நகைகளை எடுத்துக்கொண்டுபோய் டம்போவிடம் கொடுத்து விற்கச் சொல்லிவிடலாம் என்று எண்ணினாள். அது ஏதோ தப்பு... சரி வராது என்று தெரிந்து, பாட்டியிடம் காட்டி 'இது எனக்குத்தானா?' என்று கேட்டு விடலாம் என்று சிறு பிள்ளைத்தனமாக எண்ணி அங்கே சென்றாள்.

பாட்டி வழக்கம்போல் மஞ்சு படர்ந்த மூளையில் ஏதும் கோவையான எண்ணமில்லாமல் கடந்த கால, நிகழ் கால நினைவுகள் குழம்பி, ஒரே திசையில் பார்த்துக்கொண்டிருந்தாள். வாழைத் தண்டு போன்றிருந்த கைகளில் பச்சை நரம்பு தெரிய, தாதி நரை மயிரைப் பின்னலிட்டு, முகத்தில், முதுகில் எல்லாம் பவுடரை அப்பி உட்கார வைத்திருந்தாள்.

'பாட்டி, இதுக்குப் பேரு என்ன பாட்டி... வங்கியா? இது காசு மாலை... மாங்கா மாலை' என்றாள் நிதி.

பாட்டி அவற்றை அந்நிய வஸ்துக்கள் போலப் பார்த்தாள்.

'இதெல்லாம் எனக்கு நீ கொடுத்திருக்கியா? அம்மா சொன்னா பாட்டி... எடுத்துக்கட்டுமா?'

மீண்டும் அதே பார்வை.

‘இதை வித்தா எவ்வளவு வரும்னு எனக்கு ஐடியாவே இல்லை பாட்டி’ என்று ஒரு சுட்டியைப் பாட்டியின் நெற்றியில் வைத்து அழகு பார்த்தாள்.

‘டம்போவும் நானும் தனியே குடித்தனம் நடத்தலாம்னா அவன் மாட்டேங்கறான் பாட்டி. ஹி இஸ் நாட் சீரியஸ். அப்பா சொல்படி கல்யாணம் கட்டிக்கணுமா... என் மனசு கேக்கறபடி கல்யாணம் செய்துகொள்ளணுமா? சொல்லு பாட்டி... ரெண்டு விரலுக்குள்ள ஒண்ணைத் தொடு.’

பாட்டி இரண்டு விரல்களையும் தொட்டு, ‘வியாழக்கிழமை அமாவாசை’ என்றாள். அது அவளுடைய எந்த வயசில் வந்த வியாழக்கிழமையோ?

பாட்டிக்குச் சாப்பாடு கொண்டுவைத்துத் துடைத்துவிட ஆயா வந்தாள். ‘நிதி அம்மா... நீங்களும் சாப்பிடறீங்களா? நிறைய இருக்குது.’

‘நான் ஊட்டி விடறேன் பாட்டிக்கு. நான் பாத்துக்கறேன் பாட்டியை.’

‘அப்ப நான் போகட்டுங்களா... குழந்தைக்கு உடம்பு சரியில்லை.’

‘போ... நான் பார்த்துக்கறேன்.’

‘நாளைக்கு காலைலதான் வருவேன்.’

‘எப்ப வேணா வா... நான் இங்க இருக்கறதை யார்கிட்டயும் சொல்லாதே.’

‘ஏன்மா?’

நிதி கண்களில் நீருடன், ‘நானும் பாட்டியும் ஒண்ணு. யாருக்கும் எங்களைப் பத்திக் கவலையில்லை’ என்றாள்.

‘அப்படிச் சொல்லாதீங்கம்மா. நீங்கதான் இந்தக் குடும்பத்துக்கு ராஜகுமாரி.’

‘இல்லை கற்பகம்... ஆஸ்தான அடிமைப் பெண்.’

‘பாத்ரூமுக்கு நடந்து போய்ருவாங்க. ஆனா, போகணும்னு சொல்லத் தெரியாது. கூட்டிப் போய் உட்கார வெச்சாப் போவாங்க.’

'நான் பார்த்துக்கறேன்... போடி.'

நாள் முழுவதும் பாட்டியுடன் உட்கார்ந்திருந்தாள். அங்கிருந்த டிவியில் டிஸ்கவரி சானல் பார்த்தாள். காட்டு மிருகங்களின் இரக்கமற்ற உலகத்தில் சிறுத்தைப் புலி மானைத் துரத்திப் பிடித்து வீழ்த்தி கழுத்தில் கவ்வி முதல் கடி கடிக்க அப்புறம் லிப்ஸ்டிக் போட்டாறபோல ரத்தம் தெரிய தலை நிமிர்வதைக் கண்டு முகத்தைப் பொத்திக்கொண்டாள்.

நகைகளை ஒழுங்காக எடுத்து அலமாரியில் வைத்துப் பூட்டினாள். கற்பகம் சமைத்து வைத்திருந்த உணவை உண்டுவிட்டு பாட்டியைத் தன்மேல் சாய்த்துக்கொண்டு உட்கார்ந்திருந்தாள். இருவரும் ஒரு தலைமுறை தடுக்கிய மௌனத்தில் ஏதோ ஒருவிதத்தில் அவளுக்கு நிம்மதி கிடைத்தது போல உணர்ந்தாள். தன் இருப்புக்கு ஓர் அர்த்தம் கிடைத்தது போலவும் உணர்ந்தாள்.

பாட்டி இப்போது அவளைப் பார்த்த பார்வையில் ஒரு அடையாளம் இருந்ததுபோலப் பட்டது.

'பாட்டி, நான் யாரு சொல்லு... நான் யாரு பாட்டி... சொல்லு. சொல்லு...'

நாள் முழுவதும் அவளிடம் இந்தக் கேள்வியைத் திரும்பத் திரும்பக் கேட்க, இறுதியில் பாட்டி மெல்ல 'நிதிக் கண்ணு' என்றாள்.

'யே' என்று இரு கைகளையும் உயர்த்திக் கோஷமிட்டு பாட்டியை முத்தமிட்டு ஏதோ பெரிய மிகப் பெரிய சாதனையில் வெற்றி பெற்ற விஞ்ஞானிபோல உணர்ந்தாள்.

மறு நாள் கற்பகம் வந்தபோது 'என்னம்மா... பாட்டி நல்லாத் தூங்கிச்சா? நீ வீட்டுக்குப் போகலியா?'

'அங்க யாரும் இல்லை. எல்லோரும் நீலாங்கரை போயிருக்காப்பல' என்றாள். 'ஒரு முறை போனபோது பூட்டியிருந்தது.'

'அப்படியா... நீங்க போங்கம்மா, நான் பார்த்துக்கறேன்.'

'நானும் இருக்கேன் கற்பகம். பாட்டி என் பேர் சொன்னா தெரியுமோ?'

'அப்படியா... அதிசயம்தாங்க. எப்பவாவது வியாளக்கிளமைம் பாங்க, அமாவாசைம்பாங்க.'

'இப்ப பாரு. பாட்டி நான் யாரு?'

'நிதிக் கண்ணு.'

'அட... கொஞ்சம் கொஞ்சமா ஞாபகத்தை வரவழைச்சுருவீங்க போல. கை கொடுங்க! சூப்பர்ம்மா.'

'கற்பகம், நான் எப்பவும் பாட்டிகூடவே இருக்கேனே... ஏன் கல்யாணம் பண்ணிக்கணும். உனக்குக் கல்யாணம் ஆயிருச்சில்லை?'

'ஆயிருச்சும்மா... குளந்தை இருக்குதும்மா.'

'அப்பா அம்மா சொல்லித்தான் பண்ணிக்கிட்டியா?'

'இல்லைம்மா... லவ் பண்ணி...' என்றாள் வெட்கத்துடன்.

'இஸிட்... கிரேட்! உனக்கு இருக்கற உரிமைகூட எனக்கு இல்லை பார்த்தியா...'

'கிரேட்டுமில்லை. பூட்டும் இல்லைம்மா... சொந்த ஜனங்களை எதுத்துக் கல்யாணம் பண்ணிக்கிட்டு நான் எந்த சொகமும் படலைம்மா. பிரசவத்துக்குப் பொறந்த வீட்டுக்குப் போவ முடியலை. ஒரு நாள் கிளமைக்கு யாரும் வந்து பார்க்கலை. அப்படியே ஒதுக்கி வெச்சட்டாங்க. அவங்க வீட்ல முஸ்லிம்ங்க. அவங்க பக்கத்திலயும் பிரச்னை. ஆசையெல்லாம் ஆறு மாசத்துல தீந்து போனப்புறம், புள்ளை உண்டானப்புறம் நிசமாலும் பெரிய பெரிய தொந்தரவும்மா மேலும்.'

'உன் புருஷன் என்ன வேலைல இருக்கார்?'

'ஆர்க்கெஸ்ட்ராவில இருக்காரு. சில நாள் வேலை இருக்கும்... சில நாள் இருக்காது. உங்க வீட்டுல கொடுக்கற சம்பளம் பத்தாது.'

'ஒரு நகை கொடுக்கறேன் வித்துக்கறியா?'

'சேச்சே... அதெல்லாம் தப்பும்மா. அப்பா அம்மாவை எதுத்துக்கிட்டு கல்யாணம் கட்டாதீங்கம்மா. பணக்காரங்களா

இருந்தாலும் ஏழையா இருந்தாலும் ரெண்டுலயும் அங்கேயும் இங்கேயும் மதிப்பில்லாம போயிரும். என் குழந்தைக்குத் தாத்தா பாட்டின்னா என்னன்னே தெரியாது.'

நீலாங்கரை பங்களாவுக்குக் குமாருடன் சென்றபோது ராமலக்ஷ்மிக்கு விஷயத்தை எப்படி எடுப்பது என்று பதற்றமாக இருந்தது. குமாரைப் பார்த்ததும் ஜயந்த் மகிழ்ச்சியுடன் 'வா மாப்பிள்ளை' என்றார்.

'சார் வந்து...' என மழுப்பினான் குமார்.

'எனக்கு முழுக்க சரியாப் போச்சு. ஜனவரியில் முதல் முகூர்த்தத்தில் கல்யாணத்தை வெச்சுரலாம். கார்டெல்லாம் அடிச்சாச்சில்லை...'

'பாருங்க... நீங்க பதற்றப்படாம இருந்தா ஒரு விஷயம் உங்க கிட்ட சொல்லணும்' என்றாள் ராமலக்ஷ்மி.

'அது வந்து சார், உங்க டாட்டர் நிவேதாவை...' என குமார் ஆரம்பித்து நிறுத்த... ராமலக்ஷ்மி 'ரெண்டு நாளாக் காணலை...' என்றாள்.

'காணலையா... என்னம்மா சொல்றே? தேடிப் பார்த்தீங்களா?'

ராமலக்ஷ்மி எதிர்பார்த்த அளவுக்கு அவர் எகிறிக் குதிக்கவில்லை. சாந்தமாகவே இருந்தார்.

'எல்லா இடத்திலயும் தேடிப் பார்த்துட்டம். சதானந்தின் உதவி யோட ஒரு போலீஸ் நிலையத்தில் இன்ஃபார்மலா ரிப்போர்ட் கொடுத்திருக்கோம். இங்க வரதாத்தான் சொன்னாளாம்... வரலை.'

'எல்லா இடத்திலயும் தேடிப் பார்த்தீங்களா?'

'பாத்துட்டம் சார்.'

'லக்ஷ்மி, என்ன சொல்றே?'

'எனக்கு என்ன சொல்றதுன்னே தெரியலைங்க. இந்த விஷயத்தை உங்ககிட்டேருந்து மறைச்சு வைக்க இஷ்டமில்லைங்க.'

'அப்படியா... முட்டாள், எல்லா இடத்திலேயும் தேடினே... ஒரு இடத்தில் தேடாம விட்டிருக்கே.'

'எங்கங்க?'

'ரெண்டாவது மாடி ஃப்ளாட்ல. அம்மாவை அங்க வெச்சிருக்கோம்... ஞாபகம் இருக்கா?'

'அங்க போவாளா என்ன?'

'அங்கதான் போயிருந்தேன்' என்றபடியே நிதி அடுத்த அறையிலிருந்து வந்தாள்.

'உங்க யாருக்காவது பாட்டி மேல கரிசனம் இருந்தாத்தானே... அவ இருக்காளா செத்தாளான்னு மாதம் ஒரு தடவையாவது போய்ப் பார்க்கிறதில்லை. உங்களை எல்லாம் அல்-உம்மா கிட்டே ஒப்படைக்கணும்' என்றாள்.

'ஏண்டி பெண்ணே... பாட்டியைப் பார்க்கப் போறேன்னு ஒரு வார்த்தை சொல்லிட்டுப் போக மாட்டியோ. உன்னை ஊரெல்லாம் தேடறோமே...' என்றாள் ராமலக்ஷ்மி.

'அங்க மட்டும் தேட மாட்டிங்கன்னு எனக்கு நல்லாவே தெரியும்.'

'ஐம் ரியலி ஸாரி நிதி... என் கண்ணைத் திறந்துட்ட. இனி தினம் ஒரு தடவையாவது அம்மாவைப் போய்ப் பார்க்கறதா சத்தியம் பண்ணிக் கொடுக்கறேன். கையைக் கொண்டா...' என்றார் ஜயந்த்.

'பாட்டிகிட்ட பரிவா இருந்தா கொஞ்சம் கொஞ்சமா ஞாபகம் வரதுப்பா. என்னை 'நிதிக் கண்ணு'ன்னு பேர் சொல்லிக் கூப்பிட வெச்சுட்டேன்.'

'ஐ டோண்ட் ஸீ தி கனெக்ஷன்... உங்களுக்கு ஒரு பாட்டி இருக்காங்களா?' என்றான் குமார்.

'ஆமாம் குமார்... அவங்களைத் தனியா ஒரு ஃப்ளாட்ல வெச்சுட்டு ஆயாவை போட்டுட்டு வருஷம் ஒரு தடவை போய் பார்க்கறாங்க இவங்க ரெண்டு பேரும்.'

'ஐம் அஷேம்டு' என்றார் ஜயந்த். 'இனி அப்படி நடக்காதும்மா. என் கண்ணைத் திறந்துட்டே. இந்த ஹார்ட் அட்டாக்கும் பல விதத்தில் என் கண்ணைத் திறந்துவிட்டது. உன் இஷ்டப்படியே

யாரை வேணாக் கல்யாணம் பண்ணிக்க. என் விருப்பங்களை உன் மேல திணிக்கிறது தப்புன்னு போன வாரம் முழுக்க யோசித்ததில் ஞானோதயம் வந்துருச்சு. நீ அந்தப் பையனைக் கல்யாணம் பண்ணிக்கலாம்.'

'உன் மாதிரி எனக்கும் ஞானோதயம் வந்துருச்சுப்பா.'

'என்ன?'

'நான் செய்த பிடிவாதமெல்லாம் அபத்தமானது. நான் குமாரைக் கல்யாணம் பண்ணிக்கறேன்.'

17

குமார் வெட்ஸ் நிவேதா

ராஜேஸ்வரியில் மஞ்சள் பூக்களால் போர்டு வரவேற்றது. கார் பார்க்கிங் வழிந்தது. பக்கத்துச் சந்துகள் நிரம்ப ராயப்பேட்டை சிக்னல்வரை வாகனங்கள் நிறுத்தப்பட்டிருந்தன. சரண்யா வயசுக்கு மீறின ப்ரா, குஜராத்தி டிரஸ், லிப்ஸ்டிக், ரூஜ் எல்லாம் அணிந்து தன் தோழிகளுடன் நுழை வாயிலில் பன்னீர் தெளித்து, ரோஜா கொடுத்தாள். தருண் கல்யாணத்துக்கு வந்திருந்த பெண்களிடம் தன் பிரதாபங்களை அளந்து பேசிச் சிரிக்க வைத்துக் கொண்டிருந்தான். மேடையில் அற்புதமான கச்சேரியை ஒரு குட்டிப் பாப்பாவும் அடுத்த பந்திக்குக் காத்திருப்பவர்களும் கேட்டுக்கொண் டிருந்தனர். நொந்துபோன வித்வான் தனி ஆவர்த் தனக்காரர்களிடம் கச்சேரியை ஒப்படைத்துவிட்டு கைக்கடிகாரத்தைப் பார்த்துக் கொண்டிருந்தார். ஜயந்த், மாப்பிள்ளையைவிட உன்னதமான சூட் அணிந்து மணமக்கள் அருகே நின்று வரவேற்றார். அவர் முகத்தில் இதயக் கவலை, கல்யாணக் கவலை எல்லா ரேகைகளும் நீங்கிவிட்டன.

ராமலக்ஷ்மி சகல நகைகளையும் போட்டுக் கொண்டு உடல் பூரா ஜரிகை போட்ட புடைவையுடன் சிரித்துச் சிரித்து வரவேற்றாள். நிவேதா நாலு மணிக்கே எக்மோர் போய்த் தலையலங்காரம் பண்ணிக்கொண்டு ஆயில் மேக்கப் போட்டு வேறு

ஒருத்தி போலத் தோன்றினாள். குமார் தேவைப்பட்ட அளவு சிரித்துப் பேசினான். பாட்டியைக்கூட பட்டுப் புடைவை உடுப்பித்து ஆயாவுடன் சக்கர நாற்காலியில் ஒரு ஓரத்தில் உட்கார வைத்திருந்தார்கள். கிட்டப்பா என்கிற சிறப்பான சமையற்காரரின் விருந்தை உண்ண அலை அலையாக வருபவர்களைப் பதம் பிரித்து ஏசி ஹாலுக்குள் அனுமதித்துக் கொண்டிருந்தார்கள். அகஸ்டஸ் அவசர காரியங்களுக்காக ஆபீஸ் கார்களை நாலா திசைகளிலும் அனுப்பிக் கொண்டிருந்தான். சதானந்த் தன் வீட்டுக் கல்யாணம் போலவே அதை எண்ணி, காலையிலிருந்து கலந்துகொண்டார். இரண்டு உறுத்தல்கள் இருந்தன. குமார் பக்கத்து உறவுக்காரர்கள் எட்டுப் பேர் மட்டும் வந்திருந்தனர். அவன் அப்பா, அம்மா, ஓரிரு நண்பர்கள், உறவினர்கள், ஒரு டிரைவர் என்று. அவர்கள் அதிகம் பேசவில்லை.

மற்றொரு உறுத்தல் டாலி வந்திருந்தது. ஜயந்த் புளகாங்கிதம் அடைந்து, 'டாலி, வாட் எ சர்ப்பரைஸ்! நீ லெஸ்டரில் இருக்கிறாய் என்று எண்ணினேன்' என்றார். டாலி மேல்நாட்டு வாசனையுடன் எல்லோரையும் கன்னத்தில் முத்தமிட்டாள். பெரிய மலர்க் கொத்து கொடுத்தாள். 'நீயே மாப்பிள்ளை மாதிரி தான் இருக்கே ஜே. என்னை வுட்டுட்டு நம்ம பெண்ணுக்குக் கல்யாணம் பண்ற பத்தியா... டூ பேட்!' செல்லமாகக் கடிந்து விட்டு-

லக்ஷ்மியைப் பார்த்து 'நல்லா இருக்கிங்களாம்மா... புடைவை ரொம்ப நல்லாருக்கு' என்றாள்.

ஜயந்த், 'டாலி எங்க தங்கிருக்க... வந்து பார்க்கறேன்' என்றார்.

'கல்யாணத்தைக் கவனி ஜே. என்னை அப்புறம் கவனிக்கலாம்.'

இதையெல்லாம் விலாவாரியாக வீடியோ படம் எடுத்துக் கொண்டிருக்க ரிசப்ஷனில் அவர்கள் வாழ்வின் உறவுகளின் பாசாங்கான, மேம்போக்கான பாத்திரங்கள் நடிக்கப்பட்டன. லக்ஷ்மியின் சமாளிப்புப் புன்னகை, டாலியின் தாராளமான புன்னகை, ஜயந்தின் சங்கடப் புன்னகை, குமாரின் சற்றே புரிந்த புன்னகை.

'ஜே, நான் உன்னை அப்றமா பாக்கறேன்' என்று கண் சிமிட்டி விட்டுப் புறப்பட்டாள் டாலி.

'நிதி, இங்கே வரத்துக்கு என்ன தைரியம் பாத்தியா இந்த ஓடுகாலிக்கு?'

'கொஞ்ச நேரம் சும்மாரும்மா.'

'இவர்தான் கூப்பிட்டிருக்கார்... ஹார்ட் வீக்கை வெச்சுக்கிட்டு.'

'அது யாரு?' என்றான் குமார். எல்லாம் அவ்வப்போது போட்டோ ஃப்ளாஷ் நடுவில்.

'அப்பாவோட கேர்ள் ஃப்ரெண்ட்.'

'ரியலி?' என்றான்.

அன்றிரவு ஒரு ஐந்து நட்சத்திர ஓட்டலில் ஹனிமூன் ஸ்வீட்டில் நகைகளைக் கழற்றிப் படுக்கையில் போட்டாள் நிதி. குமார் பதற்றமாக இருந்தான். 'தட் வாஸ் வெரி வெரி டயர்ஸம்' என்றான்.

'எனக்கும்தான்.'

இருவரும் படுக்கையில் விழுந்தார்கள். ஏறக்குறைய வீடு அளவுக்கு முன்னறை, படுக்கை அறை, இரண்டு பாத்ரூம், இரண்டு டிவி, மேஜைமேல் புதிய பூக்கள், பழங்கள், பத்திரிகைகள்... அழகான வெல்வெட் படுக்கை விரிப்பின் தலையணைப் பகுதியில் இரண்டு சாக்லெட் வைத்து 'ஸ்வீட் ட்ரீம்ஸ்' என்று எழுதியிருந்தது. அதைப் பிரித்து வாயில் போட்டுக் கொண்டு 'தூங்கினாத்தானே ட்ரீம்ஸ்' என்றான் குமார்.

'தூங்கப் போறதில்லையா... எனக்குத் தூக்கம் வரதுப்பா' என்றாள். எழுந்து நைட் கவுனைத் தலை வாட்டாக மாட்டிக் கொண்டு தலை அலங்காரத்தைப் பிரித்து நாற்பத்தாறு ஹேர் பின்களை மேஜைமேல் வைத்துவிட்டு அவனருகில் உட்கார்ந்தாள்.

'பேசப் போறோமா... இல்லை. ஆர் வி கோயிங் டு ஹேவ் செக்ஸ் டுநைட்?'

அவன் முகம் சற்று மாறியது. 'ரெண்டும்தான்... உனக்கு எதும் அப்ஜெக்ஷன் இல்லாத பட்சத்தில். உன் அனுமதி இல்லாம உன்னைப் பலாத்காரம் பண்ண மாட்டேன்.'

'ஏன் பலாத்காரம்ங்கற? கல்யாணம்தான் இதுக்கு அனுமதி கொடுத்திருச்சே?'

'நான் உன்னை ஒண்ணு கேக்கலாமா?'

'நிறையவே கேக்கலாம். ராத்திரி பூரா!'

'முதல் நாளே இந்த டாபிக்கை எடுக்கறானேனு நினைச்சுக்காதே. ரெண்டு பேரும் சேர்ந்து வாழறதை புதுசா ஆரம்பிக்கிறதாலே ஒளிவு மறைவு இல்லாம பேசிரலாம்' என்றான் குமார்.

'பேசலாம்.'

'நீ வந்து... சரத் கூட...'

'சரத்? ஓ... டம்போவா? என்ன கேக்கற? டம்போவும் நானும் செக்ஸ் வெச்சுக்கிட்டிருக்கோமா... அதானே.'

'அதான்...' என்றான் தயங்கி.

'இல்லை. டம்போ அப்படிப்பட்ட ஆசாமி இல்லை. மேலும் எனக்கு பயம்.'

'தொட்டதுகூட இல்லையா?'

'எங்க?'

'எங்கயாவது.'

'கிஸ் பண்ணிருக்கம்... நீ எதும் பொண்ணை பெங்களூர்ல கிஸ் பண்ணதில்லையா?'

'இல்லையே... எனக்கு முத்தம் கொடுக்கப் பிடிக்காது.'

'ஆர் யு எ வர்ஜின்?'

'ஆமாம்.'

'ஏன் சந்தர்ப்பம் கிடைக்கலியா... இல்லை, பொய் சொல்றியா?' என்று கேட்டாள் நிதி.

'இல்லை... எனக்கென்னவோ இதெல்லாம் கல்யாணம் ஆனப் புறம்தான் வெச்சுக்கலாம்னு தோணிச்சு.'

'ஸ்வீட் அண்ட் ஸ்டுபிட். இதெல்லாம் இப்பப் பழைய எண்ணங் கள்... என்னைப் பொருத்தவரையில் டூ வீலர்ல அவன் கூடப் போறப்பப் பட்டதுண்டு... தொட்டதுண்டு... எனக்கு ஒட்டக்

கத்துக் கொடுத்ததே அவன்தான். பீச்சில் ஒரு முறை பிளவுஸை அவுக்கப் பார்த்தான். விட்டேன் ஒண்ணு... அப்பப்ப தொட்டுக் கிட்டது உண்டு. கடைசிவரைக்கும் போனதே இல்லை. எல்லை மீறல... வரம்பு மீறல.'

'எல்லாம் இப்ப நின்னுபோய்டணும் நிவேதா. 'தி எண்ட்' புரியுதா?'

'நிவேதான்னு கூப்புடாதே... நிதி போதும். வி ஆர் மேரிட் டாமிட்.'

'ஐ லைக் த நேம் நிவேதா. நிதின்னா எனக்கு என்னவோ பெனிஃபிட் ஃபண்டு ஞாபகம் வரது. பெனிஃபிட் ஃபண்டுங்க எல்லோரும் ஏமாற்றுக்காரங்க.'

'பெனிஃபிட் பண்டு பத்தி பேசவா எட்டாயிரம் ரூபா கொடுத்து ஹனிமூன்?'

'நிவேதா... ஸாரி, நிதி. இந்த ராத்திரியில நமக்கு உடல் உறவு முக்கியமில்லை. மன உறவுதான்... பரஸ்பரம் புரிந்து கொள்றதை இந்த நிமிஷத்தில இருந்தே ஆரம்பிக்கணும். எனக்கு எது பிடிக்கும்... எது பிடிக்காதுன்னு இப்பவே சொல்லிடறேன்.'

'இப்படித்தான் தினம் லெக்சர் கொடுப்பியா பார்ட்னர்?'

'தினம் இல்லை... முதல்ல சில தினங்கள்.'

'சரி சொல்லு... போலோ, பரயு, ஹேளி, செப்பு.'

'யு ஆர் நாட் சீரியஸ் நிதி.'

'சரி சீரியஸ்' என்று முகத்தை வைத்துக்கொண்டாள்.

'அதிகாலையில் எழுந்திருக்கப் பிடிக்கும் எனக்கு.'

'போச்சுரா... நான் எட்டரை மணி கேஸ்.'

'நான் உன்னைக் கட்டாயப்படுத்த விரும்பலை. எதெல்லாம் என் மனசுக்குச் சந்தோஷம் தரும்ங்கறதைச் சொல்லிடறேன். ஒரு மணி நேரமாவது தினம் படிக்கணும். காப்பி பிடிக்காது. டீதான்.'

'மை காட்! டீயா?'

‘அப்புறம் எனக்கு பாத்ரூம் ஸ்பிக் அண்ட் ஸ்பானா இருக்கணும்.’

‘இல்லைன்னா வராதா?’

‘அப்படியில்லை. பாத்ரூம்ல கொஞ்ச நேரம் செலவழிப்பேன்... படிப்பேன். க்ராஸ்வேர்டு போடுவேன். அன்னிக்குச் செய்ய வேண்டிய காரியங்களை மனசுல ஓட்டிப் பார்த்துப்பேன்.’

‘பாத்ரூம்லயா? எனக்குச் சரியா ரெண்டு நிமிஷம்.’

‘உனக்கு எதெல்லாம் பிடிக்கும் சொல்லு?’

‘இப்ப நீ சொன்ன ஸாரி... நீங்கன்னு கூப்பிடணுமா?’

‘இல்லை. நீன்னே சொல்லலாம். மற்ற பேருக்கு முன்னால ‘நீங்க’ வெச்சுக்கலாம்.’

‘அதே மாதிரியும் மற்றபேருக்கு முன்னால என்னை ‘நீங்க’ன்னு கூப்டுவியா? நாம் பாசாங்கு இல்லாம இருந்தாச் சரி. நான் மனசுல பட்டதைப் பட்டுனு சொல்லிருவேன்.’

‘தெரியறது பாரு... நான் என் விருப்பங்களை உன்கிட்ட சொல்றேனே தவிர, உனக்காக எதை வேணா மாத்திக்கத் தயாரா இருக்கேன். ஆனால், ஒண்ணு மட்டும் நீ மாத்திக்கணும்.’

‘என்ன?’ என்றாள் புரியாமல்.

‘அந்தப் பையனை இனிமே சந்திக்கக் கூடாது. பேசக் கூடாது. சிம்பிள் ரிக்வெஸ்ட்... அநாவசியமாச் சந்தேகங்கள் வரும்... பாஸ்ட் இஸ் பாஸ்ட். நீ இனிமே என் மனைவி.’

‘அதானே!’

‘ஆனா இது ஒண்ணு மட்டும் நீ வாக்குக் கொடுக்கணும் நிதி... மற்றது எதுவும் காம்ப்ரமைஸ் பண்ணிக்கத் தயாரா இருக்கேன். இது மட்டும் வேணாம். இதுவரை நீ வாழ்ந்த வாழ்வு எனக்குப் பொருட்டு இல்லை. நீ இன்று எனக்குப் புதுசா பிறந்திருக்கே. எனக்கும் புதுசா பிறந்தாப்பலதான் இருக்கு. நாம ரெண்டு பேரும் சந்தோஷமா வாழலாம். ஒருத்தருக்கொருத்தர் ஒளிவு மறைவு இல்லாம இருக்கணும். நம்பிக்கையோட இருக்கணும் என்ன?’

நிதி கொட்டாவி விட்டாள். ‘ஸாரி... ஐ’ம் ரியலி ரியலி டயர்டு.’

'பரவால்லை. மற்றொரு முறை இதைக் கொஞ்சம் விவரமாப் பேசலாம்.'

'அதுக்காக இது வேண்டாம்னு இல்லை.'

அவனருகில் வந்து உட்கார்ந்து முகத்தை நிமிர்த்தி, 'பார்க்க நல்லாவே இருக்க குமார். ஸ்மோக் பண்ணுவியா?' என்றாள்.

'இல்லை' என்றான். சற்றுத் தயங்கி, 'எப்பவாவது...' என்றான்.

'நான் ஸ்மோக் பண்ணிருக்கேன்.'

'எனக்கு இதெல்லாம் நிஜமான்னு நம்பவே முடியலை.'

'எதெல்லாம்?'

'வந்து நீ என் மனைவிங்கறதும் என் பக்கத்துல இப்ப நீ இருக்கறதும்.'

'தொட்டுப் பார்த்துக்கயேன்' என்று அவன் கையை எடுத்து தன் மேல் வைத்துக்கொண்டாள். அவனைப் படுக்கையில் தன்னுடன் வீழ்த்தி தன் மேல் படர வைத்துக் காத்துக்கொண்டிருந்தாள். அவன் பெப்பர்மிண்ட் சுவாசம் அவள் முகத்தில் குறுகுறுத்தது.

'லைட்டை அணைச்சுரலாமே?' என்றாள்.

'இருக்கட்டும். நான் என் பெண்டாட்டியை முழுக்கப் பார்க் கணும்.'

'ப்ளீஸ்... மூச்சுத் திணர்றது.'

அப்போது அறையில் உள்ள டெலிபோன் சிணுங்கியது.

'என்னது... இந்த வேளையில். அப்பாவுக்கு எதாவதா?' என்று நிதி போனை எடுத்தாள். ஆபரேட்டரின் குரல்.

'போன் கால் ஃபார் நிவேதா குமார்... மிஸ்டர் சரத்ங்கறவர் பேசறாரு... அவசரம்ங்கறாரு. கனெக்ட் பண்ணலாமா?'

18

டம்போ, என்னை விட்டுரு!

'டெலிபோன்ல யாரு?' என்றான் குமார். பதிலை ஒருவாறு எதிர்பார்த்து இருந்தவன்போலத் தோன்றியது.

நிதி, 'அவன்தான்...' என்றாள். 'பேசலாமா, கூடாதா?'

'இப்பத்தானே சொன்னேன் நிதி... என்னைக் கேக்காம உனக்கே தெரியணும்... உனக்குக் கல்யாணம் ஆனப்புறம் பழைய ஆண் பிள்ளை சிநேகிதங்களை முழுக்க மறந்துடணும்னு...'

'ஏன்?' என்றாள்.

'ஏனா? என்ன நீ?'

'தப்பா எதுவும் இல்லைன்னா, அவங்கூட பேசறதில ஏதும் தப்பு இருக்கறாப்பல எனக்குத் தெரியலை...'

டெலிபோனை எடுத்தாள், 'கனெக்ஷன் குடுங்க...' என்றாள். 'அவன்கிட்ட அடிச்சுச் சொல்லிடறேன்...' என்றவள், 'டம்போ... இனிமே என்கூடப் பேசாதே... டம்போ... இதான் கடைசி தடவை... குமாருக்கு அது பிடிக்காதாம்... எனக்கா? எனக்கு ஏதும் தப்பாத் தெரியலை... ஆனா, குமார் எனக்குக் கணவராயிட்டதால சொல்றதைக் கேட்டாகணும் இல்லையா?' என்றாள்.

எதிர்முனையில் சரத்தின் குரலில் உண்மையான வருத்தம் இருந்தது. 'நிதி, நான் கல்யாணத்துக்கு வர முடியலை. மன்னிச்சுக்க...' என்றான்.

'வருவேன்னு நினைச்சேன்...'

'நிதி, நீ சந்தோஷமா இருக்கணும்...'

'சரி, வெச்சுரவா?'

'நிதி... ரெண்டு பேரும் தப்பு பண்ணிட்டமோன்னு தோணுது... நீ கேட்டப்ப, நான் வந்திருக்கணும். எனக்குத் தைரியமில்லை... என்னைப்போல ஒரு கோழை, சுயநலவாதி இருக்க முடியாதுன்னு இப்பத் தெரியுது... கேணத்தனமா, வந்த வாய்ப்பை விட்டுட்டேன்... நிதி, இஸ் இட் டூ லேட் நௌ?'

'எதுக்கு?'

'உனக்கு நிஜமாவே கல்யாணம் ஆயிடுத்தா? தாலி கட்டற சமயத்தில யாராவது பொண்ணு கைக் குழந்தையோட வந்து, 'இதுக்குப் பதில் சொல்லிட்டுத் தாலி கட்டுங்க'னு சொல்லலையா?'

நிதி சிரித்தாள். 'இல்லைடா... சரி வெச்சுடறேன்... குமார் இப்பவே என்னை அம்பால துளைக்கிறாப்பல பார்க்கறது...' என்று போனை வைத்தாள்.

'தட்ஸ் நாட் ஃபன்னி' என்றான் குமார்.

'இனிமே பேச மாட்டான்...'

'பாரு நிதி... எல்லாத்தையும் விளையாட்டுப் போக்கா எடுத்துக்கற பழக்கத்தை முதல்ல விடணும் நீ... இனிமே நீ அவன் கூட போன்லயோ, நேர்லயோ பேசினதாத் தெரிஞ்சா எனக்குக் கெட்ட கோபம் வரும்' என்றான் குமார்.

'கோபத்தில் கெட்ட கோபம், நல்ல கோபம்னு இருக்கா...'

'யு ஆர் நாட் சீரியஸ் நிதி... உங்கூட அட்ஜஸ்ட் பண்றது கொஞ்சம் சிரமம்னு தோணுது...'

'என்ன சொல்ற நீ? டம்போட கூடப் பேசக்கூடாது... பழகக் கூடாது... அவ்வளவுதானே... சரி, அவன் இனிமே போன்

பண்ண மாட்டான். பண்ணாலும், ராங் நம்பர்னு சொல்லி வெச்சுடறேன். ஒண்ணு பண்ணு... நம்ம வீட்ல போனே வேண்டாம். எடுத்துடலாம்.'

'என்ன சொன்னான்?'

'கேணத்தனமா உன்னைக் கல்யாணம் செய்துக்கற வாய்ப்பை விட்டுட்டேன்னு வருத்தப்பட்டுக்கிட்டான்...'

'கேணத்தனமா? எங்கிருந்து இதெல்லாம் கத்துக்கிட்டே? நடுவில சிரிச்சியே... எதுக்கு?'

'அதுவா? இப்பக்கூட லேட்டான்னு கேட்டான்?' என்று சிரித்தாள்.

'எனக்கு நீ இதை லைட்டா எடுத்துக்கறது ஏதும் பிடிக்கலை.'

நிதி அவனைத் தொட்டுத் திருப்பினாள். கண்ணுக்குக் கண் பார்த்தாள். அவன், அவள் பார்வையைத் தவிர்த்தான். நிதியின் மேலாடை சரிந்திருந்ததை அவன் கவனித்ததாகத் தெரியவில்லை.

'குமார், நான் உன்னை, ஸாரி உங்களை ஒண்ணு கேக்கலாமா?'

'ம்...'

'உங்க அப்பா, அம்மா ஏன் உடனே போயிட்டாங்க... ஒரு கிரஹப்பிரவேசம் நடத்தலை... என்கூடச் சரியாவே பேசலை... அவங்களை நான் சரியா கவனிக்கக்கூட இல்லை...'

'உன் கண்ணுதான் ரிசப்‌ஷன் முழுக்க டம்போ வரானான்னு வாசல்லயே பார்த்துக்கிட்டிருந்ததே?'

'அது வடிகட்டின பொய்... குமார், இந்த சப்ஜெக்ட்டை விட்டுட்டு வேற ஏதாவது பேசலாமே... டம்போ மேட்டரை ரொம்பப் பேசறமோன்னு தோணுது...'

அவனை அணைத்துக்கொள்ள முயற்சித்தபோது, கட்டிலி லிருந்து எழுந்து திரையைத் திறந்து வெளியே வேடிக்கை பார்த்தான். நிதியின் களங்கமில்லாத எளிய மனதுக்கு இவனைப் புரிந்துகொள்ள முடியவில்லை. ஆனாலும், அதைப் பற்றி அதிகம் அலட்டிக்கொள்ளவும் இல்லை. அவள் மேஜைமேல் வைத்திருந்த வண்ண வண்ணப் பத்திரிகையை படுக்கைமேல்

உட்கார்ந்துகொண்டு புரட்டினாள். ஹ்ரிதிக் கல்யாணம் பண்ணிக்கப் போறானாம்!'

அவன் சற்று நேரம் வெளியே பார்த்திருந்து விட்டு படுக்கைக்குத் திரும்பினான்.

'ஸாரி... சொதப்பறேன் இல்லை?' என்று அவள் முகத்தை நிமிர்த்தினான். கண்களில் நீர் வழிந்தது. 'புரியலை' என்றாள்.

'சரி. வேற மேட்டர் பேசலாம்... உங்க அப்பாவுக்கு எத்தனை வீடு இருக்கு?'

'தெரியாது...'

'பாட்டி இருக்கிற ஃப்ளாட்டும் உங்களுதுதானே?'

'தெரியாது குமார்... நான் இதையெல்லாம் கேட்டதே இல்லை...'

'கேளு... என்ன?'

குமார் அவள் கைகளில் அடுக்கியிருந்த வளையல்களை எல்லாம் ஒலித்துப் பார்த்தான்.

'எல்லாம் தங்கமா?'

'ஆமாம்... நானும் தங்கம்!'

'அதை நான்னா சொல்லணும். அப்புறம் அன்னிக்குப் பாட்டி நகைங்கள்ளாம் எடுத்துக்கிட்டுப் போனியே, பத்திரமா திருப்பிக் கொடுத்தியா?'

'அலமாரியில வெச்சுப் பூட்டினேன்...'

'அதெல்லாம் உன்னுடையதுதான்னு அம்மா சொன்னாங்க.'

'குமார்... உனக்கு எதுக்கு அந்த நகையெல்லாம்? போட்டுக்கப் போறியா?' என்று இயல்பாகச் சிரித்தாள்.

'எதுக்குச் சிரிக்கறே?'

'உனக்கு லோலாக்கு புல்லாக்கு எல்லாம் போட்டா எப்படி இருக்கும்னு யோசிச்சேன். சிரிப்பு வந்தது. கல்யாணம் ஆனா சிரிக்கிறதுக்கு பர்மிஷன் கேட்கணுமா?'

'நாட் ஃபன்னி எகெய்ன்...'

அப்போது மறுபடி டெலிபோன் சிணுங்கியது.

நிதி அவனை பயத்துடன் பார்த்து, 'நான் எடுக்கலை' என்றாள்.

குமார் கோபத்துடன் ரிசீவரை எடுத்து 'ஹலோ' என்று குரைத்தான். சற்று நேரத்தில் முகம் மாறியது. 'குடுங்க' என்றான்.

'டம்போவா இருந்தால் நல்லா திட்டிரு...'

'டம்போ இல்லை, ஹாய் கல்யாண்! எப்படி இருக்கே? ஏன் கல்யாணத்துக்கு வரலை?'

அதன் பின் நீண்ட நேரம் அந்தப் பக்கம் பேச்சின் இடை வெளிகளில் ம்... ம் என்றுதான் பதில் அளித்துக் கொண்டு இருந்தான். நிதி, அவன் தலையில் தன் விரலால் கலைத்து வகிடை மாற்றி வாரிக்கொண்டிருந்தாள். காதை வைத்து ஒட்டுக் கேட்டவளை ஒதுக்கினான்.

'நீ எப்படி உணர்றேன்னு நல்லாவே தெரியுது கல்யாண்... டேக் இட் ஈஸி... எத்தனையோ ஏமாற்றங்கள்ல இது ஒண்ணு. எனக்கு இல்லையா... கல்யாண், பாரு... நான் இப்ப ஹனிமூன்ல... பெங்களூர் வந்ததும் பேசலாம்... என்ன?' என்று தொடர்பை அறுத்து ஆபரேட்டரைக் கூப்பிட்டு, 'இனிமே என்னை வாஜ்பாய் கூப்பிட்டாலும் கனெக்ட் பண்ணாதீங்க...' என்றான்.

நிதி, 'கல்யாண் யாரு?' என்றாள்.

'ஃப்ரெண்ட்...'

'பொம்பளைக் குரல் மாதிரி இருந்தது...'

'அவன் குரல் ஒரு மாதிரி ஃபெமினைன். லாரிங்ஸ்ல ஏதோ ப்ராப்ளம். அவன் கேர்ள் ஃப்ரெண்ட் அவனை ஏமாத்திட் டாளாம். புலம்பறான். பெங்களூர் ஆபீஸ்ல கலீக்... விட்டுத் தள்ளு... இப்ப அவளைப் பத்தி என்ன பேச்சு?'

'அவளைன்னா?'

'கல்யாணுடைய சிநேகிதி. பேரு தீபிகா நாயர்... பாரு பொண்டாட்டி... எதுக்காக நம்ம ஹனிமூன் நேரத்தை வேஸ்ட் பண்ணணும்? விளக்கை அணைச்சுட்டுப் படுத்துக்கலாம்...'

ஏசி நடுக்கியது. விளக்கணைத்தாலும் உள்ளே வெளிச்சம் பாக்கியிருந்தது. இஷ்டமோ, இஷ்டமில்லையோ மெலிதான பலாத்காரத்துக்குத் தன்னைத் தயார்படுத்திக்கொண்டாள் நிதி. அவளுக்கு பயமாக இருந்தது... என்ன பயம் என்று தெரிய வில்லை... குமார் கேட்ட கேள்விகள் சங்கடப்படுத்தியிருந்தன. வேறு எப்படியோ இருக்கும் இந்த இரவு என்று எதிர்பார்த்தாள். தொட்டபோது அவள் தசைகள் இறுகுவதைக் கவனித்த குமார், சட்டென்று விளக்கைப் போட்டான்.

'மை காட் நிவேதா! எதுக்கு அழறே?'

'அழலை...'

'அழற... டம்போ போன் பண்ணினது உன்னைப் பாதிச்சிருச்சா?'

'இல்லை குமார்...'

'பின்ன அழறதுக்கு ஒரு காரணம் வேணுமே?'

'நீங்க இதுவரை என்னைக் கேட்டது நகை, சொத்து. அதெல்லாம் முதல் இரவின்போது கேக்கற கேள்வியா?'

'ஸாரி... எனக்கு அதிகம் முதல் இரவு பண்ணிப் பழக்கம் இல்லை... என்ன கேட்டிருக்கணும்?' என்றான் எரிச்சலுடன்.

'என்னைப் பத்திக் கொஞ்சலா ஏதாவது கேள்வி...'

'பைத்தியம், உன்னைப் பத்தி நிறைய கேக்கப் போறேன்... சொல்லு, உனக்கு என்னவெல்லாம் பிடிக்கும்... பேல் பூரி, பாவ் பாஜி...'

'இதுக்கு நகையைப் பத்தியே கேக்கலாம்...'

'நிச்சயம் அந்த ராஸ்கல் போன் பண்ணதுதான் உன்னைப் பாதிச்சிருக்கு...'

'இல்லை... இல்லை...'

'பின்ன ஏன் தொட்டதும் உடம்பு நடுங்கறது? அப்படியே பனிக்கட்டி மாதிரி உறையறே?'

'பயம்...'

இரண்டாவது அத்தியாயம்

‘என்ன பயம்?’

‘என்னவோ பயம்...’

‘டாக்டர் யாரையாவது பார்க்கலாமா?’

‘வேண்டாம்... வேண்டாம்...’ என்று மறுபடி அவன் கரத்தைப் பற்றித் தன்மேல் வைத்துக் கொண்டு ‘டூ இட்...’ என்றாள்.

அதிகாலை எழுந்து விட்டாள். குமார் மல்லாந்து படுத்து வாய் திறந்து, ஆண் வர்க்கத்தின் சாதித்துவிட்ட திருப்தியுடன் லேசாகக் குறட்டை விட்டுக்கொண்டிருந்தான். பாத்ரூமுக்குப் போய் முகம் கழுவிக்கொண்டாள். கண்ணாடியில் தன்னை அந்நியளைப் போலப் பார்த்துக்கொண்டாள்.

‘மை காட்... வாட் ஹவ் ஐ டன்’ என்றாள். ரூம் போனில் கூப்பிட்டு, ‘காப்பி வேணும்’ என்றாள்.

‘ஸாரி மேடம்... ரூம் சர்வீஸ் ஆறு மணிக்குத்தான் தொடங்கும். உங்களுக்கு காப்பி வேண்டுமெனில் இருபத்து நாலு மணி நேர காப்பி ஷாப் கீழே இருக்கிறது. லாபியின் அருகே...’

குமார் இன்னும் தூங்கிக்கொண்டிருந்தான். நிதி உடை மாற்றிக் கொண்டு லிஃப்ட்டில் இறங்கினாள். ஒரு வெள்ளைக்கார தம்பதி அவளைப் பார்த்துப் புன்னகைத்தார்கள்.

காப்பி ஷாப்பில் கூட்டமில்லை. நிறைய செய்தித் தாள்களை வைத்திருக்க... மெல்ல அதை சுவாரஸ்யமில்லாமல் புரட்டினாள்.

காப்பி வந்ததும் மெல்ல சாஸரில் ஊற்றிக் குடித்தாள். அதை வெயிட்டர் ஒரு மாதிரியாகப் பார்த்தார்.

‘ஹாய் பார்ட்னர்...’ என்று குரல் கேட்டது. திரும்பிப் பார்த்தாள். தூக்கி வாரிப் போட்டது.

‘டம்போ, நீ இங்க ஏன் வந்தே?’

‘ராத்திரிலிருந்து இந்த காப்பி ஷாப்பிலதான் உட்கார்ந்திருந்தேன்...’ அவன் உதடுகள், தொடர் சிகரெட் குடித்துக் கறுத்து இருந்தன. கண்கள், கீழ் நிழலுடன் பஞ்சடைந்து இருந்தன. மூன்று நாளாக அவன் சவரம் செய்யவில்லை என்பது தெரிந்தது.

‘டம்போ, என்னாச்சு உனக்கு? யூ லுக் ஆஃபுல்.’

'நிதி, நான் இங்கே உட்காரலாமா?'

'இல்லை, போயிடு டம்போ... குமார் தப்பா நினைச்சுப்பார்...'

'இங்க இருக்காரா?'

'இல்லை... ரூம்ல...'

'நிதி, நாம பெரிய தப்பு பண்ணிட்டோம். நாம இல்லை... நான். நீ என்னைக் கேட்டே... நான்தான் மாட்டேன்னு சொல்லிப் பெரிய தப்பு பண்ணிட்டேன்... நிதி, நான் ஒரு முட்டாள்... இடியட். நாம் ஓடிப் போய் கல்யாணம் பண்ணிருக்கணும்... நீ இல்லாம எனக்கு எல்லாமே அஸ்தமிச்சுப் போச்சு பார்ட்னர்... தற்கொலை பண்ணிக்கத் தோணிச்சு. உன்னை ஒரு முறை பார்க்காம... கேக்காம... பண்ணிக்க இஷ்டமில்லை. இப்பக்கூட லேட் டில்லை. நிதி, வா ரெண்டு பேரும் ஓடிப் போயிடலாம். மூட்டை தூக்கியாவது உன்னைக் காப்பாத்தறேன்... கல்யாணத்தை மறந்துட்டு என்கூட வந்துடு...' என்று அவள் கையைப் பிடித்தான்.

கல்யாணத்துக்குப் போட்ட அத்தனை வளையல்களும் குலுங்கின. மருதோன்றி விரல்கள் இன்னும் சிவப்பாயின.

'டம்போ... விட்டுரு. டோண்ட் பி ஸ்டுபிட்... எனக்குக் கல்யாணம் ஆயிருச்சு. இட்ஸ் லேட்! லேட்! லேட்! நீ போ... எனக்கு பயமா இருக்கு...'

'இப்ப நீ என்கூட வரப் போறியா இல்லையா?' என்று அவள் கையை அழுத்தினான்.

'எனி ப்ராப்ளம்?' என்று தலை வெயிட்டர் கேட்டார்.

'மண்ணாங்கட்டி...' என்ற சரத், 'வா நிதி! ஒரு டாக்ஸி எடுத்துட்டு எங்கேயாவது காணாமப் போயிடலாம்...'

அவனிடமிருந்து தன்னை உரித்துக்கொண்டு ஓடி மானேஜர் மேஜை மேலிருந்த போனை எடுத்துத் தன் ரூமைக் கேட்டாள். டம்போ மற்றொரு சிகரெட் பற்ற வைத்துத் தலையைப் பிடித்துக் கொண்டு உட்கார்ந்தான். குமார் தூக்கக் குரலில் 'ஹலோ...' என்றான்.

'குமார், நான் நிதி பேசறேன்... கீழே காப்பி ஷாப்புக்கு உடனே வா!'

19
ஆரம்பமே தப்பு!

அறையிலிருந்து குமார் இறங்கிக் கீழே வரும் வரை நிதி பொறுமை இல்லாது காத்திருந்தாள்.

சரத் 'நான் போறேன்' என்றான்.

'இரு டம்போ... போகாதே. குமார்கிட்ட பேசி இதைத் தீர்த்துட்டுத்தான் போகணும். பின்னால் ப்ராப்ளம் வந்துரும். இனிமே என்னைப் பார்க்க வர மாட்டேன்னு நீ சத்தியம் பண்ணிக் கொடுக்கணும்.'

'இல்லை, நான் போறேன். அவனைப் பார்க்க விருப்பமில்லை. உன்னைப் பார்க்காம இருக்க முடியாது.'

'போகாதே... நீ இருந்துதான் ஆகணும் டம்போ' என்றாள் அழுகையுடன்.

இதற்குள் குமார் வந்து விட்டான். தூக்கக் கண்களுடன் வந்தவன் முதலில் அவனைக் கவனிக்க வில்லை. நிதியின் தலைமுடியில் விரல் விட்டு நீவி, தலையில் முத்தமிட்டவாறே, 'என்ன நிவேதா... சீக்கிரம் எழுந்துட்டியா?'

'அங்க பாரு' என்று திசை காட்டினாள்.

'மை காட்! ஏண்டா உனக்கு வேற வேலை இல்லையா... என் பொண்டாட்டி பின்னாலயே அலைவியா...' என்றான் குமார்.

சரத் அவசரமாகக் கிளம்ப முயற்சிக்க 'இர்றா' என்றா. 'இங்க எதுக்கு வந்தே?'

'காப்பி சாப்பிட... ஓட்டல் உன்னுதா?' என்றான் சரத், குமாரை நேராகப் பார்க்காமல்.

'குமார், இவன்கிட்ட சொல்லிட்டேன்... இனிமே என்னை வந்து பார்க்காதேன்னு தெளிவாச் சொல்லிட்டேன். கேட்டுப் பாரு'' என்றாள் நிதி.

'நீ இவனை வரச் சொல்லி இருக்கே. சும்மா என்கிட்டே விளையாடாதே நிதி.'

'அய்யோ குமார், நான் இவனைக் கூப்பிடலை. டம்போ நீயாத்தானே வந்தே? சொல்லு டம்போ... ரொம்ப ப்ராப்ள மாய்டும். இப்பவே இதைத் தீர்த்து வெச்சுரு. இல்லைன்னா, குமார் நொய் நொய்னு என்னைப் பிடுங்குவார்.'

'லுக் அட் திஸ்... நான் பிடுங்குவனாம்... கல்யாணம் ஆன முதல் காலையில இதெல்லாம் எனக்குத் தேவையா?'

'நிதி, நான் வரேன்.'

'வராதே போ' என்றான் குமார்.

'வருவேன்' என்று சொல்லிவிட்டு அவனை முறைத்துவிட்டு வாய்க்குள் ஏதோ திட்டிவிட்டுப் புறப்பட்டான் சரத்.

'என்னடா சொன்னே...' என்று குமார் அவன் மேல் பாய்ந்து கன்னத்தில் அறைந்து மேஜை மேல் தள்ளினான். அவன் எழுந்து குமாரின் மேல் சீறிப் பாய, நிதி வீறிட்டாள். ஓட்டல் சிப்பந்திகள் அவர்களைப் பிரித்துவிட்டனர். நீச்சல் குளத்தில் இலை நீக்கிக் கொண்டிருந்த சிப்பந்தி கண்ணாடி வழியாக வேடிக்கை பார்க்க வந்துவிட்டார்.

'என்ன சின்ராஜு?'

'பணக்காரங்க, ஏளைங்க எல்லாரும் இதே மேட்டர்தான்பா... புருஷன், பொஞ்சாதி, லவ்வர்.'

குமார் நடுங்கும் குரலில், 'நேத்திக்குத்தான் கல்யாணம் ஆயிருக்கு... எம் பொண்டாட்டியை டாவடிக்க வந்துட்டான் சார்

காலைல... எப்படிப்பட்ட ரோக்!' என்றான், அதிர்ச்சியடைந்த சுற்றுப்பட்டவர்களிடம்.

'அந்த மாதிரி எல்லாம் பேசாதே. அவளை மனைவியா அடைய உனக்குத் தகுதியே கிடையாது...' என்றான் சரத்.

'எல்லாம் நீ குடுக்கற தைரியம் நிதி. அவன்கூட நீ போன்ல பேசிருக்கவே கூடாது. எப்பேர்ப்பட்ட ரௌடி பாரு...'

சரத் போய்விட்டான். அவன் விட்டுச் சென்ற கசப்பு அவர்களிடையே மிதந்தது.

லிஃப்ட்டில், காரிடாரில், அறைக்குள் பேசிக்கொண்டே வந்தான் குமார். நிதிக்கு மார்பு படபடத்தது.

தான் கொண்டுவந்த ராத்திரி உடைகளைப் பையில் திணித்துக் கொண்டு 'வீட்டுக்குப் போகலாம்' என்றாள் நிதி.

'இல்லை, இதுக்குப் பதில் சொல்லிட்டுத்தான் போறம்.'

'என்ன சொல்லணும்?'

'அவனை ஏன் கூப்பிட்டே?'

'பாரு குமார்... அவனாத்தான் வந்தான். நான் அவனைக் கூப்பிடலை. நம்பினா நம்பு... நம்பாட்டிப் போ.'

'நம்பறேன். இனிமே இந்த மாதிரி எதுவும் நடக்காமப் பார்த்துக்க வேண்டியது உன் பொறுப்பு. எந்தக் கணவனும் இதைத் தாங்கிக்க மாட்டான்... முதல் நாளே.'

'என்ன பண்ணச் சொல்றே?'

'அவனை என்கரேஜ் பண்ணாதேங்கறேன்... அவ்வளவுதான்.'

'குமார், ஏன் பிடிவாதமா நான் சொல்றதைப் புரிஞ்சுக்க மாட்டேங்கறே...'

'நீ சொல்றதை நம்பறேன். இனிமே இந்த மாதிரி நடக்காம...'

'மை காட்! நான் அவசரப்பட்டுட்டேன். குமார், இந்த மாதிரி முதல் நாளே ஆரம்பிச்சா அதிக நாள் தாங்காது.'

'நான்தான் சொல்றனே... இதை இனிமே மறந்துர்றேன்... ஆனா, ஒரு கண்டிஷன்.'

'கண்டிஷன்... கண்டிஷன்' அவள் அவன் சொன்னதைக் கவனிக்காமல் தன் பையை மட்டும் எடுத்துக்கொண்டு ரூமிலிருந்து விலகினாள். அவளை லிஃப்ட் வரை தொடர்ந்தான் குமார்.

'எங்கே போறே?'

'எங்கே போவேன்?'

'எனக்கு பெங்களூர்லருந்து சென்னை மாத்திக்கிட்டு வரணுமான்னே இப்ப சந்தேகம் வந்துக்கிட்டு இருக்கு.'

'சரி, பெங்களூர்லயே இரு.'

'நீ?'

'நான் சென்னையை விட்டு வரமாட்டேன்.'

'அவனைப் பார்க்கணும்... இல்லையா?'

அவனை வெறித்துப் பார்த்தாள், 'குமார், இன்னும் ஒரு முறை இந்த டாபிக்கை எடுத்த... ஐ வில் கில் யூ.'

'என்ன நிதி... உன் புருஷன்கிட்ட பேசற பேச்சா இது?'

'மை காட்... மை காட்' என்று அவள் கரங்கள் நடுங்கின. 'என்னால நம்ப முடியலை. இந்த மாதிரிகூட ஒரு முதல் இரவு இருக்குமா. நீ எனக்குப் புருஷன்! எனக்குக் கல்யாணம் ஆயிடுத்து.'

'யார் காரணம்?'

அதற்குள் லிஃப்ட் வந்து மௌனமாக கதவு திறந்தது. முத்தமிட்டுக் கொண்டிருந்த வெள்ளைக்காரத் தம்பதிகள் திடுக்கிட்டு விலகினார்கள்.

கீழே போகணுமா?' என்று கேட்டான் அந்த இளைஞன்.

'ஆமாம்...' என்றாள் நிதி.

'நிதி, இரு இரு... நானும் வரேன்.'

'போடா!' அதற்குள் அந்தக் கதவு மூடிக்கொள்ள... நிதி சிரமப்பட்டு அவர்கள் முன்னால் அழாமல் கட்டுப்படுத்திக்

கொண்டாள். அந்த இளம் பெண் 'ஆர் யூ ஆல்ரைட்?' என்று கேட்டாள்.

லாபியைக் கடந்து ஃபாயருக்கு வந்தாள்.

'கார் நம்பர் 6366, டிரைவர் மணியைக் கூப்பிடுங்க...'

குமார் மௌனமாக அருகில் வந்து நின்றான். 'எங்க போறே?'

'எங்கேயோ...'

'என்ன நிதி, சரியா பதில் சொல்லு...'

பதில் சொல்லாமல் காரில் ஏறிக்கொண்டாள். குமார் தடுத்து நிறுத்தினான்.

'நிதி... இரு. நானும் வரேன்...'

'மணி, ஓட்டுய்யா...'

ராமலக்ஷ்மி குளித்துவிட்டு காஸெட்டில் சுப்ரபாதம் கேட்டபடி சாமி மேடையைத் துடைத்துக்கொண்டிருந்தாள். ஜயந்த் வராந்தாவில் ஊஞ்சலில் பேப்பர் பார்த்துக்கொண்டிருந்தார்.

அவருக்கு உடம்பு சரியாகிவிட்டது. மகளுக்குச் சரியான இடத்தில் கல்யாணம் முடிந்துவிட்டது... இனி வாழ்க்கையில் என்ன வேண்டும் என்று எண்ணியபோது அழைப்பு மணி ஒலித்தது.

இத்தனை அதிகாலையில் யார் என்று ராமலக்ஷ்மி கதவைத் திறக்க, 'என்னடி அதுக்குள்ள வந்துட்டே! மாப்பிள்ளை எங்கே?'

நிதி பேசாமல், 'அம்மா என்னை ஏதும் கேக்காதே... எனக்குக் கொஞ்ச நேரம் நிம்மதி வேணும்...' என்று தன் அறைக்கு நேராகச் சென்று கதவைத் தாளிட்டுக்கொண்டாள்.

ஜயந்த் பேப்பரை மடித்து வைத்துவிட்டு, 'என்னவாம்?'

'ஒண்ணுமில்லை... ஏதாவது வாக்குவாதமாயிருக்கும்...'

'முதல் நாளேவா?'

'உங்க பொண்ணுக்குச் சொல்லித் தரணுமா? எனக்கு உள்ளுக்குள்ளே ஏதோ சொல்லித்து. இவ ராத்திரி தங்க மாட்டான்னு. கொஞ்சம் அந்த ஓட்டலுக்குப் போன் போட்டுப் பாருங்களேன்.'

ஜயந்த் ஓட்டலுக்குப் போன் செய்து, 'ப்ரைடல் ஹனிமூன் ஸ்வீட்ல குமார்கூடப் பேசணும்...'

சற்று நேரம் சங்கீதம் கேட்டபின் குமார் போனில் வர... 'குமார் நான் ஜயந்த் பேசறேன். என்னப்பா, நிதி தனியா வந்திருக்கா... எனி ப்ராப்ளம்?'

'அங்க வந்துட்டாளா? ப்ராப்ளம் எதும் இல்லை அங்கிள். நான் நேர்ல வந்து சொல்றேனே...'

'கொஞ்சம் படபடனு பேசுவா... அவ்வளவுதான் குமார்...'

'கொஞ்சம் என்ன! நான் நேர்ல வரேனே... கவலைப்படாதீங்க. என்னால உங்க பொண்ணைச் சமாளிக்க முடியும். எதாவது சொன்னாளா?'

'இல்லை... நேரா ரூம்ல போய்க் கதவைச் சாத்திக்கிட்டா...'

'வரேன்...'

போனை வைத்ததும் ராமலக்ஷ்மி கவலையுடன் கணவனைப் பார்க்க...

'முதல் நாளே இப்படியா?'

'இதெல்லாம் நல்ல நாள் பாத்து வராது. போய்க் கேளு உம் பொண்ணை, என்ன ஆச்சுன்னு? இல்லை, நான் கூப்பிட்டேன்னு சொல்லு...'

நிதியின் அறைக் கதவைத் தட்டி, 'நிதி, அப்பா கூப்பிடறார்...' என்றாள்.

கதவைத் திறந்து வெளிப்பட்ட நிதி அழுதிருந்தாள் என்பது தெளிவாகத் தெரிந்தது.

'என்ன ஆச்சும்மா?'

'டம்போவால வந்ததுப்பா...'

'அந்தக் கடன்காரனா? அவன் எங்கே அங்கே வந்தான்?'

'காலையில ஓட்டலுக்கு வந்துட்டான், என்னைப் பார்க் கறதுக்கு...'

இரண்டாவது அத்தியாயம் ◯ 151

'அடிச்சுத் துரத்த வேண்டியதுதானே... என்ன கல்லுளி மங்கத்தனம்?'

'நான்தான் அவனை வரவழைச்சேன்னு நினைச்சுக்கிட்டு குமார் என்ன சொன்னாலும் கேக்க மாட்டேங்கறார். ஒரு அளவுக்கு மேல அவரை கன்வின்ஸ் பண்ண முடியலை. நொச்சு நொச்சுன்னு திருப்பித் திருப்பி அதையே சொல்றார்...'

'எதை?'

'அவன்கூட இனிமே பேசக் கூடாது. பழகக் கூடாது...'

'நியாயம்தானே...'

'நியாயம்தான்பா... பேச மாட்டேன், பழக மாட்டேன்னு எத்தனை தடவை சொல்றது? பத்து நிமிஷத்துக்கு ஒரு முறை சொல்லிட்டிருக்க எனக்குத் தேவையில்லைப்பா...'

'அந்தப் படுபாவியால வந்தது... இவ வாழ்க்கையைக் கெடுக்கணும்னே வந்து சேர்ந்திருக்கான்...' என்று சரத்தை விரல் சொடுக்கிச் சபித்தாள் ராமலக்ஷ்மி.

'பாரும்மா, நான் அகஸ்டஸ்கிட்டே அழுத்தமாச் சொல்லிடறேன். இனிமே உன்னைப் பார்க்க வந்தா, கையைக் காலை உடைச்சுப் போட்டுருவோம்னு... ஏன் நானே பேசறேன்... போன் நம்பர் சொல்லு, நான் பேசறேன்...'

'இல்லை... அவன் அப்பா, அம்மாகூடப் பேசிடுங்க. இவ லைஃபை எதாவது ஒண்ணு கெடக்க ஒண்ணு செஞ்சு ஸ்பாயில் பண்ணிடுவான். அவன் மூஞ்சியும் முகரக்கட்டையும்! அவனைப் போய் எப்படிடீ நீ சகிச்சுண்டே?' என்று கேட்டாள் ராமலக்ஷ்மி.

குமார் வந்து இறங்குவதைக் கவனித்து அவர்கள் மௌனமானார்கள்.

'நிதி, நீ இங்கே வந்துட்டியா? எனக்கு இப்பத்தான் நிம்மதியாச்சு. ரொம்ப இம்பல்ஸிவ் சார் உங்க டாட்டர்.... நோ ப்ராப்ளம், நோ ப்ராப்ளம்... நான் இந்தப் பிரச்னையை அப்ரோச் பண்ண விதமே தப்பு. அவளைக் குற்றம் சொல்ல முடியாது. நிதி, ஐம் வெரி ஸாரி... நானும் கொஞ்சம் டென்ஷனாயிட்டேன். எல்லாம் சொன்னாளா?'

'சொன்னாப்பா... நீ டென்ஷனானதுல தப்பே இல்லை. என் பொண்ணு சரியில்லை...'

'அப்பா!'

'அவளை ஒண்ணும் சொல்லாதீங்க. சரத் வருவான்னு கொஞ்சம் கூட எதிர்பார்க்கலை நாங்க. இந்த மாதிரி ஒரு சிக்கலுக்கு நான் தயாராவே இல்லை. அதனால நானும் சொதப்பிட்டேன்...'

நிதியைத் தொடர்ந்து குமார் அறைக்குள் நுழைந்தான். பெண்மையின் பலவித அடையாளங்கள் மிளிரும் அந்த அறையில் அவன் நுழைந்தது ஒரு அத்துமீறல் போலத்தான் இருந்தது. மடோனா, ஸ்பைஸ் கேர்ள்ஸ் போஸ்டர்கள், பெரிய கரடிக் குட்டி, என்ன என்னமோ வாழ்த்து அட்டைகள், பிக்னிக் வாசகங்கள், போட்டோக்கள், அறை எங்கிலும் இறைந்திருந்த புத்தகங்கள், அன்னை தெரசா, பாண்டிச்சேரி மதர், மர்லின் மன்றோ போட்டோ, யுனிவர்சிட்டி ஆஃப் பென்சில்வேனியா என்று ஒரு டி-ஷர்ட் சுவரில் ஆணியடித்து பிரித்து வைத்திருந்தது.

'முதல் தடவையா ஒரு பொண்ணுடைய அறையில் நுழை யறேன்... வெரி இன்ட்ரஸ்டிங்!' என்றான்.

படுக்கையிலிருந்த ஒரு புத்தகத்தை எடுத்து, நிறையக் குப்பை யையெல்லாம் படிப்பே போலிருக்கே!'

'தொடாதீங்க...' என்றாள்.

'இன்னும் கோபம் போகலையா? என்ன செய்யணும்? மண்டி போட்டுக்கிட்டு 'ஐம் ஸாரி'ன்னு சொல்லணுமா, பாடணுமா?'

'ஒரு எழவும் வேண்டாம்...'

'எழவு இல்லை நிதி, கல்யாணம்...'

'இந்த மாதிரி மனசைப் புண்படுத்தினா, நான் வரலை...'

அவன் ஜன்னலுக்கு வெளியே பார்த்துக்கொண்டு, 'ஏன்தான் பண்ணிக்கிட்டோமோனு இருக்கு... கிவ் மி எ ப்ரேக் நிதி... என்கூட ஒரு நாள்தான் பழகியிருக்கே...'

'ஒரு நாளே இப்படின்னா...'

'ஐம் ஸாரி, ஐம் ஸாரி... தப்பா ஆரம்பிச்சுட்டேன். பெரிய மனுஷத்தனமா இதை நான் ஹாண்டில் பண்ணியிருக்கணும். அவன் வந்தா என்ன, உன்னைப் பார்த்தா என்ன, பேசினா என்ன? அதனால் நீ எந்த விதத்திலேயும் களங்கப்படறதில்லை. எத்தனையோ பேரோட பேசறதில்லையா?'

குமார் தன் பையிலிருந்து ஒரு கைக்குட்டையை எடுத்து ஒரு சமாதானக் கொடி போல ஆட்டி, 'ஆயிரம் மன்னிப்புகள்...' என்றான். நிதி சிரித்துவிட்டாள்.

'அப்பாடா! கொஞ்சம் சிரிச்சாச்சு...' என்று அவளை அப்படியே எடுத்து இடுப்பில் வளைத்து உயர்த்தி...

சரண்யா நின்று கொண்டிருந்தாள். 'காப்பி...' என்றாள்.

'சரு, ரூமுக்குளே வரதுக்கு முன்னால கதவைத் தட்டணும்...'

'கதவு திறந்திருந்தது...'

'க்கும்னு கனைக்கணும். நாங்க ரெண்டு பேரும் பிஸியா இருந்தோமில்லையா?' என்றான் குமார்.

'இனிமே வரலை...' என்று அவள் சென்றாள்.

நிதியின் கன்னம் முழுவதும் சிவந்திருந்தது.

அடுத்த தடவை அவளை முத்தமிட முயற்சித்தபோது, தருண் வந்து, 'என் பேட்...' என்று தேடினான்.

'ஏம்மா... குடும்பமே இந்த ரூம்ல டேரா போட்டுடும் போலிருக்கே! ஃபர்ஸ்ட் நைட்தான் சரியா இல்லை... செகண்டாவது சண்டை போடாம இருக்கலாம்...' என்றவன் வெளியே வந்து ராமலக்ஷ்மியிடம், 'ஆன்ட்டி, நாங்க ரெண்டு பேரும் முதல்ல கோவிலுக்குப் போயிருக்கணும். அதுதான் தப்பு. அதுக்கு முன்னாடி உங்க பாட்டியைப் பார்த்துரலாம்...' என்றான்.

'பாட்டியையா?' என்றாள் நிதி ஆச்சரியத்துடன்.

20
முதல் கலக்கம்

'பாட்டியைப் பார்க்கவேண்டும். அவங்ககிட்ட ஆசீர்வாதம் வாங்காததாலேதான் இத்தனை வாக்கு வாதம் நமக்குள்ள வருது' என்றான் குமார்.

'பாட்டிக்குத் தன்னைச் சுத்தி என்ன நடக்குதுன்னே தெரியாது குமார்' என்றாள் நிதி.

'அப்படித்தான் நீ நினைச்சுக்கிட்டிருக்கே. ஆனால், அவங்க மனசுக்குள்ள ஓடற எண்ணங்களை யாரால கண்டுபிடிக்க முடியும்? கோமாவில் இருக்கிற பேஷண்டுகளைக்கூடப் பேசிப் பேசியே கோமாவிலிருந்து எழுப்பிட்டதாப் படிச்சிருக்கேன்.'

'அப்படிங்கறே... நீ மட்டும் எங்க பாட்டியைப் பேச வெச்சுட்டேன்னா அப்படியே உன்னைக் கட்டி நிஜமாகவே முத்தம் கொடுப்பேன்' என்றாள் நிதி.

'அப்படின்னா, இதுவரை நீ கொடுத்ததெல்லாம் பொய்யா?'

'ஆமாம்... மனசிலிருந்து எனக்கு முத்தம் இன்னும் வரலை. என்னவோ தெரியலை... உன்கிட்ட இருக்கறப்ப என்னவோ ஒரு தயக்கமா, பயமாக்கூட இருக்கு.'

'என்ன பயம்?'

'அப்புறம் சொல்றேன். பாட்டியைப் பார்க்கறதில் ஒண்ணும் தப்பில்லைதான்.'

மறுநாள் காலை இருவரும் இரண்டாவது மாடி ஃப்ளாட்டுக்குச் சென்றபோது பாட்டியை நாற்காலியில் உட்கார வைத்து ஸ்பூனால் ஊட்டிக்கொண்டிருந்தாள் ஆயா.

நிதியைக் கண்டதும் மையமாகப் பார்த்தாள். 'நிதிக் கண்ணு' என்றாள்.

'பாட்டி... இதான் குமார். என்னைக் கல்யாணம் பண்ணிக் கிட்டிருக்கறவர். நம்ம மாப்பிள்ளை.'

பாட்டி அவனை ஒரு வஸ்துவைப்போல் பார்த்தாள்.

'குமார்... சொல்லு பாட்டி... குமார்.'

'வியாழக்கிழமை அமாவாசை' என்றாள் பாட்டி.

பாட்டிக்கு நமஸ்காரம் பண்ணிவிட்டு அவள் கையைத் தன் தலைக்கு மேல் வைத்து ஆசீர்வாதம் வாங்கிக்கொண்டு மெல்லச் சுற்றிலும் பார்த்தான் குமார்.

'இந்த ஃப்ளாட்டும் உங்கப்பாதுதானா?' என்று நிதியிடம் கேட்டான்.

'ஆமாம்.'

'இன்னும் எங்கல்லாம் ப்ராப்பர்ட்டி இருக்கு?'

'தெரியாது.'

'அலமாரில என்ன இருக்கு?'

'தெரியாது.'

'அன்னிக்கு நீ பாட்டியோட நகைங்களை எல்லாம் கொண்டு வந்தியே... இதுலேதான் வெச்சியா?'

'வெச்சேன். ஆனா, அம்மா மறுபடியும் எடுத்து லாக்கர்ல போட்டிருப்பா, ஏன்?'

'எனக்குப் பழைய நகைங்கள்னா ஒரு ஆர்வம் உண்டு. எத்தனை நகை இருக்கும்?'

'நிறைய...'

'நிறையன்னா... பத்தா, பதினஞ்சா, நூறா?'

'இருக்கும், ஒரு சின்னப் பெட்டி நிறைய இருந்தது... சிலது பழசு, சிலது ரொம்பப் பழசு.'

'பாட்டி நகைங்களை நான் பார்க்க விரும்புறதா அம்மாகிட்ட சொல்லு.'

'சொல்றேன்.'

'அப்புறம் உங்கப்பா உன் பேர்ல ஸ்டாக் ஏதாவது வெச்சிருக்காரா?'

'ஸ்டாக்னா...'

'பங்குப் பத்திரம்... அஸ்ட்ராகாம் ஸ்டாக்குகளுக்கு இப்ப ரொம்ப மதிப்பு. உங்க குடும்பத்துக்குள்ள நாப்பது பர்சன்ட் வெச்சிருக்கறதாச் சொன்னாங்க.'

'எனக்கு அதெல்லாம் தெரியாது.'

'தெரிஞ்சுக்கணும் நிதி... இப்பல்லாம் பெண்களுக்கு எல்லா உரிமையும் உண்டு. உங்கப்பா கம்பெனிக்கு உன்னை டைரக்டர் ஆக்கப் போறேன்..'

'ஸ்டாக்கை வெச்சுக்கிட்டு என்ன பண்ணணும்?'

'அதை மார்க்கெட்ல சரியான சமயத்தில் விக்கலாம். மறுபடி வாங்கலாம். பணம் பண்ணலாம். பெரும்பாலான கம்பெனிகள் அப்படித்தான் விளையாடறாங்க. உங்கப்பா கம்பெனியிலேயே அவர் கையில இருக்கிற ஸ்டாக் மதிப்பைப் பார்த்தா எவ்வளவு இருக்கும்ங்கறே?'

'தெரியாது.'

'ஒண்ணும் தெரியாதா? நூறு கோடி!'

'புரியலை.'

'அவர் கைவசம் உங்க ஃபேமிலில இருக்கற அஸ்ட்ராகாம் ஸ்டாக்ஸை இன்னைய தேதிக்கு வித்தா நூறு கோடி வரும்.'

இரண்டாவது அத்தியாயம்

‘ஏன் விக்கலை?’

‘மொத்தமா வித்தா வேல்யு இறங்கிடும். கொஞ்சம் கொஞ்சமா விக்கணும். அதனாலதான் உன் பேர்ல எத்தனை ஸ்டாக் இருக்குன்னு தெரிஞ்சுக்க விரும்பறேன்.’

‘எனக்கு அதெல்லாம் தெரியவே தெரியாதே குமார்...’

‘கேட்டுப் பாரேன்.’

‘நீயே கேட்டுக்க.’

‘கேக்கறேன். ஆனா தப்பா நினைச்சுக்காம இருக்கணும். அடுத்த முறை உங்க அப்பாவைப் பார்க்கறப்பா இந்த சப்ஜெக்டை எடு... தற்செயலா, ‘அப்பா... அஸ்ட்ராகாம் ஸ்டாக் நம்மகிட்ட எவ்வ ளவுப்பா இருக்கு?’ன்னு கேளு.’

கேட்டதும் ஜயந்த் நிமிர்ந்து பார்த்தார்.

‘என்ன திடீர்னு இப்படியொரு கேள்வி கேக்கறே நிதி?’

‘இல்லைப்பா... குமார் கேட்டார். எனக்கு பதில் சொல்லத் தெரியலை.’

‘குமாருக்கே தெரியும்மா... உன் பேர்ல முப்பதாயிரம் ஸ்டாக் இருக்கும். அதைப் பிரிக்கப் போறோம்... கம்பெனியே திரும்பி வாங்கறாப்பல.’

குமார் அருகே பவ்யமாக நின்று கொண்டிருந்தான். மனசுக்குள் கணக்குப் போட்டான்.

‘தட்ஸ் எ லாட் ஆஃப் மணி சார்... அவளுக்கு டாக்ஸ் ப்ராப்ளம் வரும்...’

‘பப்ளிக் மணி’ என்றார் ஜயந்த். ‘உனக்கு வேணும்னா நூறு ஷேர் கொடுக்கிறேன்.’

‘நூறா...’ என்றான் அலட்சியமாக.

சாயங்காலம் டிபன் சாப்பிடும்போது அம்மாவிடம் நகை சமாசாரத்தை எடுத்தான்.

‘கேளு நிதி...’ என்றான் குமார்.

‘என்ன வேணும்?’

‘பாட்டி நகை.’

‘அம்மா... பாட்டி நகை எல்லாம் பார்க்கணும்னு குமார் சொன்னார். எங்க வெச்சிருக்கே?’

‘லாக்கர்லதான்.’

‘எந்த பாங்க்ல?’ என்றாள்.

‘எதுக்குப் பார்க்கணும்?’ என்றாள் அம்மா.

‘சும்மா... அவருக்குப் பழைய நகைன்னா இஷ்டமாம்.’

‘அப்படியா... காட்டச் சொல்றேன்.’

‘பெங்களூர் போறதுக்குள்ள காட்டறீங்களா?’ என்று கேட்டான் குமார்.

தனியாக இருக்கும்போது அம்மா கேட்டாள்.

‘என்னடி நிதி... நகையைப் பத்தி இப்பவே கேக்கறார். என்ன சொன்ன அவர்கிட்டே?’

‘பாட்டியைப் பார்க்கப் போனப்ப நகையைப் பத்திப் பேச்சு வந்தது... சும்மா பார்க்கணும்னு சொன்னார்.’

‘சும்மா பார்க்கத்தானே?’

‘ஏன்?’

‘பார்க்கணும்னு சொன்னாரா... விக்கணும்னா?’

‘விக்கறதைப் பத்தியெல்லாம் பேசலை.’

‘எதுக்கும் அப்பாகிட்ட ஒரு வார்த்தை சொல்லிடு... எதை விக்கறதா இருந்தாலும்...’

‘விக்கறதைப் பத்திப் பேச்சே இல்லையம்மா. இப்ப முதல்ல அது என்னுதுன்னு நீ சொல்லித்தான் தெரியும்.’

‘இது மட்டும் இல்லை... பாட்டி உம் பேர்ல தன்னோட சொத்தெல்லாம் எழுதி வெச்சிருக்கா. இதை மாப்பிள்ளைகிட்ட சொல்லவேண்டாம்.’

‘கேக்கலைன்னா சொல்லலை.’

‘ஏதோ ப்ளான் வெச்சிருப்பார் போலத் தெரியறது. எதுக்கும் வாயைக் கொடுக்காதே. இதாம்மா நான் கொடுக்கக்கூடிய அட்வைஸ்.’

‘பயப்படாதம்மா.’

‘அப்புறம் அந்தப் பையன் தொந்தரவு இல்லையே?’

‘யாரு?’

‘அதான்டி... அந்த சரத்து.’

‘அதெல்லாம் ஆச்சும்மா’ என்றாள் விரக்தியாக.

மாலை அவர்களுடன் டிரைவ் இன் தியேட்டர் போக விரும்பினான் குமார்.

சாயங்காலம் டிரெஸ் செய்துகொண்டு நிதி புறப்பட்டபோது ‘என்ன டிரஸ் இது?’ என்றான்.

‘ஏன்?’

‘உனக்குக் கல்யாணம் ஆயிடுச்சு நிதி... இந்த மாதிரி டி-ஷர்ட்டும் ஜீன்ஸும் போட்டுக்கிட்டு வந்தா யாராவது காலிப் பசங்க கலாட்டா பண்ணுவாங்க.’

‘உனக்குப் பிடிக்கலைன்னா சொல்லு... தப்பான காரணங்கள் எல்லாம் சொல்லாதே.’

‘நீ என்ன வேணாப் போட்டுக்கிட்டு வா... அதைப் பத்தி எனக்கு அக்கறை இல்லை. அதை நான் வலுக்கட்டாயம் பண்ணவும் முடியாது. ஆனா, நீ பெரிய இடத்துப் பெண்... கல்யாணமானவ... அதுக்கு ஒரு டீசன்ஸி வேணும். அதுக்குத்தான்.’

‘எனக்குப் புடைவை கட்டிப் பழக்கமில்லை.’

‘கட்டி விடவா?’

‘ஏன்... இதுக்கு முந்தி புடைவைக் கடையில வேலை பார்த்தியா குமார்?’

‘பாரு... இந்த மாதிரி கேலியெல்லாம் இனிமே எங்கிட்ட வெச்சுக்காதே. இதையெல்லாம் என்னால பொறுத்துக்கிட்டு இருக்க முடியாது.’

‘என்ன சொல்லிட்டேன்... எதுக்காக சீரியஸா எடுத்துக்கறே?’

‘எல்லாத்துக்கும் ஒரு எல்லை இருக்கு... டிரஸ், வார்த்தை எல்லாத்துக்கும்.’

புடைவை கட்டும்போது, ‘குமார் கொஞ்சம் வாங்க’ என்றாள், பாதி உடம்பை மறைத்துக்கொண்டு. பத்திரிகை படித்துக் கொண்டிருந்தவன் கண்ணாடியைக் கழற்றிவிட்டு உள்ளே வந்தான்.

‘இந்தக் கொக்கியைப் போட்டுவிடு. ப்ரா சைஸ் 34... போடலாமில்லை?’ என்றாள்.

அவன் முகம் மிகக் கடுமையாக மாறியது. ‘நிதி, என்னைப் புரிஞ்சுக்கணும். நீ என்னை எதில கேலி பண்ணலாம்... எதில பண்ணக் கூடாதுன்னு சில விதிமுறைகள் இருக்கு. அதைத் தெரிஞ்சுக்கறவரைக்கும் கேலி பண்ணாதே.’

‘நீ ஒண்ணு பண்ணு... எனக்கு ஒரு லிஸ்ட் கொடுத்துடு’ என்றாள் நிதி.

‘அந்த லிஸ்ட்ல முதல் அயிட்டம் ‘நீ’ன்னு என்னைக் கூப்பிடக் கூடாது... நீங்கன்னு.’

‘நீயும் என்னை நீங்கன்னு கூப்பிடு. நானும் கூப்பிடறேன்.’

‘நானும் உன்னை நீங்கன்னு கூப்பிட்டா ஒரு மாதிரி இருக்கும்.’

‘ஏன்... வட நாட்டில் அப்பாக்கள் குழந்தைகளைக்கூட நீங்கன்னு கூப்பிடறாங்க.’

‘விதண்டாவாதம் பண்ணாதே... சரி, என்னவோ கூப்பிட்டுட்டு போ.’

‘போலாமா?’

‘எனக்கு இத்தனை பேச்சுக்கப்புறம் சினிமா போற மூடே போயிடுச்சு’ என்றான் குமார்.

‘ச்சே... அலங்காரம் பண்ணிக்கிட்டதெல்லாம் வேஸ்ட்டா?’

‘சரி, போகலாம்.’

‘க்ஷணப் பித்தம்... க்ஷணச் சித்தம்னு சொல்லுவாங்க. அதுக்கு மேல் இருக்கியே... நீங்க? நீங்க இந்த இடத்தை விட்டு நீங்கலாமா’ என்று சிரித்தாள்.

அவன் அறையை விட்டுச் சென்றதும் தலையைப் பிடித்துக் கொண்டு சற்று நேரம் யோசித்தாள்.

தினசரி ஏதாவது ஒரு காரணத்துக்காக அவர்களுக்குள் பத்து நிமிஷத்துக்கு மேல் வாக்குவாதமில்லாமல் பேச முடியவில்லை. அவன் பலவிதங்களில் அவள் சுதந்தரங்களில் குறுக்கிடுவது போலத் தோன்றியது. எந்தக் கலர் புடைவை அணியவேண்டும். எந்தக் கலர் லிப்ஸ்டிக், நெய்ல் பாலீஷ்... ஏன் டூத் பேஸ்ட்கூட ‘ஜெல் பயன்படுத்தாதே’ என்றான்.

‘டெண்டிஸ்ட் சொல்லிருக்கார்... ஜெல் பல்லைக் கெடுத்துருமாம்.’

‘பல்லைக் கெடுத்துரும்னா டூத் பேஸ்ட் விப்பானா... அவன் என்ன முட்டாளா?’

‘இல்லை அம்மா... பணம் பிடுங்கறதுக்கு அவங்க பண்ற தந்திரம் இது.’

‘சரி சரி... டூத் பேஸ்ட்டுக்காக உன் கூட, ஸாரி, உங்ககூட சண்டை போடத் திராணியில்லை’ என்ற நிதி, ‘எனக்கு நகம் வெட்டிக் கணும்... அதுக்கு பர்மிஷன் உண்டா?’ என்று கேட்டாள்.

‘நிதி... எப்ப நீ லைஃப்ல சீரியஸா இருக்கப்போறே?’

‘நான் எப்பவுமே இப்படித்தான் குமார். அதை நீங்க புரிஞ்சுக் கணும். நேத்து வந்த உங்களுக்காக என் சுபாவத்தை மாத்திக்க முடியாது. நீங்க என்னைக் கல்யாணம் பண்ணிக்கிட்டீங்க... இலவச இணைப்பா இந்தச் சுபாவமும் வந்திருக்கு. இதை நீங்க ஒண்ணும் செய்ய முடியாது.’

‘முடியும் நிதி... எல்லாத்தையும் மாத்தற விதத்தில் மாத்த முடியும். ஜஸ்ட் யூ வெய்ட். ஜஸ்ட் யூ வெய்ட்’ என்றான்.

குமார் வருகிற மாதம் பத்தாம் தேதிமுதல் அஸ்ட்ராகாம் கம்பெனியின் மவுண்ட் ரோடு அலுவலகத்தில் பொறுப்பு

எடுத்துக்கொள்வதாகவும் அவனை அதற்குமுன் ஒரு சிறு பயிற்சிக்கு அமெரிக்காவில் வார்ட்டன் மேனேஜ்மெண்ட பள்ளிக்கு அனுப்ப இருப்பதாகவும் ஏற்பாடு செய்யப்பட்டது.

அவர்கள் வீட்டைக் காலி செய்து வாடகைக்கு விட்டுவிட்டு வருவதற்காக பெங்களூர் செல்ல விரும்பினான். நிதியும் வருகிறேன் என்றாள்.

'நீ எதுக்கு... நாலு நாள் வேலை.'

'நான் உங்க அப்பா அம்மாகூட இருக்கவேண்டாமா... அவங் களைத் தெரிஞ்சுக்கவேண்டாமா... கல்யாணத்தின்போது சரியாவே பார்த்துப் பேச முடியலையே.'

'அதுகூடச் சரிதான். ஆனா கல்யாணத்துக்கு வந்தது எங்க அப்பா அம்மாவே இல்லையே' என்றான் சிரித்துக்கொண்டே.

'புரியலை' என்றாள்.

'எங்க அப்பா அம்மாவாலே கல்யாணத்துக்கு வர முடியலை.'

'அப்ப வந்தது...'

'எங்க சித்தப்பா, சித்தி. அவங்களுக்கு நான் சுவீகார புத்திரன் மாதிரி.'

'எனக்குக் குழப்பமா இருக்கு. இதை ஏன் எங்ககிட்ட சொல்லை குமார்?'

'சொன்னேனே... நீதான் சரியா கவனிக்கலை. எப்பப் பார்த் தாலும் டம்போவையை நினைச்சுக்கிட்டு இருந்ததால தலைக் குள்ள ஏறலை. உனக்கு, உங்கப்பாகிட்ட, அம்மாகிட்ட எல்லார் கிட்டயும் அறிமுகப்படுத்தி வெச்சேனே. உங்கப்பாவைக் கேட்டுப் பாரு.'

'சரி, இப்ப அவங்களைச் சந்திக்க முடியுமில்லை?'

'நிச்சயம்' என்றான் சற்றுத் தயக்கத்துடன்.

நிதிக்கு முதல் தடவையாக அந்தக் கலக்கம் வயிற்றில் புறப் பட்டது.

21

நிஜமான குமார்

நிதி பெங்களூர் போய், குமாரின் அப்பா அம்மாவைச் சந்தித்துவிட வேண்டும் என்று மனசுக்குள் தீர்மானித்து விட்டாள். ஏதோ ஒன்று அவளை உறுத்தியது. அவள் பெங்களூருக்கு உடன் வருவதை குமார் ஏன் தவிர்க்க முயல்கிறான் என்பது அவளுக்குப் புரியவில்லை.

அவன் காரணங்கள் என்னவோ யதார்த்தமாகத்தான் இருந்தன.

'நான் எப்படியும் பொறுப்பெடுத்துக்கொள்ள திங்கள் கிழமை திரும்பி வரணும். அதற்கப்புறம் போகலாமே' என்றான். 'நாலு நாளைக்காக மேலும் கீழும் அலைவாயா... உனக்கு சைனஸ் ட்ரபிள் வேறு...'

'யார் சொன்னார்கள்?'

'உங்கம்மாதான்... அடிக்கடி உனக்கு மூக்கு அடைத்துக் கொள்ளும் என்று.'

'என்னைப் பத்தி வேறு என்னவெல்லாம் விசாரிச்சு வெச்சிருக்கீங்க குமார்?'

'விசாரிக்காமயே தெரிஞ்சு வெச்சது. மூக்குக்குமேல் கோபம் வருவது... ஒண்ணை நினைச்சா, அதைச் செய்தே ஆகணும்னு பிடிவாத குணம்.'

'உங்களைப் பத்தி நான் என்ன தெரிஞ்சு வெச்சிருக்கேன் சொல்லட்டுமா?'

'சொல்லு...'

'பொய் சொல்வீங்கன்னு.'

'என்ன பொய் சொன்னேன்?'

'கல்யாணத்துக்கு வந்தது உங்க அப்பா அம்மா இல்லைன்னு எங்கிட்ட சொன்னதாச் சொன்னது.'

'சொன்னேன் நிதி...'

'சொல்லலை... அவ்வளவு ஞாபக மறதி இல்லை எனக்கு.'

'இப்ப என்ன... எப்படியும் எங்கப்பம்மாவை நீ சந்திக்கப் போற.'

'எப்ப?'

'பெங்களூர் வர்றப்ப...'

'அதான் வரவேண்டாம்ங்கிறீங்களே.'

அவன் முகம் இறுகியது. 'ஆல்ரைட்... முதல்லயே இந்தச் சந்தேகத்தை ஒழிச்சுக் கட்டிடலாம். எங்க அப்பா அம்மாவைப் பார்க்கணும்... அவ்வளவுதானே?'

டெலிபோனை எடுத்து டயல் செய்தான். கொஞ்ச நேரம் அடித்த பின், 'நான் தாமு பேசறேன்... நீங்க ஏன் கல்யாணத்துக்கு வரலைன்னு நிதிகிட்ட சொல்லிடுங்க... பேசு நிதி.'

நிதி ரிசீவரை வாங்கி, 'யாரு?' என்றாள்.

'எங்கப்பா.'

'அப்பா, நான் குமாருடைய மனைவி பேசறேன். நீங்க கல்யாணத்துக்கு வரலைன்னு எங்களுக்கெல்லாம் குறையா இருந்தது.'

'வர முடியலைம்மா... குமாருடைய அம்மாவுக்கு உடம்பு சரியில்லை. கல்யாணத்தை ஒத்திப்போடறதாத்தான் குமார் சொன்னான். நல்ல காரியத்துக்குத் தடையா இருக்க வேண்டாமேன்னு தம்பியையும் தம்பி சம்சாரத்தையும் அனுப்பினேன். நீதான் இங்க வரப் போறியே... அப்பப் பார்த்துக்கலாம். பார்த்து ஆசீர்வாதம் வாங்கிக்க, என்ன?'

‘சரி அப்பா.’

‘போனை தாமுகிட்ட கொடு.’

‘உங்ககூடப் பேசணுமாம்...’

அதை வாங்கி எதிர்முனையில் பேசியதைச் சற்று நேரம் கேட்டான். ‘சரி அப்பா, சரி அப்பா... நல்ல பொண்ணுப்பா... பார்த்துக்கறேன்பா.’

போனை வைத்ததும், ‘நீ அவரை அப்பான்னு கூப்பிட்டதிலேயே மகிழ்ந்துபோயிட்டார். எங்கப்பா உன்னைப் பார்க்க ஆவலா இருக்கார்’ என்றான், நிதியிடம்.

‘ரெண்டு விஷயம் கேக்கணும் குமார். தாமுங்கறது...’

‘வீட்ல தாமு... எனக்கு தாமோதர் இன்னொரு பெயர்.’

‘சொல்லவே இல்லையே...’

‘இப்பச் சொல்றேனே...’

‘அப்புறம், உங்கம்மாவுக்கு என்ன உடம்பு?’

‘கான்சர்.’

‘ஸாரி... முன்னமேயே சொல்லி இருக்கலாமே?’

‘பாரு நிதி... நான் நல்ல செய்திகளை மட்டும்தான் சொல்லு வேன்... கெட்ட செய்திகளை மனசுல வெச்சுப்பேன்.’

‘தாமுங்கறது கெட்ட செய்தியா! வேற ஏதாவது கெட்ட செய்தி பாக்கி இருக்கா... வேற ஏதாவது பேர் இருக்கா?’

‘இல்லை... இப்ப என்கூட பெங்களூர் வர்றியா?’

‘நிச்சயம்.’

சதாப்தி எக்ஸ்பிரஸில் அவர்களை வழியனுப்ப ஒரு பட்டாளமே வந்திருந்தது. ஜயந்த், ராமலக்ஷ்மி, தருண், சரண்யா, அகஸ்டஸ் எல்லோரும் வந்திருந்தார்கள். ஜயந்திடம், ‘அந்த ஷேர் மேட்டர் ஞாபகம் வெச்சுக்கங்க...’ என்றான் குமார்.

'பாரு குமார்... நான் ஒரு வார்த்தை சொன்னன்னா அதை மறக்க மாட்டேன். தர்றேன்னு சொன்னனில்லை...'

'சொன்னீங்க சார்... ஆனா, எத்தனை ஷேர்னு சொல்லலை.'

'அதான் சொன்னேனே... நூறு.'

'போறாது.'

'பாரு... இந்த விஷயத்தை சென்ட்ரல் ஸ்டேஷன் பிளாட் பாரத்தில் வெச்சுப் பேசவேண்டாமே...'

இருக்கைகள் சௌகரியமாகவே இருந்தன. ஏசி இதமாக இருந்தது. புறப்படும் முன் ஜயந்த் தனியாக நிதியைக் கூப்பிட்டு, 'நிதி... பெங்களூர்ல குமார் ஏதாவது காகிதத்தில் கையெழுத்து போடச்சொன்னா போடாதே.'

'ஏன்பா?'

குமார், சரண்யாவை வாத்சல்யமாகக் கட்டிக்கொண்டு கன்னத்தில் லேசாகத் தட்டுவதைப் பார்த்தாள்.

'அப்புறம் சொல்றேன்...' இதற்குள் குமார் வந்துவிட, 'எதுக்கு டிரெய்ன்? கார்லயோ ப்ளேன்லயோ போகலாமில்லை...' என்றார் ஜயந்த்.

'டிரெய்ன்ல போய் ரொம்ப நாளாச்சு... அதனாலதான்' என்ற நிதி, 'உங்களுக்கு டிரெய்ன் சவாரி பிடிக்குமா குமார்?' என்று கேட்டாள்.

'பிடிக்காது... டைம் வேஸ்ட்! ப்ளேன்ல போனா நாப்பது நிமிஷத்துல பெங்களூர்.'

'எனக்கு ரொம்ப நாளா ஆசை' என்றாள்.

மினரல் வாட்டர் பாட்டில், செய்தித்தாள் வகைகளுடன் அவர்கள் உட்கார, அதிகாலை ரயில் புறப்பட்டதே தெரியாமல் எண்ணெய் போட்ட மின்னல் போல நழுவியபோது முதன்முதலாக குமார் மேல் பட்டுக்கொள்ளவேண்டும் போல் நிதிக்கு உற்சாகமாக இருந்தது.

அவன் லாப்டாப்பை எடுத்து வைத்துக்கொண்டு, ஏதோ ஸ்ப்ரெட் ஷீட் கணக்கு போட ஆரம்பித்தான். அதை வலுவாக

அணைத்தாள். அவ்வப்போது சட்டையை இழுத்துத் தொந்தரவு செய்தாள். அவன்மேல் சாய்ந்துகொண்டாள். ‘பிஸ்கட் வேண்டும்’ என்றாள். ஐஸ்க்ரீம் கேட்டாள். சும்மாவாவது தலையைக் கலைத்தாள்.

‘என்ன ஹஸ்பண்டு நீ. திருட்டுத்தனமா முத்தம் கொடுக்காம...’ என்றாள் காதில். பல பேருக்கு முன் அவளை மறைமுகமாக அணைத்து முத்தமிட முயற்சித்தபோது, ‘ஹாய் நிதி...’ என்று கேட்டு, திடுக்கிட்டுத் திரும்பினாள்.

டம்போ!

‘உலகம் ரொம்பச் சின்னது...’ என்றான். ‘எப்படி இருக்கீங்க சார்... எப்படீ இருக்கே நிதி?’

டம்போவின் டி-ஷர்ட்டில் I lost my love என்று எழுதியிருந்தது. பேஸ் பால் தொப்பியைத் திருப்பி அணிந்துகொண்டு, காது கடுக்கனை கலர் மாற்றியிருந்தான். தாடி வளர்க்கும் முதல் முள்கள் முகத்தில் தெரிந்தன. குமார் பதில் சொல்லவில்லை. முகம் இறுகியது. ‘இவன் எங்க?’ என்று மூச்சுக்குள் முணு முணுத்தான்.

‘குமார், தப்பா நினைச்சுக்காதீங்க... நான் பெங்களூருக்கு விளம்பர கேம்பெய்னுக்காகப் போயிட்டு இருக்கேன். ரெண்டு பேரும் வர்றதை பிளாட்பாரத்திலேயே பார்த்தேன். விசாரிச் சுட்டுப் போகலாம்னுட்டு... அவ்வளவுதான்.’

‘பார்த்தாச்சில்லை... உங்க சீட்டுக்குத் திரும்பிப் போகலாம்...’ என்றான் குமார், படு கடுப்பாக.

அவன் அதைக் கவனிக்காமல் நிதியைச் சகஜமாகப் பார்த்து, ‘எத்தனை நாள் பெங்களூர்ல இருப்ப பார்ட்னர்?’ என்றான்.

‘தெரியலை.’

‘எங்க தங்கப் போறீங்க? ரெண்டு பேருக்கும் ஒரு பார்ட்டி கொடுக்க விரும்பறேன். பெங்களூர்ல வெச்சுக்கலாமா?’

‘லுக் சரத்... உன்னைக் கூப்பிட்டு வெச்சுப் பேசறதே தப்பு. இனிமே நீ தற்செயலாவோ, வேணும்னோ நிதியைச் சந்திக்க வர்றதை விரும்பலை. எத்தனை தரம் சொல்றது?’

‘கூல் இட் மேன். பாஸ்ட் இஸ் பாஸ்ட்.’

‘பாஸ்ட் இஸ் பாஸ்ட்... அதேதான் நான் சொல்றேன். அப்ப உங்களுக்குள்ள இருந்த உறவுக்கும் இப்பைக்கும் வித்தியாசம் இருக்கு.’

‘குமார், கமான்! நான் உங்க பொண்டாட்டியைக் கடத்திக்கிட்டுப் போயிட மாட்டேன்.’

குமாரின் முகம் மிகவும் சிவந்து, நாசித் துவாரங்கள் விரிவடைந்து, உதடுகள் நடுங்கின.

‘நிதி... இந்த முட்டாளை இனிமே உன்னைத் தொந்தரவு செய்ய வேண்டாம்னு சொல்லிடு...’

‘டம்போ... ஏன் என் லைஃப்ல இப்படிக் குறுக்கே வர்றே? இனிமே வராதே’ என்றாள் நிதி.

‘எனக்கென்னவோ இதை நாம் சிறுபிள்ளைத்தனமா, மன முதிர்ச்சி இல்லாம உணர்ச்சி வசப்படறோம்னு...’

‘போடான்னா...’ என்ற குமார், அதிகாரியைக் கூப்பிட்டு, ‘கண்டக்டர்... இந்தாளு சீட் நம்பரே வேற... டிஸ்டர்ப் பண்றாரு...’ என்றான்.

அதிகாரி ‘உங்க டிக்கெட்டைக் காமிங்க’ என்றார்.

சரத், குமாரை முறைத்துக்கொண்டே விலகினான். ‘என்னை அவ்வளவு சுலபமாத் தீர்த்துவிட முடியாது. ஐ வில் கம் பேக்...’

அவன் சென்றதும், ‘எதுக்காக அவனை வரவழைச்சே நிதி?’ என்றான் அப்பட்டமாக.

‘குமார், நீங்க சொல்றது அபாண்டம்.’

‘நாம இன்னிக்கு இந்த டிரெய்ன்ல போறம்னு எப்படி இவனுக்குத் தெரியும்... போன் பண்ணியா?’

‘குமார், நான் இவனை வரவழைச்சதாச் சொல்றீங்களா?’

‘ஆமா...’

‘என்ன குமார் இது?’

'இதை வெறும் தற்செயல்னு என்னால ஒதுக்கிட முடியலே...'

'இந்த மாதிரி பெனாத்தினா, என்னால தாங்கிக்க முடியாது.'

'என்ன செய்வே?'

'டிரெய்ன்ல எல்லார் முன்னாலயும் அழுவேன்.'

அவன் எழுந்து சென்றான். 'அவனை இனிமே கூப்பிடாதே.'

'எங்க போற? அவன்கூடச் சண்டை பிடிக்கவா?'

'இல்லை... சிகரெட் பிடிக்க...'

நிதி ஜன்னல் வழியாகச் சத்தமில்லாத பிரயாணத் தீற்றலைச் சுவாரஸ்யமில்லாமல் பார்த்தாள். ரயில் சக்கரங்கள் எதையோ கடித்துச் சுவைப்பதுபோலத் தோன்றியது அவளுக்கு. அது தான்தானோ என்று ஓர் ஐயம் தோன்றியது. அவளுக்குத் தன்னிரக்கமும் தார்மீகக் கோபமும் உள்ளத்தில் அழுத்தியது. தலை வலித்தது. எப்படி நான் இவனுக்கு நிரூபிப்பேன்? நம்ப மறுப்பதை முன்கூட்டியே தீர்மானித்தவனிடம் என்ன சொல்லி, என்ன பயன்?'

அவள் தோளை யாரோ தொடுவதை உணர்ந்து திடுக்கிட்டாள். ஒரு பெண் குழந்தை அவளைப் பார்த்துப் புன்னகைத்தது. சற்று நேரம் குமார், டம்போ, தனக்குக் கல்யாணம் ஆகி விட்ட சுமை, இனம் புரியாக் கவலைகள், சாசுவதமாக வயிற்றின் பள்ளத்தில் வந்து விழுந்துவிட்ட கவலை எல்லாவற்றையும் மறந்து, 'பேர் என்ன...' என்று கேட்டாள்.

'கே. கவிதா.'

'என்ன கிளாஸ் படிக்கிற?'

'யு.கே.ஜி. பி. செக்ஷன். எங்க மிஸ் பேரு மனோமணி.'

'உங்கப்பா, அம்மா எங்கே?'

'அங்க...' என்று காட்டினாள்.

பின்னால் அவள் தாய், தந்தையர் கையசைத்தனர். இருவரும் இளமையாக விளம்பரத் தம்பதி போல இருந்தனர். அவள்

கையில் ரீடர்ஸ் டைஜெஸ்ட், அவன் கையில் 'டைம்'. நான் மட்டும் என்ன பாவம் செய்தேன்?

குமார் சிகரெட் வாசனையுடன் திரும்ப வந்தான்.

'சிகரெட்டை நிறுத்திடலாம்னு பார்த்தா, புதுசு புதுசா டென்ஷன் வரதா... குடிக்க வேண்டியது கட்டாயமாயிடுச்சு.'

'சிகரெட் குடிக்க மாட்டேன்னிங்களே...'

'எப்பச் சொன்னேன்?'

'செலக்டிவ் மெமெரி உங்களுக்கு...'

குமார், 'உனக்கும் அதேதான்... மேட் ஃபார் ஈச் அதர்!' அவள் கையைப் பற்றினான். பிடுங்கிக்கொண்டாள்.

'குடிப்பீங்களா?'

'எப்பவாவது! இந்த ராஸ்கல் வராம இருந்தா, எவ்வளவு சந்தோஷமா இருக்கவேண்டியது... கெடுத்தான் பரதேசிப் பயல். ஒண்ணாம் நம்பர் தெருப் பொறுக்கி... நாய்க்கும் இவனுக்கும் என்ன வித்தியாசம்?'

'அப்பாகிட்ட ஷேர் ஏதோ பேசிக்கிட்டிருந்தீங்களே... என்ன?'

'உங்கப்பா எனக்கு ஷேர் டிரான்ஸ்ஃபர் பண்றதாச் சொல்லி இருந்தார்.'

'எதுக்கு?'

'எதுக்கா... உன்னைக் கல்யாணம் பண்ணிக்கிட்டதுக்கு கிஃப்டா...'

'வரதட்சணை!'

'வராத தட்சணை! கைல எதும் கிடைக்கலை... உங்கப்பன் வாய்ச் சொல்தான்!'

'அப்பன்! குமார் என்ன பேசறீங்க எங்கப்பாவைப் பத்தி?'

'வார்த்தை சொன்னா காப்பாத்தணும், இல்லையா?'

'கவலைப்படாதீங்க... நான் வாங்கிக் கொடுத்துர்றேன். எங்கப்பாவை மரியாதை இல்லாமப் பேசாதீங்க...'

‘தேவையில்லை... வாங்கற விதத்துல வாங்கறதுக்கு எனக்குத் தெரியும்...’

‘குமார், உங்க போக்கில ஒரு பெரிய மாறுதலைப் பார்க்கறேன்... கல்யாணத்துக்கு முந்தியும் பிந்தியும்.’

‘இப்பப் பார்க்கறியே, இதுதான் நிஜமான குமார்’ என்றான்.

பெங்களூரில் லேசாகக் குளிராக இருந்தது. குமாரின் தந்தையும் தாயும் பனசங்கரியில் ஒரு வீட்டின் மாடியில் இருந்தார்கள். பக்க வாட்டில் குறுகலான படிகளில் ஏறிச் செல்ல வேண்டியிருந்தது.

கறுப்பு வெள்ளையில் தூர்தர்ஷன் ஓடிக்கொண்டிருந்தது. பிரம்பு நாற்காலிகளும் நடுவே சின்ன மேஜையும், காதி போர்டு திரைகளும் கூடத்தை அலங்கரித்தன. கொசுவர்த்திச் சுருளின் அஸ்தி, வட்டமாக அலமாரியின் கீழ்த் தட்டில் படிந்திருந்தது. குமாரின் அம்மா, அவனை ஆரத்தி எடுத்து வரவேற்றாள். அப்பா, குமார் போல இல்லை. அம்மா சாயல்தான் அதிகம் இருந்தது. எல்லாவற்றிலும் லேசாக வெல்லம் போட்ட சமையல். சிறிய, இரண்டு பேருக்கான மேஜையில் குமாரும் நிதியும் சாப்பிட்டார்கள். ரயிலில் நாஷ்தா கொடுத்ததால் நிதிக்குப் பசி இல்லை. குமார் ரசித்துச் சாப்பிட்டான்.

‘கல்யாணி ரெண்டு தடவை போன் செய்தா... உங்க ரெண்டு பேரையும் வந்து பார்க்கணுமாம். வரச் சொல்லட்டுமா?’

‘அடுத்த வாரம் வர்றப்ப வெச்சுக்கலாம்மா.’

சிறிய பெட்ரூமில் புதிதாக உறை போட்ட படுக்கை தலையணை விரித்திருந்தது. ‘இதுதான் வீடா?’ என்றாள் நிதி.

‘ஆமாம்...’

‘என்னமோ பெரிசா இருக்கும்னிங்களே... சொந்தமா?’

சற்றுத் தயக்கத்துக்குப் பின், ‘கீழே வாடகைக்கு விட் டிருக்கோம்...’

‘தாமு... வீட்டுக்காரர் வந்தார். போன மாசம் வாடகை கட்டலையாம்... கேட்டார். கல்யாணத்தில் பிஸியா இருந்துட் டேன்னு...’ என்று சொன்னாள் குமாரின் அம்மா.

உடனடியாகப் பொய்யில் அகப்பட்டவன், அவள் பார்வையைத் தவர்த்தான்.

‘குமார், ப்ளீஸ்... சின்ன விஷயத்துக்கெல்லாம் பொய் சொல்லாதீங்க... இட் மேக்ஸ் மி நெர்வஸ். எங்கப்பாகிட்ட, அம்மாகிட்டல்லாம் பெங்களூர்ல பெரிய வீடு இருக்கறதா சொனீங்களே?’

‘நான் சொன்னது வேற வீடு நிதி. இப்பத்தான வந்திருக்கே... கொஞ்சம் கொஞ்சமா எல்லாம் தெரிஞ்சுப்பே... முதல்ல தெரிய வேண்டியது, நாங்கல்லாம் உன்னை மாதிரி ரிச் கிளாஸ் இல்லை... மிடில் கிளாஸ்.’

‘அது என்ன கிளாஸோ... பொய் சொல்லாத கிளாஸா இருந்தா நல்லது.’

22

கல்யாணி யார்?

பெங்களூரில் அவர்கள் இருக்கும்போது ஓர் இனம் புரியாத பாசாங்குடன் வாழ்வதுபோலத் தோன்றி யது நிதிக்கு. குமாரின் அப்பா அம்மா இருவரும் அவளுடன் அதிகம் பேசவில்லை. அவள் வந்த உடனே பேசுவதை நிறுத்தி மையமாகச் சிரித் தார்கள். ஏன் என்று புரியவில்லை. போன் அடிக்கும் போதெல்லாம் அவளை எடுக்கவிடவில்லை. ஏன் என்று புரியவில்லை. கல்யாண் என்ற பெயரி லிருந்து அடிக்கடி போன் வந்ததாகத் தெரிந்தது. கல்யாண் யார் என்பதும் விளங்கவில்லை.

குமார் அவளிடம் சில காகிதங்களில் கையெழுத்து வாங்க விரும்பினான். அச்சடித்த ஃபாரம் போல இருந்தது.

'இது என்ன குமார்?'

'ஒண்ணுமில்லை நிதி... ஒரு பாங்க் அக்கவுண்ட் உன் பேர்ல ஆரம்பிக்கிறதுக்கு... உன் பேர்ல இருக்கிற நிறைய டெபாசிட்டுகள் எல்லாம் அதுக்கு வர்ற வட் டிக்கு உன் அக்கவுண்ட்ல நேரடியாச் சேர்றதுக்கு.'

'உங்க கையெழுத்தும் இருக்கே?'

'ஜாயிண்ட் அக்கவுண்ட் கண்ணு... நாம ரெண்டு பேரும் கணவன் மனைவி! கடைசி மூச்சுவரை

பிரியாதவர்கள். எனக்கு ஏதாவது ஆச்சுன்னா உனக்குத்தான் எல்லாம் வர்றதுக்கு.'

'எதுக்கும் அப்பாவைக் கேட்டுர்றேன்.'

'எல்லாத்தையும் அப்பாகிட்ட சொல்லிட்டேன். என்ன நீ, ஒரு அக்கவுண்ட் ஓப்பன் பண்றதுக்கு இத்தனை மீன மேஷம் பாக்கறே?'

'இதுவரைக்கும் எனக்கு எதுவுமே இந்த மாதிரி கையெழுத்து போடும்படியா...'

'அதான் ப்ராப்ளம். உன் சொத்து முழுக்க அவங்கதான் பார்த்துக்கிட்டு இருந்தாங்க. இப்ப என் பொறுப்பில் வந்துட்டே. பெரியவங்களை இனிமே தொந்தரவு பண்றதில அர்த்தமில்லை.'

'எதுக்கும் அப்பாகிட்ட கேட்டுரலாமே.'

இப்போது அவன் குரலில் சற்று ஆயாசம் தோன்றியது. 'சொல்லிட்டேன். அவர் சரின்னுட்டார் கண்ணு. அவருக்குச் சந்தோஷம்தான்.'

'எதுக்கும் அப்பாவை.'

'அடடா... பாத்ரூம் போறதுக்குக்கூட சென்னைலருந்து பர் மிஷன் வேணுமா உனக்கு?'

'இது பாத்ரூம் போற சமாசாரமில்லை குமார்.'

'ஆல்ரைட்!' என்று போனை எடுத்து, 'இந்தா... அப்பாகிட்ட கேட்டுக்க' என்றான். போனை அவள்பால் தள்ளினான்.

'ஹே கூல் இட் மேன்! இப்ப நான் என்ன சொல்லிட்டேன்?'

சென்னையை டயல் செய்த போது, 'திஸ் சர்வீஸ் இஸ் நாட் அவய்லபிள் ஆன் திஸ் போன்' என்றது குரல்.

'லைன் கிடைக்கவில்லை' என்றாள்.

'அதுக்கு நான் என்ன செய்யறது? இப்பக் கையெழுத்துப் போடப் போறியா, இலலையா?'

'அவ்வளவு அவசரம் இதுக்கு?'

'அவதான் அப்பாவைக் கேட்டுட்டுப் போடறேங்கறாளே குமார்' என்றாள் குமாரின் தாய்.

'இந்த மாதிரி ஒவ்வொண்ணுத்துக்கும் மன்றாட முடியாதும்மா.'

'இருக்கட்டும்டா... புதுசில்லையா.'

'நான் கிளம்பறேன். கையெழுத்தும் வேண்டாம். ஒரு எழவும் வேண்டாம்' என்று அந்த ஃபாரங்களைக் கிழித்துப் போட்டு விட்டுக் கோபத்துடன் புறப்பட்டான் குமார். 'போறேன். மகாராணிக்கு இஷ்டமில்லைம்மா...' என்றான்.

'என்னம்மா நீ. கோவிச்சுக்கிட்டான் பாரு.'

'தேவைப்பட்டா, வேற ஃபாரம் வாங்கிக்கலாம்மா. கவலைப் படாதீங்க.'

அவர்கள் வீட்டில் எஸ்.டி.டி. கனெக்ஷன் இல்லை. அதனால் சென்னையை அழைக்க, ஆபரேட்டர் மூலம் ஏற்பாடு செய்ய வேண்டியிருந்தது.

நிதிக்கு கையெழுத்து போடுவதில் தயக்கம் இல்லைதான். எதற்கும் கேட்டுவிட்டுப் போடலாமே என்றுதான் யோசித்தாள். குமார் வெளியே போனதும் மெல்ல மாடி இறங்கினாள்.

'எங்கம்மா போறே?' என்று குமாரின் அம்மா கேட்டாள். அவள் பெயர் சாவித்ரி என்றும், அப்பாவின் பெயர் வெங்கடேஷ் என்றும் தெரிந்தது.

'தெருக்கோடிக்கு... ஒரு போன் பண்ணிட்டு வந்துர்றேன்.'

'குமார்கிட்ட சொன்னா, அவன் ஆபீஸ்லருந்து தகவல் சொல்வானே...,'

'இல்லை... அவருக்கு எதுக்குச் சிரமம்...'

'ஏதும் சிரமம் இல்லை. தனியா போறியே... விட்டலை கூட அனுப்பவா?'

'வேண்டாம்மா.'

பூத்தில் நுழைந்து நம்பரை ஒத்தினாள்.

‘அப்பா... நான் நிதி பேசறேன்.’

‘ஹாய் நிதி... சொல்லு, சந்தோஷத்தில் திக்குமுக்கா? நிதி, பெங்களூர் எல்லாம் எப்படி இருக்கு... என்ஜாயிங் யுவர் செல்ஃப்? குமார் அருமையான பையன். உன்னை நல்லா வெச்சுப்பான். ப்ரில்லியண்ட் பாய். அவன் வந்து...’ என்று குரலில் உற்சாகம் பொங்கப் பேசினார் ஜயந்த்.

‘அப்பா என்னைக் கொஞ்சம் பேச விடுங்க. குமார் என்னைக் கையெழுத்து போடச் சொல்றார்.’

‘வெள்ளைப் பேப்பர்லயா?’

‘இல்லை... சில ஃபாரங்களில்.’

‘என்ன ஃபாரம்?’

‘ஏதோ பாங்க் அக்கவுண்ட் ஓப்பன் பண்ணணுமாம்.’

‘அதுக்கென்ன பரவால்லை. கையெழுத்து போடலாம். எதையும் வாசிச்சுட்டுப் போடு.’

‘வாசிச்சா புரியலைப்பா.’

‘குமாரை என்கூடப் பேசச் சொல்லு. அவங்கப்பா அம்மா எல்லாம் பார்த்தியா?’

‘பார்த்தேன். குமார் உங்ககிட்ட அதைப் பத்தி பேசிட்டாராமே?’

‘இல்லை, பேசலை. ஏன் அவன் அப்பாம்மா கல்யாணத்துக்கு வரலையாம்?’

‘என்னவோ காரணம் சொல்றாங்க. நிறையப் பொய் சொல்றார் குமார். அவங்களுக்குள்ள உறவே புரியலை, போன்ல வேணாமே’ என்றாள் நிதி.

‘எல்லாம் போகப் போகச் சரியாய்டும் நிதி. நீ ஒரு சூழ்நிலையில வளர்ந்தவ... புதுசா ஒரு வீட்டுக்குப் போறப்ப அங்க இருக்கற வசதிகள், நடைமுறைகள் வேறயா இருக்கலாம். தைரியமாயிரு.’

‘அப்பா, நீங்க வாங்களேன்’ என்று கெஞ்சினாள். குரலில் லேசாக அழுகை இருந்தது.

'நீதான் பத்து நாள்ள வந்துரப் போறியே.'

'வாங்களேன்' என்றாள் மறுபடியும். 'அப்பா, கையெழுத்து போடலாமா?'

'அவசரமில்லை. உனக்குத் தயக்கமா இருந்தா, சென்னைக்கு வந்தப்புறம் போடறேன்னு சொல்லு.'

திரும்பச் சென்றபோது வாசலில் புதிதாகச் சிவப்பில் செருப்பு இருந்தது. உள்ளே லேசான அழுகுரல் கேட்டது. தயங்கி நின்றாள்.

'எனக்குப் பதில் சொல்லாம எப்படிம்மா இந்தக் காரியம் செய்வார்? நான் கேக்கத்தான் போறேன்.'

'கல்யாணி... கொஞ்சம் பொறுமையா இரு. நீ வந்ததே தப்பு.'

'அவளை நான் பாத்து எல்லாத்தையும் சொல்லணும்.'

'சொன்னா என்ன ஆகும் தெரியுமில்லை...'

புரிந்ததும் புரியாமலும் உள்ளே சென்றாள் நிதி.

உள்ளே அந்தப் பெண் கருநீல நிறத்தில் மெலிதாக மார்பு தெரியும்படி ஜார்ஜெட் புடைவை அணிந்துகொண்டு கழுத்தில் ஒற்றை வடம் சங்கிலியுடன் ஹாலில் உட்கார்ந்திருந்தாள். வயசு இருபத்தேழு இருக்கும். கன்னத்தில் பருக்கள் இருந்தாலும் அழகாக இருந்தாள். சற்று நிறம் குறைச்சல்.

'இதான் குமாருடைய மனைவி நிதி' என்றாள் சாவித்திரி.

'கல்யாணி, எங்க உறவுக்காரப் பொண்ணு. குமார் ஆபீஸ்ல வேலை செய்யறா.'

'நீங்கதான் போன் பண்ணிங்களா?' என்று அவளிடம் கேட்டாள் நிதி.

'எப்ப?'

'மெட்ராஸ்ல, ஓட்டலுக்கு.'

'ஆமாம்.'

'குமார் உங்களைக் கல்யாண்ணு கூப்பிடுவாரா?'

'ஆமாம்.'

'ஏன் அழறீங்க?'

'என்னை ஒருத்தன் ஏமாத்தினதாலம்மா... கல்யாணம் பண்ணிக்கறேன்னு சொல்லிட்டு, வேற ஒரு பணக்காரப் பொண்ணைக் கல்யாணம் பண்ணிக்கிட்டாம்மா.'

'கல்யாணி... அப்புறமா வாயேன். அவளுக்கு நம்ம வீட்டுச் சமாசாரம் புரியாது' என்றாள் சாவித்திரி.

'யாரு அந்த மாதிரி உன்னை ஏமாத்தினது கல்யாணி?'

கல்யாணி, குமாரின் தாயைப் பார்த்தாள்.

'சொல்லு... அவன் பேரு என்ன?' என்று கேட்டாள் நிதி.

'நானே சமயம் வர்றப்ப காட்டறேன். உங்களுக்கு வாழ்த்துக்கள். நீங்க ரெண்டு பேரும் சந்தோஷமா வாழ வாழ்த்துக்கள்.'

'தாங்க்ஸ்' என்றாள் சன்னமாக. அவள் எதையும் புரிந்துகொள்ள விரும்பவில்லை.

'வரேன் சாவித்ரிம்மா. குமார் வந்தாச் சொல்லுங்க..'

நிதிக்குக் குழப்பமாக இருந்தது. சரியாகப் புரியவில்லை. 'இது யாருங்க?'

'அவ கதை பெரிய கதை. அதை அப்புறம் சொல்றேன். ஒரு மாதிரி மெண்டல் இவ.'

'பார்த்தாத் தெரியலியே...'

'உனக்கு ஏன் இந்தக் கதையெல்லாம்...'

'என்ன... அப்பாகூடப் பேசியாச்சா? கையெழுத்துப் போடலாமா? பர்மிஷன் கொடுத்துட்டாரா?' என்றான் குமார் திரும்பி வந்தது.

'ஃபாரத்தைக் கிழிச்சுப் போட்டுட்டிங்களே.'

இரண்டாவது அத்தியாயம் ○ 179

'இன்னொரு ஃபாரம் கொண்டு வந்திருக்கேன்.'

'நினைச்சேன்.'

'அப்பாகிட்ட கேட்டாச்சில்லை?'

'அவர் எதா இருந்தாலும் மெட்ராஸ்ல, தன்கிட்ட காட்டிட்டுப் போடுன்னார்.'

அவன் முகம் வெளிறியது. 'அப்பப்பா! என்ன ஒரு அப்பா செல்லம்பா...'

'எப்படியும் பத்து நாள்ள அங்க போறோமே.'

'பத்து நாளான்னு சொல்ல முடியலை. இந்த கம்பெனியில ரிலீவ் பண்ணத் தயங்கறான். மூணு மாசம் நோட்டீஸ் கேக்கறான்.'

'அப்ப நான் போறேன்' என்றாள் நிதி.

எங்கே?'

'என் வீட்டுக்கு.'

'பாரும்மா... இதான் உன் வீடு! உனக்குக் கல்யாணம் ஆயிடுச்சு.'

'குமார், நீங்க என்ன சொன்னீங்க... சென்னைல வந்து செட்டில் ஆறதாத்தானே... அப்படிச் சொல்லித்தானே கல்யாணத்துக்கே சம்மதிச்சேன்.'

'ஏன்... பெங்களூர்க்கு என்ன குறைவாம்?'

'இங்க நடக்கறது எனக்கு எதுவுமே புரியலை. யாரு அந்தக் கல்யாணி? அவளுக்கும் உனக்கும் என்ன உறவு? அவ ஏன் அடிக்கடி போன்ல கூப்பிட்டு அழறா?'

'கல்யாணி வந்திருந்தாளாம்மா?'

'ஆமாம்' என்றாள் சாவித்ரி.

'அவளை ஏன் உள்ள விட்டுப் பேசினே?'

'எப்டிரா?'

'இவகிட்ட ஏதாவது சொன்னாளா?'

'இல்லை' என்றாள்.

'குமார்... என்னவோ மறைக்கறீங்க?'

'ஒண்ணும் மறைக்கலை. ஏம்மா, உனக்குக் கல்யாணத்துக்கு முன்னாடி சிநேகிதம் இருந்தா, எனக்கு இருக்கக் கூடாதா?'

'சிநேகிதம் மட்டும்தானா?'

'கையெழுத்து போடு, சொல்றேன்' என்று அவளைச் சீண்டினான்.

'சென்னைக்கு வா, போடறேன்.'

'சென்னை... சென்னை... அப்படி என்ன டம்போவைப் பார்க்கப் பரபரப்பு?'

நிதி பதில் சொல்லாமல் படுக்கை அறைக்குச் சென்றாள். தன் துணிகளை எடுத்து அவசர அவசரமாகப் பையில் திணித்தாள். தன் பர்ஸைப் பார்த்தாள். காலியாக இருந்தது.

'குமார் எனக்குப் பணம் வேணும். பர்ஸிலிருந்த பணம் எல்லாம் எங்கம்மா?'

குமார் அவளைப் பின்தொடர்ந்தான், 'என்ன இப்ப?'

'நான் வீட்டுக்குப் போகணும்.'

'இதான் வீடுடி என் பொண்டாட்டி.'

'அசிங்கமாப் பேசாதீங்க குமார்.'

'நான் எப்ப சொல்றேனோ, அப்பத்தான் போகணும்.'

'இப்பவே போகணும்' என்றாள்.

'பர்மிஷன் கிடையாது.'

'பர்மிஷன் தேவையில்லை. நான் போவேன்.'

அவள் சற்றும் எதிர்பாராத விதமாக, அவளைக் கன்னத்தில் அறைந்தான் குமார். நிதியின் புலன்கள் அனைத்தும் தெறித்தன. கன்னத்தைவிட மனத்தில் அதிகமாக வலித்தது. உடனுக்குடன்

எதிர்வினையாக அவனைத் திருப்பி அடிக்க ஒரு வீசு வீசினாள். சரியாகப் படாமல் அவன் கண்ணாடி கழன்று விழுந்து உடைந்தது. அதை அவன் சற்றும் எதிர்பார்க்கவில்லை.

'புருஷனை அடிப்பியா பொட்டைக் கழுதை!'

'பொண்டாட்டிய அடிப்பியா திருட்டு ராஸ்கல்! அடிச்சா அடிப்பேன்டா' என்று அவனிடமிருந்து விலகி, 'அம்மா, அம்மா... உங்க பிள்ளை என்னை அடிக்கிறார். சீக்கிரம் வாங்க' என்று சத்தம் போட்டாள்

குமாரின் தாய் வந்து, 'என்னடா குமார்?' என்றாள்.

'இங்க இருக்க மாட்டாளாம். மெட்ராஸ் போகணுமாம். வந்து நாலு நாள் ஆகலை. பாரு நிதி... சரியாக் கேட்டுக்க, நீ என் மனைவி... அதுக்கப்புறம்தான் எல்லாம். நான் சொல்றபடி கேட்டுத்தான் ஆகணும். அதான் சம்பிரதாயம்.'

'என் பணம் எங்கே? பையில வெச்சிருந்த பணம் எங்கே?'

'நான்தான் படுக்கைல அலட்சியமா போட்டிருந்ததேன்னு எடுத்து பத்திரமா வெச்சேன்.'

'வேணும், அது எனக்கு! கொண்டாங்க.'

குமாரின் தாய் அவளைப் பார்த்து, 'என்னடா?' என்றாள்.

'கொடுக்காதேம்மா' என்றான்.

23

மறுபடியும் டம்போ!

இதுவரை வாழ்நாளில் நிதியை யாரும் அடித்ததில்லை. சிறு வயதில் அதிகமாக விஷமம் செய்தால் அப்பா லேசாகத் தலையில் சுண்டுவார். அம்மா அடித்ததே இல்லை. ஒரு கணவன் கை நீட்டி அடிப்பதை டிவி சீரியல்களில்தான் அவள் பார்த்திருக்கிறாள். அதெல்லாம் பொய், யதார்த்தத்துக்கு அப்பாற்பட்டது என்று எண்ணிக்கொண்டிருக்க, இப்போது அதன் வேஷமற்ற உண்மை அவள் உள்ளத்தில் பள்ளத்தை ஏற்படுத்தியது. அதனுடன் பெங்களூரில் வந்து மாட்டிக் கொண்டோமோ என்கிற பயம் சேர்ந்திருந்தது. எப்படியாவது குமாரையும் இந்த விநோதமான குடும்பத்தையும் விட்டுவிட்டு சென்னைக்குத் திரும்பிவிட வேண்டும் என்பதில் தீர்மானமாக இருந்தாள்.

நிதி புத்திசாலிப் பெண். கொஞ்சம் நிதானமாக யோசித்தபோது மனத்தில் உள்ளதை வெளியில் சொல்லக் கூடாது; திரை போட வேண்டும் என்று தீர்மானித்தாள். வெளிப்படையாகச் சில பாசாங்குகள் செய்யவேண்டும்.

குமாருக்கு இணங்குவதுபோல, அவன் சொல்வதைக் கேட்பது போலச் சில நாட்கள் இருந்து விட்டு எப்படியாவது சென்னைக்குத் திரும்பிவிட வேண்டும். அதற்கான தந்திரங்களை யோசித்தாள்.

முதலில் அவளிடம் பணம் இல்லை. மாமியார் என்கிறவளிடம் கேட்டாள்.

'அம்மா... எனக்கு ஆயிரம் ரூபாய் பணம் வேணும்.'

'அத்தனை பணம் வீட்டில வெச்சுக்கறதில்லைம்மா நாங்க.'

'என் ஹாண்ட்பேக்கில் இருந்த பணம் என்ன ஆச்சு?'

'தாமுகிட்ட கொடுத்துட்டேன். நீ பாட்டுக்கு படுக்கை மேலே போட்டு வெச்சிருந்தே... வேலைக்காரிக்கு டெம்ப்டேஷன் எதுக்கு கொடுக்கணும்னு...'

'குமார் அதை எங்க வெச்சிருக்கார் தெரியுமா?'

'அவன் ஆபீஸ்லருந்து வந்ததும் கேட்டு வாங்கி கொடுத்துர்றேன்ம்மா. பாரும்மா நிவேதா... உன் பணம், என் பணம்னு பிரிச்சுப் பேசாதே! நீ எங்க வீட்டுப் பெண்... நம்ப பணம், என்ன?' என்றாள்.

மாமனார் சிகரெட் குடிப்பார், ரேஸ் ஆடுவார் என்பதும் தெரிந்தது. அடிக்கடி ப்ளூ டைமண்ட், ப்ளாக் தண்டர், குனிலா என்றெல்லாம் போனில் பேசிக்கொண்டிருந்தார். அவளுக்கு எப்படியாவது தன் வீட்டு மனுஷர்களுடன் தொடர்புகொள்ள வேண்டியிருந்தது. ஒரு கோணத்தில் யோசித்துப் பார்த்தால் கொஞ்சம் மிகையாகச் சம்பவங்களைக் கருதுகிறோமோ என்றும் தோன்றியது. மண வாழ்வு என்பது இப்படித்தான் இருக்கும் போல. மற்றொரு வீட்டுக்கு வந்தபின் அதன் விதிமுறைகளை அனுசரித்துத்தான் நடந்துகொள்ளவேண்டும். அவர்கள் தூங்கும் சமயத்தில் தூங்கவேண்டும். சாப்பிடும் சமயத்தில் சாப்பிட வேண்டும் (எல்லோரும் லேட்டாகச் சாப்பிட்டார்கள்). இதுதான் ஒரு வேளை நியதியோ?

கல்யாணத்தில் கொடுத்த ஜென் காரிலிருந்த குமார் சாயங்காலம் இறங்குவதை நிதி மாடியிலிருந்து பார்த்தாள். இருக்கைகளின் பாலிதீன் உறைகள்கூடப் பிரிக்கவில்லை. நிதி படுக்கை அறைக்குச் சென்றாள். பழைய நியூஸ் பேப்பரை எடுத்துப் படித்துக்கொண்டிருந்தாள்.

வெளியே அவளைப் பற்றி பேச்சு கேட்டது.

'என்ன சொல்றாம்மா?' என்று கேட்டான் குமார், தன் அம்மாவிடம்.

'ரூம்லயே நாள் பூரா உக்கார்ந்துகிட்டிருந்தா. பணம் வேணுமாம். அவ பணத்தைக் கொடுத்துரு.'

'சாப்பிட்டாளா?'

'சரியாச் சாப்பிடலை. பசி இல்லையாம்.'

'நிவேதா' என்று குமார் உள்ளே வர, சட்டென்று எழுந்தாள். மூலைக்குச் சென்றாள்.

'என்னைப் பார்த்த உடனே அடிபட்ட பறவை போல பயப் படறே. நிதி, ஐயாம் வெரி வெரி ஸாரி... என்னைப் போல ஒரு கிராதகன் உலகத்திலேயே கிடையாது. ஆபீஸ்ல வேலையே ஓடலை... இத்தனை அருமையான பெண்ணைப் போய் அடிச் சுட்டனேன்னு. முழுக்க முழுக்க என் தப்புதான். நிதி, உன் மனசு எவ்வளவு வேதனைப்பட்டிருக்கும்... புதுசா வந்த இடத்தில் இப்படி ஒரு ஷாக் கொடுத்தா என்ன ஒரு வேதனையா இருக்கும்.'

நிதி பேசாமல் இருந்தாள்.

'பேசேன் நிதி.'

'என்ன பேசினாலும் சண்டைல முடியறது.'

'ப்ராமிஸ் பண்றேன்... இனிமே நமக்குள்ளே வாக்குவாதம் கிடையாது. வா... கபன் பார்க் போகலாம்.'

மரங்கள் அடர்ந்த, நடமாட்டம் அதிகம் இல்லாத இடத்தில் லேசான குளிரில் நடந்தது இதமாக இருந்தது. சிவப்பான கோர்ட், வெளுப்பான விதான் சௌதா, வட்டமான பழைய லைப்ரரி, அங்கங்கே புல் திட்டுகளில் விளையாடிய சிறுவர்கள்... அவளுக்குப் பழைய உற்சாகத்தில் பாதி திரும்பி வந்தது. 'நான்கூட எதுக்கெடுத்தாலும் வாக்குவாதம் பண்றேன் இல்லை?'

'பரவாயில்லை... ரெண்டு பேருக்கும் நல்ல பொருத்தம்.'

'ரெண்டு பேருமே ரொம்ப இமோஷனலா ஆயிடறோம் இல்லை?'

'ஆமாம்' என்றான் குமார். 'ஆனா, நீ சொன்ன எதிலுமே தப்பில்லை. நமக்குள்ளே ரகசியங்கள் இருக்கவே கூடாது.

எல்லாவற்றையும் திறந்த மனத்துடன் பங்கிட்டுக்கொள்ள வேண்டும். என்ன வேணாக் கேளு.'

'கல்யாணி யாருன்னு எனக்குக் குழப்பமா இருக்கு குமார். உறவுக்காரங்கறீங்க... ஒரே ஆபீஸ்ங்கறீங்க.'

'ரெண்டுமே உண்மைதான். தூரத்து உறவுதான். அவளுக்கு ஆபீஸ்ல நான்தான் வேலை போட்டுக் கொடுத்தேன். அதுக்காக அவகிட்டப் பழகவேண்டியிருந்தது. அவ என்னைத் தப்பாப் புரிஞ்சுகிட்டு நான் ஏதோ அவளைக் கல்யாணம் செய்துக்கறதா வாக்குக் கொடுத்ததா நினைச்சுக்கிட்டா.'

'அப்படிச் சொன்னீங்களா?'

'விளையாட்டுப் போக்கா சொன்னது விபரீதமாயிடுச்சு. ஒரு ஆன்யுவல் ரிப்போர்ட்டை வேர்டு ப்ராஸஸரில் அடிச்சுக் கொடுக்க வேண்டியிருந்தது. 'அதை ஒரு நாள்ல முடிச்சேன்னா நான் உன்னைக் கல்யாணம் செய்துக்கறேன்'னு வேடிக்கையாச் சொன்னதை நிஜம்னு நினைச்சுக்கிட்டு எங்கம்மாகிட்ட போய் சொல்லி கொஞ்சம் கலாட்டா செய்திருக்கா. அவளுக்கு ஒரு நல்ல பையனா பார்த்துக் கல்யாணம் செய்து வைக்கறது என் பொறுப்பாயிருச்சு. அடுத்த கேள்வி?'

'எப்ப நாம திரும்ப சென்னைக்குப் போகப் போறோம்?'

'தீர்மானிச்சுட்டேன்... இவங்க ரிலீஸ் பண்றாங்களோ இல்லையோ, ஒண்ணாம் தேதி கிளம்பிர்றதா. என் பி.எஃப், கிராஜுட்டியைப் பிடிச்சு வெச்சுப்பாங்க. சண்டை போட்டு வாங்கிடலாம். அப்புறம் வீடு... நான் உங்கிட்ட பெரிய வீடு இருக்கறதாப் பொய் சொன்னதா நினைச்சுக்கிட்டிருக்கே. அது பொய் இல்லை. நாளைக்குப் போய் இந்திரா நகர்ல அந்த வீட்டைப் பார்க்கப் போறோம். இன்னும் ஃபினிஷ் ஆகலை. அதனால இந்த வீட்ல அம்மாகூட இருக்கேன்.'

நிதிக்கு ஒரு விதத்தில் சமாதானமாக இருந்தது. அவன் சொன்னது அத்தனையையும் நம்பத்தான் விரும்பினாள்.

'கணவன் மனைவிக்குள்ள பரஸ்பர நம்பிக்கை முக்கியம் நிதி. இல்லைன்னா ரொம்பப் பிரச்னை ஆகிடும். நாம பெங்களூர் வர்றப்ப ரயில்ல அவனைப் பார்த்தும் அதை நான் தப்பா

எடுத்துக்கலை. நீ அவனைக் கூப்பிடலைன்னு சொன்னதை அப்படியே நம்பறேன். அதே மாதிரி நான் உங்கிட்ட ஏதாவது கேக்கறேன்னா அது நம்முடைய நன்மைக்காகத்தான்னு உறுதியா நம்பணும். நான் நாளைக்கு ஏதாவது காகிதத்துல கையெழுத்து போடச் சொன்னா உடனே போடணும்.'

'போடணுமா?'

'பாரு... உம் பேர்ல நிறைய ஷேர் சர்ட்டிபிகேட்டுகள் இருக்கு. அதெல்லாம் எங்கிருக்குன்னு தெரியலை. டி-மாட் அக்க வுண்ட்டா மாத்திரணும். அதையெல்லாம் ஒழுங்குபடுத்த உன் கணவனான எனக்கு ஒரு ஆத்தரைசேஷன் லெட்டர்... அதுல கையெழுத்து போடணும். போடறியா?'

'அப்பா சொன்னார்... எதையுமே படிச்சுப் பார்த்துட்டுப் போடுன்னு.'

'நல்ல கொள்கைதான். படிச்சா உனக்குப் புரியாது.'

'அப்பா அதை விளக்கிச் சொல்வார்.'

'ஏன்... நான் விளக்கிச் சொல்ல மாட்டனா? பார்த்தியா... எம்மேல இன்னும் நம்பிக்கை வரலையா?'

'ஒரு நாள் சென்னைக்குப் போய்ட்டு அப்பா முன்னாலயே உக்காந்து எல்லாத்திலயும் கையெழுத்து போட்டுர்றேன்.'

'ச...ரி' அவன் சற்று நேரம் அவளையே பார்த்தான். 'ஐ ஸீ யுவர் பாயிண்ட். இதைத்தான் அபண்டண்ட் காஷன்ம்பாங்க. அபரி மிதமான எச்சரிக்கை. பரவாயில்லை... எம்மேல நம்பிக்கை வர உனக்கு கொஞ்ச நாள் ஆகும்.'

'பெங்களூர்ல கொஞ்சம் ஷாப்பிங் பண்ண எனக்குப் பணம் வேணும். என் பைல இருந்த பணத்தை உங்கம்மா உங்ககிட்ட கொடுத்துட்டதாச் சொன்னாங்க.'

'அதில எத்தனை இருந்தது?'

'தெரியலை... ஆயிரம் ரெண்டாயிரம் இருக்கலாம்.'

'அதுகூட ஞாபகமில்லை பாரு உனக்கு! அதில பத்தாயிரம் ரூபா கட்டு இருந்தது.'

'அத்தனை பணம் வேண்டாம். என்ன... ஒண்ணு ரெண்டு சுடிதார், செருப்பு, மணிமாலை இப்படித்தான் வாங்கணும்.'

'அப்ப ஒண்ணு பண்றேன். உன்னை கமர்ஷியல் ஸ்ட்ரீட்ல விட்டுட்டு ஹேர் கட் போய்ட்டு ஒரு மணி நேரத்தில் திரும்பி வர்றேன். நீ என்ன வேணுமோ வாங்கிக்க.'

அடர்த்தியாக இருந்த கடைகளின் ஊடே அவளை இறக்கி விட்டுச் சென்றான். கையில் இரண்டாயிரம் கொடுத்தான். நிதிக்கு அவன் போனதும் உற்சாகமாக இருந்தது. திடீர் என்று தனக்குக் கல்யாணம் இன்னும் ஆகவில்லை போலவும், சுதந்தரமாக சென்னை எக்மோரில் நடை பாதைக் கடைகளில் ஊடாடுவது போலவும் உணர்ந்தாள். செருப்புகள் விலை குறைவாக இருந்தன. பேரம் பேச முடிந்தது. கிறிஸ்துமஸ், புத்தாண்டுகளை எதிர்நோக்கி வியாபாரிகள் ஒன்றுசேர்ந்து வண்ண விளக்குகளால் அலங்கரித்து கடைத் தெரு சங்கீதத்திலும் சந்தோஷத்திலும் அதிர்ந்துகொண்டிருந்தது. நவநாகரிக மேல் தட்டு மனிதர்கள் வண்ண வண்ண பிளாஸ்டிக் பைகளில் அநியாய விலைப் பொருள்களை அலட்சியமாக கார்களின் பின் சீட்டுகளில் தூக்கிப் போட்டிருந்தார்கள். பிச்சைக்காரர்கள்கூட ஆங்கிலத்தில் பிச்சை எடுத்துக்கொண்டிருந்தார்கள். 'சார்,வெரி புவர் ஓல்டு மேன் சார்... எய்ட் சில்ட்ரன் சார்... ஹெல்ப் மீ சார்.'

அங்கிருந்த ஃபாஸ்ட் ஃபுட் ரெஸ்ட்டாரண்ட் ஒன்றில் போய் காப்பி சாப்பிட்டாள். வாங்குவதையெல்லாம் முடித்து விட்டு போஸ்ட் ஆபீஸ் அருகில் நிற்குமாறு குமார் சொல்லிவிட்டுப் போயிருந்தான். அங்கே காத்திருக்கும்போது எதிரே கண்ணாடிக்குப்பின் அழகழகான காஷ்மீரக் கம்பளங்களையும் தரை விரிப்புகளையும் உயர்த்தி மாட்டியிருந்ததைப் பார்த்துக் கொண்டிருந்தாள். கண்ணாடியில் நிழல் தெரிந்தது. திரும்பிப் பார்த்தாள். அப்போது ஒரு இளைஞன் அவளிடம் வந்து, 'அம்மா வர்றீங்களா?' என்றான்.

'யாருப்பா?'

'அய்யாதான் அனுப்பிச்சாரு. அவருக்கு ஆபீஸ்ல அவசரமா கால் வந்துச்சாம். உங்களை வீட்டுல விட்டுட்டு வரச் சொன்னாரு.'

சில சமயங்களில் சில முகங்களைப் பார்க்கும்போது சந்தேகமே தோன்றாது. அப்பேர்ப்பட்ட முகம் அவனுடையது. எங்கோ

பார்த்ததுபோலவும் இருந்தது. உடனே நம்பி விட்டாள். அந்த அடர்த்தியான கூட்டத்தில் அவன் அவள் அருகே மரியாதையான தூரத்தில் வர,

'காரு எங்கப்பா?'

'பார்க்கிங் கிடைக்கலைங்க. அடுத்த தெருவில விட்டிருக்கேன்.'

சற்று தூரம் நடந்ததும் அவளுக்குச் சந்தேகம் வந்தது. நின்றாள்.

'என்னம்மா நின்னுட்டீங்க?'

'போன் பணண்டறேன்பா அய்யாவுக்கு.'

'அய்யா ஆபீஸ்ல இல்லைம்மா...'

'ஆபீஸ்லதான் இருக்கறதாச் சொன்னீங்க?'

'ஆபீஸ் போயிக்கிட்டிருக்காருங்க.'

'நான் எப்படிப்பா அய்யா அனுப்பிச்ச ஆளுன்னு உன்னை நம்பறது?'

'இத பாருங்க ஐடி கார்டு' என்று ஏதோ ஒரு அட்டையைக் காட்டினான். இருட்டில் அதில் எழுதியிருந்தது சரியாகத் தெரியவில்லை.

அவன் குரலில் இருந்த லேசான அதட்டலில் அவள் எச் சரிக்கையாகி விட்டாள். சட்டென்று அந்த இடத்திலேயே நின்று திரும்ப போஸ்ட் ஆபீஸ் பக்கம் நடந்தாள். அவன் அவளைக் கையைப் பற்றி இழுத்தான்.

எதிர்பாராதபடி அவன் முகத்தில் அடித்து உதறிக்கொண்டாள். அவன் அவள் பையைப் பிடுங்கிக்கொண்டு திரும்பிப் பார்க்காமல் ஓடினான். அவளுக்குள் பிரவாகமாக அட்ரினிலின் பாய்ந்தது.

அத்தனை மக்கள் நடமாட்டத்திலும் ஒரு விதமான அபத்திரமும் தனிமையும் இருந்தது. சற்று வியப்பாகப் பார்த்தார்களே தவிர யாரும் விசாரிக்கவில்லை.

ஒரு ஆட்டோ ரிக்ஷாவில் ஏறிக்கொண்டாள்.

'வெய்ட்டிங்க்மா.'

இறங்கிக்கொண்டாள்.

‘ஸ்டாண்ட் எங்கருக்கும்?’

‘ஹேய் ஹேய்... ஈஸி ஈஸி...’ என்று பரிச்சயமான குரல் கேட்டது. திரும்பினால் டம்போ! சட்டென்று, அவனைக் கெட்டியாகப் பிடித்துக்கொண்டாள்.

‘என்ன நிதி... ஏதாவது தீ விபத்தா?’

‘ஒரு ஆள் என் பர்ஸைப் பிடுங்கிட்டு ஓடிட்டான். நல்ல வேளை டம்போ வந்தியே... குமார் என்னை விட்டுட்டு ஹேர் கட் பண்ணப் போயிருக்கார்.’

டம்போ கையில் சில பைகளுடன், அவளைப் பார்த்ததும் எதிர்ப்புறத்திலிருந்து வந்திருக்கிறான்.

‘டம்போ... என்னை எப்படியாவது வீட்டுல கொண்டு விட்டுரு. அந்தாளு என்னைக் கையைப் பிடிச்சு இழுத்து...’ மேலே பேச முடியாமல் மூச்சிரைத்தாள்.

‘டேக் இட் இஸி பார்ட்னர்.’

அவளை ஆசுவாசப்படுத்தி ஒரு ஐஸ்க்ரீம் பார்லரில் உட்கார வைத்தான்.

‘வீடு எங்க இருக்கு... அட்ரஸ் தெரியுமா?’

‘தெரியாது... பனசங்கரியில்...’

‘போன் நம்பர் இருக்கா?’

‘ஞாபகமில்லை.’

‘என்ன பார்ட்னர்... அந்தாளைக் கல்யாணம் பண்ணிக்கிட்டு வந்திருக்கே. வீடு தெரியாது... போன் நம்பர் தெரியாது. எப்படி நான் உன்னைச் சேர்ப்பிக்கிறது?’

‘போஸ்ட் ஆபீஸாண்டை வர்றதாச் சொல்லிட்டுப் போனார் குமார்.’

‘அப்ப வா... மறுபடி போஸ்ட் ஆபீஸ் போலாம்.’

'டம்போ எனக்கே முதன்முதலா பயமா இருக்குடா. மெட்ராஸ்ல இந்த மாதிரி ஃபீல் பண்ணதே இல்லை.'

'நான்தான் கூட இருக்கேனே... இனிமே என்ன பயம்? வா போகலாம்.'

போஸ்ட் ஆபீஸில் போய் அரை மணிக்கு மேல் காத்திருந்தும் அவன் வரவில்லை. விசாரித்ததில் அந்த ஆள் இங்கே வந்து காத்திருந்து விட்டுத் திரும்பப் போய்விட்டதாகச் சொன்னார்கள்.

'உனக்கு வீட்டு விலாசம், டெலிபோன் நம்பர்லாம் தெரியாதுங்கறது உம் புருஷனுக்குத் தெரியுமா?'

'சொல்லத் தெரியலை.'

'இப்ப எப்படி உன்னை நான் வீட்ல கொண்டு சேர்க்கறது?'

'டம்போ, என்ன செய்வியோ... என்னை பனசங்கரியில கொண்டு விட்டுரு.'

'விசாரிச்சுப் பார்த்தேன் பார்ட்னர். எந்த ஸ்டேஜ்னு கேக்கறான். பர்ஸ்ட், செகண்ட், தேர்டுனுனு மூணு பனசங்கரி இருக்காம்.'

'எதுத்தாப்பல மலைமாதிரி தெரிஞ்சுது.'

'அடையாளம் பத்தாது பார்ட்னர். உன் கணவர் வொர்க் பண்ற இடமாவது, கம்பெனி பேராவது தெரியுமாடா?'

'என்னவோ எஃப்.சி.ன்னாரே.'

'என்னவோ எஃப்.சி.! ஒரே வழி உங்க அப்பாவுக்குச் சென்னைக்குப் போன் செய்து உங்க வீட்டு போன் நம்பர் வாங்கிக்கறதுதான்' என்றான்.

24

ஆரம்ப அறிகுறிகள்!

ஒரு எஸ்.டி.டி. நிலையத்தில் இருந்து சென்னைக்கு போன் செய்தாள் நிதி. ராமலக்ஷ்மிதான் எடுத்தாள்.

'அம்மா... அப்பா எங்கே?'

'அழகு சுந்தரி வந்திருக்கா. அங்க போயிருக்கார். நான் தனியா உக்காந்துகிட்டு பைத்தியக்கார டிவியைப் பாத்துக்கிட்டு இருக்கேன்.'

'அம்மா, உனக்கு பெங்களூர்ல குமார் வீட்டு நம்பர் தெரியுமா?'

'புரியலை... நீ அங்க இல்லையா?'

'அம்மா, அது ஒரு பெரிய கதை... சுருக்கமாச் சொன்னா, கடைத் தெருவில் தனியா மாட்டிக் கிட்டேன். வீட்டுக்கு போன் பண்ண நம்பர் மறந்து போச்சு.'

'என்னம்மா நீ... புருஷன் வீட்டு நம்பர்கூடத் தெரியாம...'

'அம்மா, புருஷனையே மறக்கவேணும் போல இருக்கு... நான் படற அல்லல்.'

'என்ன ஆச்சுடி... ஒரு மாசத்தில சண்டையா?'

'படுத்தாதம்மா... வீட்டு நம்பர் எங்கயாவது டைரில இருக்கும்... இல்லை சரூகிட்ட போன் கொடு.'

சரண்யா, 'அக்கா... பெங்களூர் எல்லாம் சூப்பரா இருக்காக்கா?'

'சரு... பெங்களூர் நல்லாத்தான் இருக்கு. நான்தான் நல்லால்லை கண்ணு.'

'ஐ மிஸ் யூ அக்கா.'

'நான் கூடம்மா. ரொம்ப நாள் தாங்க மாட்டேன்... வந்துருவேன். அப்பா டைரில குமார் வீட்டு நம்பர் இருக்கும். அதைப் பார்த்துச் சொல்லு... அம்மா காரணம் சொல்வா. முதல்ல நம்பரைப் பாரு.'

சரண்யா தேடிப் பார்தது நம்பரைச் சொல்வதற்குள் மணி ஒன்பதாகி விட்டது.

குமாருக்குப் போன் செய்தாள் கடைசியாக.

'குமார், அப்பாடா... நிதி பேசறேன்.'

'நிதி! எங்கே போய்த் தொலைஞ்சே?'

'யாரோ ஒருத்தன் நீ கூப்பிட்டதாச் சொல்லிக் கூப்பிட்டான். முதல்ல குழம்பிட்டேன். அப்புறம்தான் அவன் ரௌடின்னு தெரிஞ்சுது. என் பர்ஸைப் பிடிங்கிட்டு ஓடிட்டான். திரும்ப போஸ்ட் ஆபீஸ் வந்து பார்க்கறேன்... நீ வரலை. அப்பத்தான் அகஸ்மாத்தா டம்போ வந்து...'

'கரெக்டா வந்து காப்பாத்திட்டானா... என்ன கதை இது?'

'கதை இல்லை குமார்... அதான் நடந்தது.'

'முதல்ல வீட்டுக்கு வா சொல்றேன். வா உனக்கு இருக்கு.'

'என்ன சொல்றே குமார்?'

'வாடின்னா வீட்டுக்கு.'

'அட்ரஸ் தெரியாது. நீ எங்க போயிட்ட?'

'போஸ்ட் ஆபீஸ்ல பைத்தியக்காரன் மாதிரி உனக்காக இங்கயும் அங்கயும் குட்டி போட்ட பூனை மாதிரி உலாத்திக்கிட்டு... ஒண்ணுமே புரியலை. ஒரு வேளை வீட்டுக்குப் போயிட்டியோனு பதறிப் போய் இங்க வந்தேன்.'

'என்ன குமார்... கொஞ்சம் காத்திருக்கக் கூடாதா?'

'எனக்கு எப்படித் தெரியும் முண்டம்... உன் பழைய லவ்வரை வரவழைக்கப் போறேன்னு?'

'உளறாதே குமார்.'

'நான் உளர்றேன். நீ தெளிவா இருக்கே.'

'இப்ப வீட்டு அடையாளம் சொல்லு முதல்ல. அப்புறம் திட்டலாம்.'

'ராத்திரி அவன்கூடத் தங்கிட்டு காலைல வாயேன்.'

'குமார்!'

'ராகி குட்டா அனுமார் கோயில்ன்னு சொல்லு... எல்லாருக்கும் தெரியும். அதுக்கு எதுத்தாப்பல சந்து. நாலாவது வீடு. இஷ்டமிருந்தா வா' என்று போனை வெட்டினான்.

'டம்போ... குமார் தப்பா நினைச்சுக்கிட்டான். நான் ஆட்டோவில் போயிர்றேன். நீ வரவேண்டாம்' என்றாள் நிதி, சரத்திடம்.

'சேச்சே... இந்த ராத்திரியில நீ தனியாப் போகக் கூடாது. அவன் என்ன வேணா நினைச்சுக்கட்டும். நான் கொண்டு விட்டுட்டுத் தான் போவேன்.'

ஆட்டோவில் வீடு திரும்பியபோது டம்போவையும் அவளையும் மேலேயிருந்து குமார் கவனித்தான்.

நிதி மாடி ஏறி உள்ளே வந்ததும், 'அவன் மேல வரலையா!'

'வரலை...'

'வர மாட்டானே. எல்லாக் காரியமும் ஆட்டோவிலேயே முடிச்சாச்சா... பாக்கி ஒண்ணும் இல்லையே?'

'குமார்... பைத்தியம் மாதிரிப் பேசாதீங்க. மிஸ்கம்யுனிகேஷன் ஆயிடுத்து. நான் ஒரு பக்கம். நீங்க ஒரு பக்கம்னு போயி.'

'பாரு... இந்தக் கதையெல்லாம் இனிமே வேண்டாம். எல்லாம் ப்ளான் பண்ணி வெச்சிருக்கே. கமர்ஷியல் ஸ்ட்ரீட் போகணும். அங்க வான்னு அவனைக் கூப்பிட்டுட்டு... அப்ப முழிக்கிறபோதே தெரியும்.'

‘அய்யோ... எனக்கு கம்ர்ஷியல் ஸ்ட்ரீட்னா என்னன்னே தெரியது. குமார், எனக்குக் கோபம் கோபமா வருது...’

‘உனக்கு மட்டும்தான் கோபம் வருமா... எனக்கு வரக் கூடாதில்லை?’

‘என் கோபம் நியாயமான கோபம். உன்னுது அநியாயமான கோபம்.’

தன் தாயைக் கூப்பிட்டான் குமார். புடைவைத் தலைப்பில் துடைத்துக்கொண்டு கவலையுடன் வந்தாள். ‘அம்மா... இந்தப் பொண்ணு சரியில்லையம்மா. சரியே இல்லை. கல்யாணத்துக்கு முந்தி ஒரு சோம்பேறிகூட லவ் அடிச்சிருக்கு. அவனை இங்கேயும் பெங்களூர் வரவழைச்சு என் கண் முன்னாலேயே அவன்கூட ஆட்டோவில் வந்து இறங்கறதும்மா.’

‘என்னம்மா நீ? இப்படியெல்லாம் செய்தா தப்புமா...’

நிதி வெடித்தாள். ‘அம்மா பாருங்க... நான் சொல்றதை பிடிவாதமா நம்பலைன்னா என்னால எதுவும் செய்ய முடியாது. ஏற்கெனவே ஒரு தடவை உங்க மகன் என்னைக் கை நீட்டி அடிச்சிருக்கிறார். இனிமே என்னை யாராவது தொட்டீங்க... போலீஸுக்குப் போன் செய்துருவேன்.’

‘பயமுறுத்தறா பாரும்மா. முதல் நாளே சொன்னேன்மா... உனக்குக் கல்யாணம் ஆயிடுச்சு. அவன்கூட சிநேகிதத்தை இனிமே நிறுத்திரணும்னு. தலையாட்டிட்டு, காலைலயே அவன் வந்து நிக்கறான்மா. எந்தக் கணவனால் இதைச் சகிச்சுக்க முடியும்?’

இதில் குமாரின் அப்பா என்பவர், ‘ஏம்ப்பா, இந்தச் சணடை யெல்லாம் நாளைக்குப் போட்டுக்கக் கூடாதா? இட்ஸ் டூ லேட்’ என்றார்.

‘நான் மட்டும் எதுக்கு இவளுக்கு விசுவாசமா இருக்கணும். சொல்லிடும்மா கல்யாணி பத்தி.’

அம்மா அவளிடம் கண்ணைக் காட்டினாள், ‘போய்ப் படுத் துக்கம்மா.’

நிதிக்கு அழுகை பீறிட்டு வந்தது. அழுகை, பயம், பதற்றம் எல்லாம் சேர்ந்து ஏறக்குறைய மயக்கமே வந்து விட்டது. தலை

சுற்றியது. சுதாரித்துக்கொண்டு மெல்லப் படுக்கைக்குப் போய் அறைக் கதவை உள்ளே தாளிட்டுக்கொண்டு படுத்தாள். மேலே உத்தரம் அல்லாடியது.

இது மாதிரி அவளுக்கு வந்ததே இல்லை.

அவன் சத்தமாக, 'ராத்திரி லேட்டாகும்மா' என்று சொல்லிக் கொண்டு கதவை உதைத்துச் சாத்துவதும், அதன் பின்பு கார் கதவு சாத்தப்படுவதும், அது டயர் சீறப் புறப்படுவதும் கேட்டது.

நிதிக்கு மறுபடி வயிற்றைக் கலக்கியது. ஒரு அமில அலை நெஞ்சு வரை ததும்பியது.

சாயங்காலம் சாப்பிட்டது வாந்திக்கு வரும் போல இருந்தது.

வீடு படு அமைதியாக ஆகிவிட்டது. கிடைத்த தாற்காலிக நிவாரணம் எப்போது யாரால் கலைக்கப்படும் என்பது தெரியாமல் கொட்டையாக விழித்திருந்தாள். தனக்குத்தானே நிறையப் பேசிக்கொண்டாள். மனத்தை அலைபாயாமல் சிறைப்படுத்த அது தேவையாக இருந்தது. 'என்ன ஆச்சுன்னு பதறிப் போறே. உடனே ராத்திரியே இந்த வீட்டை விட்டு வெளியேறிடணும். அதுவரை எந்தவிதச் சண்டையும் போடக் கூடாது. நிதி, அமைதியா இரு... பைத்தியம் ஆயிடாதே. உன்னைப் பைத்தியமா அடிக்கிறான். அதை எதிர்க்கணும் நீ! இந்த மாதிரி தொடர்ந்து ஏதோ ப்ளான் பண்ணி அவன் செய்கிறான். அதுக்கு ஆளாகாதே.

'எங்கே போவாய்?'

'எங்கேயோ... ஏதாவது ரயில். நைட் பஸ் எதிலாவது.'

கதவைத் திறந்தாள்.

அம்மா ஹாலில் தூங்கிக்கொண்டிருந்தாள். சிறிய விளக்கு எரிந்து கொண்டிருந்தது. மெல்லக் கதவை அணுகினாள். மேல் தாழ்ப் பாளைச் சத்தமில்லாமல் இறக்கினாள். கதவைச் சாத்தும்போது ஓசைப்படுத்தியது. கலங்கிப் போய் நின்றாள். நல்ல வேளை... குமாரின் அம்மா எழுந்திருக்கவில்லை. எங்கே போவேன்... என்ன பைத்தியக்காரத்தனமான முடிவு?

கையில் ஒற்றைக் காசில்லை. தெரு விளக்குகள் அவள் துக்கத்துக்காக மௌனம் சாதித்தன.

காலி பஸ் சென்றது. தூரத்தில் ஆட்டோ குதித்துக் குதித்து வந்தது.

தடுத்து நிறுத்தினாள். கிட்டே வந்ததும் காலியில்லை என்பதை அறிந்தாள். அவளைப் பார்த்து, 'திரிகா பர்த்தினி' என்று சொல்லி விட்டுச் சென்றான். அங்கேயே நின்றாள். குளிர், வெட்டவெளி சத்தங்கள் குழப்பமாக இருந்தன. கஷ்டப்பட்டு டம்போ எங்கே தங்கியிருப்பதாகச் சொன்னான் என யோசித்தாள்.

ஜிம்கானாவோ ஒய்.எம்.சி.ஏ.வோ என்னவோ சொன்னானே... நினைவுபடுத்திக்கொள்ள முயன்றாள். முடியவில்லை. அந்த ஆட்டோக்காரன் திரும்பி வரும்வரை ரோட்டோரக் கல்லில் உட்கார்ந்தாள். அவளை நோக்கி ஒரு கார் வந்தது. எழுந்து நின்றாள். அவள் அருகில் பிரேக் போட்டு நின்றது.

அதன் கதவு திறந்தது.

'வா' என்று அதட்டியது.

நிதிக்கு அன்றிரவுக்கு அதற்குமேல் தைரியம் இல்லை. எந்தவித மறுப்பும் இல்லாமல் குமார் கதவைத் திறக்க ஏறிக் கொண்டாள்.

குமார் மௌனமாக ஓட்டினான். 'மை காட்... எங்க தப்பு பண்றோம்னே தெரியலை நிவேதா...'

'கல்யாணமே தப்பு...'

'இப்ப இதை ஒண்ணும் பண்ண முடியாது.'

வீட்டுக்கு வந்த போது அம்மா 'எங்கம்மா போய்ட்ட? நீ நல்ல குடும்பத்துப் பொண்ணும்மா... இப்படியெல்லாம் தனியாப் போகக் கூடாதும்மா...'

'வாயிலெடுக்க வந்தது... வீட்ல நெருக்கம் தாங்கலை. நிம்மதியைத் தேடி வெளியே போனேன்' என்றாள் நிதி.

'ஸ்டெமெடில் ஒண்ணு போட்டுக்கச் சொல்லு' என்று அப்பாவின் குரல் கேட்டது. சந்தர்ப்பம் சரியில்லை... நாளை மெல்லத் திட்டமிட்டுச் செயல்பட வேண்டும். அம்மா கொடுத்த மாத்திரையை விழுங்கிவிட்டு உள்ளே வந்து மறுபடி படுத்தாள்.

ஆண்ட்டிஹிஸ்டமைன் தூக்கம் தந்தது. வயிற்றைப் பிரட்டுவது சற்றுக் குறைந்தது. தூங்கிப் போனாள்.

நள்ளிரவில் கனவு கண்டாள். குமார் வந்து துகிலுரிப்பதாகவும் டம்போ அவனை முகத்தில் அடிப்பதாகவும், அந்த அடிகள் பஞ்சடிகளாக அவன் மேல் படுவதாகவும் படாமல் விடுவதாகவும் இதனிடையே பாட்டி நகைகளையெல்லாம் அணிந்துகொண்டு பொக்கை வாய் சிரிப்பதாகவும்...

சட்டென்று விழித்ததில் அருகே குமார் படுத்திருந்தான்.

திடுக்கிட்டாள்.

விளக்கைப் போட முயற்சித்தாள்.

'என்னை மன்னிச்சுரு' என்றான் குமார்.

அந்த இரண்டு வார்த்தைகள் போதுமானதாக இருந்தது. பிரவாகமாகக் கண்ணீர் விட்டு அவன் மேல் சாய்ந்து அழுதாள். 'எப்ப சுமுகமா இருப்பிங்க... எப்ப கோவிச்சுப்பிங்க... எதுவுமே தெரியறதில்லை... குமார், ப்ளீஸ் ப்ளீஸ் பி கன்ஸிஸ்டண்ட்... அதுதான் நான் கேக்கறது. இன்னிக்கு நடந்தது நிச்சயம் தற் செயலானது. அதை நம்புங்க குமார். டம்போவோட எந்தத் தொடர்பும் எனக்கு இல்லை. துரோகம் செய்யறது சுலபம் குமார்... அதை முதல்ல புரிஞ்சுக்குங்க.'

'ஸாரின்னேனில்லை...'

'நான் வேண்டாம்னா என்னை அப்பாகிட்ட அனுப்பிச்சுருங்க குமார்... நான் போயிர்றேன். நம்ம ஜோடி சரியில்லை... ஒருத்த ரோட ஒருத்தர் பழகாம அவசரப்பட்டுட்டோம். தினம் இந்த மாதிரி சண்டை போட முடியாது என்னால. ஒரு நாள் மெண்டலா பிரேக் டவுன் ஆயிடுவேன். இப்பவே ஜுரம்.'

அவள் கழுத்தைத் தொட்டுப் பார்த்தான்.

'ரொம்ப சுடுது... காலையில முதல் காரியமா டாக்டர்கிட்டப் போயிரலாம். தூங்கு.'

அரைத் தூக்கத்தில் அந்த நேரத்திலும் தினம்போல் அவளைத் தொந்தரவு செய்தான். காலை ஜுரம் அதிகமாகி இருந்தது. கடைத் தெருவில் இருந்த ஒரு பாலி கிளினிக் மாடியில் டாக்டர் லீலாவதி எம்.டி., டி.ஜி.ஓ.விடம் காட்டினான். அவள் மூன்று தினங்களுக்கு மருந்து எழுதிக்கொடுத்து, 'பீரியட் டைமாம்மா உனக்கு?' என்று கேட்டாள்.

‘இல்லை டாக்டர்... இருபதாம் தேதின்னு நினைக்கிறேன்.’

‘ஏதாவது காண்ட்ரசெப்டிவ்ஸ் எடுத்துக்கறியா?’

‘இல்லை... கல்யாண அவசரத்தில் தேதிகளை மறந்துட்டேன்.’

‘எதுக்கும் நாளைக்கு யூரின் டெஸ்ட் பண்ணிரலாம். மிஸ்டர் குமார், உங்க மனைவி கர்ப்பமா இருக்கறதுக்கான ஆரம்ப அறிகுறிகள் இருக்கு’ என்றார் டாக்டர்.

‘அப்படியா?’என்றான் குமார். அவன் குரலில் ஆச்சரியமோ, சந்தோஷமோ இல்லை. படி இறங்கும்போது ‘சந்தோஷம் தானே?’ என்றான்.

‘எனக்கு என்ன சொல்றதுன்னு தெரியலை குமார்... அதுக்குள்ளயா.’

அவளை காரில் உட்கார வைத்துவிட்டு, ‘கொஞ்சம் இரு... டாக்டர்கிட்ட பேசணும்’ என்று சென்றான்.

காத்திருக்கும்போது தன் உணர்ச்சிகளை வகைப்படுத்த முடியாமல் தவித்தாள். கண்களில் தன்னிச்சையாக நீர் உருண்டது. துடைத்துக்கொள்ள டிஷ்யு போதவில்லை. ஜன்னல் வழியாக ஒரு சிறுமி எட்டிப் பார்த்து ‘யாகே அளுத்தாயி’ என்றது. அழுக்குத் தலை மயிர், குளிக்காத முகம், கந்தல் உடைகள்... அவளுக்குக் கொடுக்கப் பணம் இல்லை. ‘நான் உன்னைவிட பிச்சைக்காரிம்மா...’ என்றாள். அந்தப் பெண் புரியாமல் சிரித்தது. சற்று நேரத்தில் குமார் திரும்பி வந்தான்.

‘சீக்கிரமே செய்துர்றது நல்லது... என்ன சொல்றே...’

‘என்ன சீக்கிரம்?’

‘கலைச்சுரலாம்’ என்றான்.

25

இரண்டு கோணங்கள்!

நிதிக்கு அதற்கு உடனே என்ன பதில் சொல்வது தெரியவில்லை.

'கர்ப்பமானது கன்ஃபர்ம் ஆகட்டும் குமார்.'

'ஆயிடும் போலத்தான் இருக்கு... டாக்டர் எல்லா அறிகுறிகளும் இருக்கிறதாச் சொல்றா' என்றான் குமார்.

'அதுக்குள்ளயா...'

'அதான் எனக்கும் ஆச்சரியம்... நாம சரியாத் தொட்டுக்கக்கூட இல்லை இன்னும்...' இதன் விபரீத அர்த்தத்தை இன்னும் நிதி முழுவதும் உணரவில்லை.

'என்னைக் கொஞ்சம் யோசிக்க விடுங்க குமார்.'

'யோசிக்கிறதுக்கு என்ன இருக்கு. இத்தனை சீக்கிரம் நமக்கு குழந்தை வேண்டாம். நீ கவனமா இருந்திருக்கணும். எப்ப சேஃப், எப்ப டேஞ்சர் எல்லாம் உனக்குத்தானே தெரியும்...'

'எனக்கே தெரியாது குமார்.'

'உங்கம்மா இதெல்லாம் சொல்லலையா?'

'ஏன்... நீ கவனமா இருந்திருக்கலாமே?'

'எனக்கும் எங்கம்மா சொல்லலையே...' என்று சிரித்தான். நிதிக்கு எரிச்சலாக வந்தது.

'அப்ப பெத்துக்கலாம். ரெண்டு பேர் மேலயும் தப்புத்தானே' என்றாள்.

'தப்பு, ரைட்டுன்னு இல்லை நிவேதா. இத்தனை சீக்கிரம் வேண்டாம்... அவ்வளவுதான். டாக்டர் சொன்னாங்க, கலைக் கிறதுன்னு தீர்மானிச்சா சீக்கிரமே செய்துடறது நல்லதுன்னு.'

'இருந்தாலும் ஒரு உயிரைக் கொல்றா மாதிரி இல்லையா அது?'

'சென்டிமெண்ட் உதவாது நிதி. சுயநலத்தோட இருக்கக் கத்துக்கணும்.'

'எதுவா இருந்தாலும் நான் பெங்களூர்ல ஏதும் செய்துக்க மாட்டேன். எல்லாம் அங்கே போய்தான்.'

'போறதுக்கு முன்னாடி கையெழுத்து மேட்டரை முடிச்சுட்டுப் போ.'

'சொன்னேனே குமார்... அப்பாகிட்டே கேட்டுட்டுப் போடறேன்னு.'

'அடாடா... சின்னதா ஒரு கையெழுத்தும்மா.'

'போட மாட்டேன்னா சொன்னேன்?'

'என்மேல நம்பிக்கை இல்லையா?'

'அப்படியில்லை.'

'நான் மட்டும் உன்னை நம்பணுமாக்கும்?'

'புரியலை.'

'குழந்தை என்னதுன்னு...'

அவளுக்குள் ஒரு நெருப்புத் துண்டம் நெஞ்சில் பிரவேசித்தது. மிக மிக முயன்று தன் கோபத்தை அடக்கிக்கொண்டாள். அவள் உணர்ச்சிகளைப் பற்றிக் கவலைப்படாமல் குமார் பேசிக் கொண்டே போனான்.

இரண்டாவது அத்தியாயம் ○ 201

'குழந்தை என்னுடையதுதானான்னு டெஸ்ட் பண்ணிடலாமாம். டி.என்.ஏ. டெஸ்ட் இருக்காம். ஒண்ணும் ப்ராப்ளம் இல்லை.'

'டெஸ்ட்டை நம்புவே... என்னை நம்ப மாட்டே.'

'நம்பத்தான் விரும்பறேன் நிதி. ஆனா, நீ செய்ற காரியம் எல்லாம் நம்பிக்கை கொடுக்குதா பாரு. முதலிரவும்போது காலையில முதல் காரியமா அவனைச் சந்திக்கறே. பெங்களூர் வந்தா, கூட வரான். கடைக்குப் போக அவனைக் கூட்டி வெச்சுக்கிடறே. தனியா கொண்டு விடறான். இவ்வளவு சீக்கிரம் கர்ப்பமாகும்னு நான் எதிர்பார்க்கவே இல்லை. ஐயாம் ரியலி நாட் ஷ்யூர்' என்றான் கார் ஓட்டிக்கொண்டே.

கார் ஒரு சிவப்பு விளக்குக்காக நின்றது. நிதி சட்டென்று கதவைத் திறந்தாள். வெளிப்பட்டாள். மூலை திரும்பினாள். ஆட்டோ ரிக்ஷாவில் ஏறிக்கொண்டாள்.

'நிவேதா, நிவேதா' என்று அவன் அழைத்துப் பார்த்தான். காரை நடுத் தெருவில் புறக்கணிக்க முடியவில்லை. ஓரங்கட்ட வேண்டியிருந்தது. மற்ற வாகனங்கள் அதட்டின. அவனால் காரிலிருந்து உடனே இறங்க முடியவில்லை. ஒரு போலீஸ்காரர் அவனை நோக்கி வந்தார். அதற்குள் நிதி காணாமல் போய் விட்டாள்.

அதன்பின் நிதியின் செயல்கள் குறிக்கோளுடன் இருந்தன. ஆட்டோக்காரரிடம், 'உங்களுக்குத் தமிழ் தெரியுமா?' என்றாள்.

'தெரியும் தாயி.'

'இந்த ரெண்டு வளையலை வெச்சுத்தான் உங்களுக்குப் பணம் தரணும். நகை அடகு வைக்கிற கடைக்குக் கூட்டிட்டுப் போங்க.'

'ஏம்மா, மனைல கஷ்டமாம்மா.'

'ஆமாங்க... புருஷனுக்குக் கான்சர், நகைய வித்துத்தான் காப்பாத்தணும். புருஷனைவிட நகையா முக்கியம்?' என்றாள்.

'அடடா... உங்க மாதிரி ஒந்திரடு உடுகிகாகதாம்மா நாட்ல மளே பெய்யுது. நான் கோலார்ங்க. ரெண்டு எண்த்திங்க... இங்க ஒண்ணு, அங்க ஒண்ணு. புள்ளை வொய்ஸ¬க்கு வந்துருச்சு. ராப்பகலா வண்டி ஓட்டிப் பணம் அனுப்பறேன் தாயி. விசுவாசமா இருந்தாச் சரி' என்றான்.

சிக்பேட்டையில் ஒரு நகைக் கடையில் நிறுத்தினான். 'சேட்டு ஒள்ளேவரு ரேட்டும் ஒள்ளேது.'

'குரு திரிகா பந்தியா... நகை வெக்கவா மீட்கவா?' என்று வரவேற்றார் சேட்டு. கை வளையலை விற்று மீட்டர்படி பணம் எடுத்துக்கொண்டு சுபாஷ் நகர் பஸ் நிலையத்தில் அவளை விட்டு விட்டுத்தான் சென்றான்.

அந்த ராத்திரில் போன் அடித்தது ராமலக்ஷ்மிக்கு விநோதமாகப் பட்டது. ஜயந்த் டயாஸிபாம் போட்டுக்கொண்டு மாடியில் தூங்கிக்கொண்டு இருந்தார். அண்மைக் காலமாக அவர் அடிக்கடி வெளியே செல்கிறார். போனை எடுத்தாள். 'நான் குமார் பேசறேன். நிவேதா அங்க வந்தாளா?'

'அவ பெங்களூர்லன்னா இருக்கா. குமார்னா எந்த குமார்?'

'நான் பெங்களூர் குமார்தான் பேசறேன். உங்க மாப்பிள்ளை. அவ அங்க வரலையா?'

'வரலையேப்பா... என்ன சொல்ற, புரியும்படியாச் சொல்லு.'

'உங்க பொண்ணோட குடித்தனம் பண்றது கஷ்டமா இருக்குதும்மா. ரொம்ப முன் கோபம். எதுக்கு எப்ப கோவிச்சுப்பான்னு தெரியறதே இல்லை.'

'அந்தப் பையனால ஏதாவது ப்ராப்ளமா?'

'அவனாலதான் ப்ராப்ளம். அவன் இங்க வந்திருக்கான். அவனை இங்க வரச் சொல்லியிருக்கா. அங்கதான் போயிருக்கணும். பார்க்கலாம்... வெயிட் பண்ணிப் பார்க்கறேன்...'

'குமார், ஸாரிப்பா... உம்மாதிரி அருமையான பிள்ளைக்குப் போய் இந்த அடங்காப் பிடாரியைக் கல்யாணம் பண்ணி வெச்சுட்டோமேன்னு அவளைப் பெத்த எனக்கே குற்ற உணர்ச்சியா இருக்கப்பா.'

'பரவாயில்லை ஆன்ட்டி... சமாளிக்கிறேன். மிஸ்டர் ஜயந்த் கிட்ட தகவல் சொல்லவேண்டாம். நான் காலையில் மறுபடி போன் பண்றேன். அவ அதுக்குள்ள அங்க வந்தா எனக்குத் தயவு செய்து உடனே போன் பண்ணிடுங்க. அதுவே நீங்க எனக்குச் செய்யக் கூடிய உபகாரம். ஒரு நாள் வெயிட் பண்ணிப் பார்க்கறேன். வெச்சுரட்டுமா... தருண், சரண்யா சௌக்கியமா?'

கலக்கமாக போனை வைத்தாள் ராமலக்ஷ்மி. இந்தப் பொண்ணை என்ன வகையில் சேர்ப்பேன்... என்ன பண்ணுவேன்... இதுக்கு எதுக்குக் கல்யாணம் பண்ணி வெச்சேன்? ஜயந்தை எழுப்பலாமா... யோசித்தாள். வேண்டாம்... காலையில சொல்லலாம்.

கதவு மணி அடித்தது. திறப்பதற்கு முன், 'யாரு?' என்று விசாரித்தாள்.

'நான்தான் நிதிம்மா.'

உடனே கதவைத் திறந்தாள்.

'என்னடி ஆச்சு?'

பேயறைந்தாற்போல் இருந்தாள். தலை கலைந்து, கண் சிவந்து, மூக்கு நுனி சிவந்து, வளையல் இல்லாத வெறுங்கையுடன் அவளை அடையாளம் கண்டுகொள்ளவே கஷ்டமாக இருந்தது.

'அம்மா, இப்ப என்னை ஒண்ணும் கேக்காதே. பசிக்கிறது... சோறு போடு முதல்ல.'

'இப்பத்தான் குமார்கிட்டருந்து போன் வந்தது. நல்ல வேளை. வயிற்றில் பாலை வார்த்தே. நீ பத்திரமா இருக்கறதா உடனே போன் பண்ணிச் சொல்லிடறேன்.'

'அம்மா வேண்டாம்... நான் சொன்னதை முழுக்கக் கேட்டுட்டு அப்புறம் குமார்கிட்ட பேசலாம்.'

'ஏண்டி... வந்துட்டியா?'

'ஆமாம்.'

'ஏன்?'

'பசிக்கறதும்மா. எனக்கு முதல்ல ஏதாவது சாப்பிடக் கொடு. அப்பா எங்கே?'

'தூங்கறார்.'

'எழுப்பு.'

'காலைல சொல்லிக்கலாமே...'

'இல்லை. இப்பவே சொல்லணும். எழுப்பு அவரை. நடந்தது எல்லாத்துக்கும் அவரும்தான் பொறுப்பு.'

நிதி மௌனமாகச் சாப்பிட்டாள். சரண்யா தூக்கத்தில் எழுந்து வந்து அவள் கழுத்தைக் கட்டிக் கொண்டாள். 'வந்துட்டியா அக்கா?' என்றாள்.

'ஆமாண்டி.'

'குமார் திட்டினாரா?'

'அடிச்சார்.'

'எங்க?'

'கன்னத்தில.'

'காட்டு...'

'இன்னிக்கு இல்லை... அன்னிக்கு.'

அவள் காட்டிய இடத்தில் முத்தமிட்டு, 'நீயும் அடிச்சுறது தானே...'

'அடிச்சேன்... சரியாப் படலை.'

'என்னடி பேச்சு இதெல்லாம்?' என்று கேட்டாள் ராமலக்ஷ்மி.

'பின்ன... அடிச்சா யாரலம்மா தாங்கிக்க முடியும்?'

'நான்கூட ஒரு தடவை குமாரை அடிச்சுட்டேன், அம்மாவைக் கேளு' என்றாள் சரண்யா. அம்மா, 'ஏய்... இப்ப ஆரம்பிக்காதே அதை' என்றாள்.

'அப்பாவை எழுப்பும்மா... அப்பாவும் கேக்கணும். ரெண்டு பேருக்கும் தனித்தனியாச் சொல்லி அழ எனக்குத் திராணி யில்லை' என்றாள் நிதி.

சரண்யா போய் ஜயந்தை எழுப்பிக் கூட்டிக்கொண்டு வந்தாள்.

'வாட் எ ப்ளஸண்ட் சர்ப்ரைஸ்! நிதிக் கண்ணு. எப்ப, இப்பத்தான் வரியா... குமார் வந்திருக்கானா?'

அவர்கள் மௌனமாக அவரையே பார்ப்பதைக் கவனித்து, 'ஸம்திங் ராங் நிதி?'

‘எவ்ரிதிங் ராங் அப்பா.’

‘என்னம்மா ஆச்சு?’

‘அப்பா... நான் அந்தப் பையன்கிட்ட இன்னும் சிநேகம் வெச்சுக்கிட்டிருக்கிறதா குமார் மனசில பிடிவாதமா எண்ணிக் கிட்டிருக்கார். என்னைக் கொல்லாம கொலை பண்றார்.’

‘எதனால அப்படித் தோணித்து அவனுக்கு?’

‘பாருப்பா... நான் பெங்களூர் போறப்ப அவன் ஏதோ கான்ஃபரன்ஸோ கன்வென்ஷனோ ஏதோ... அதுக்கு அதே டிரெய்ன்ல வந்தான். அதில ஆரம்பிச்சது வினை.’

‘சொல்லு...’

‘என்ன சொல்லு!’

‘பாரு நிதி... இந்த மாதிரி விஷயத்தில் சந்தேகம் வர்றது நேச்சுரல் தானேம்மா. நீ டம்போகூடப் பேசினியா?’

‘பேசினேன். ஸோ வாட்...’

‘ட்ரபிள்.’

‘என்னப்பா, நீங்களும் நம்பறீங்களா?’

‘இல்லைம்மா... இதை குமார் கோணத்திலேருந்து பாரு...’

‘என் கோணத்திலருந்து முதல்ல பாருங்கப்பா’ என்றாள் அழுகை கலந்த குரலில்.

‘சொல்லு, உன் கதை என்ன சொல்லு...’

‘கதை இல்லை. உண்மை இதான். ஷெராட்டன் ஓட்டல் ஹனிமூன் இரவிலிருந்து காலை அவன் என்னை வந்து பார்த்தான். நல்லா புத்தி சொல்லி அனுப்பிச்சேன்.’

‘பின்ன?’

‘அவன் பெங்களூருக்கு அதே ரயில்லா வந்தா நான் என்ன பண்ணுவேன்? கடைத் தெருவில தற்செயலா சந்திச்சா நான் என்ன பண்ணுவேன்? என்னைத் தனியா விட்டுட்டுப்

போயிட்டார் குமார். யாரோ ஒரு ரௌடி துரத்தினான். அப்ப சரத் உதவிக்கு வந்தான். கன்னாபின்னான்னு இமாஜின் பண்ணிக் கிட்டு 'நீதான் அவனை வரவழைச்சே'ன்னு சொல்றார். சரண்யா, நீ இங்கிருந்து போ. காலைல உன் கூடப் பேசறேன்!'

சரண்யா போனதும், 'என் வயத்தில வளர்ற குழந்தை அவனு தான்னு சந்தேகப்படறார்.'

'கர்ப்பமா இருக்கியா? இது வேறயா?'

'ரெண்டுங்கெட்டானா இருக்குது. மார்னிங் சிக்னஸ் மாதிரி இருந்தது கன்ஃபர்ம் ஆகலை. இந்த மாதிரி சந்தேகப் பிராணிக்குப் பதில் சொல்லிக்கிட்டிருக்க முடியாது. கரையான் மாதிரி அரிச்சுருவான். அடிக்கிறாம்பா... நீ எப்பவாவது என்னை அடிச்சிருக்கியா?'

'நான் அவன்கூடப் பேசறேன்...' என்று போனை எடுத்தார்.

'அப்பா... நீங்க ஏதும் பேச வேண்டியதில்லை. நான் இனிமே பெங்களூர் திரும்பப் போறதில்லை.'

'நான் பேசறேன்மா...'

'நான் அங்க போக மாட்டேன்.'

'அதெல்லாம் அப்புறம. முதல்ல அவன் என்ன சொல்றான்னு கேட்கறேன்...'

டெலிபோனை எடுத்து பெங்களூர் நம்பரைச் சுழற்றினார்.

'அப்புறம் ஷேர் சர்டிபிகேட்ல கையெழுத்து போடு, கையெழுத்து போடுன்னு உயிரை வாங்கினார். நீதானே சென்னைல வந்து கையெழுத்து போடுன்னே...' என்றாள் நிதி.

'அது இப்ப முக்கியம் இல்லைம்மா... ஹலோ குமார்? நான்தான் ஜயந்த் பேசறேம்பா. எப்படி இருக்கே? அப்பா அம்மா வெல்லாம் சௌக்கியமா?'

'அப்பா அம்மாவே யாருன்னு தெரியலை' என்றாள் இங்கிருந்து.

'கவலைப்படாதே. நிதி இங்கதான் வந்திருக்கா. ஆமாம் என்ன ப்ராப்ளம்?'

'நிதி, ராமலக்ஷ்மி இருவரும் கவனித்துக்கொண்டிருக்க குமார் மறு முனையில் தொடர்ந்து பதினைந்து நிமிஷம் பேசினான். முகத்தில் மாறுதல் இன்றி ஜயந்த் கேட்டுக்கொண்டிருந்தார். 'அவன் என்ன சொல்றான்னு கேட்டாகணும். ஸ்பீக்கர் போன்ல போடுங்க. அம்மா நீயும் கேக்கணும்' என்றாள் நிதி.

ஸ்பீக்கர் போனில் குமார் அழுதுகொண்டிருந்தான். 'சார், இப்பத்தான் சார் எனக்கு மனசுக்கு நிம்மதியாச்சு. நடுரோட்டில் அத்தனை டிராஃபிக் மத்தியில் காரை விட்டு இறங்கிக் காணாமப் போயிட்டா. என்ன டென்ஷன்! நான் என்ன பாவம் செய்தேன் சார். பழைய பாய் ஃப்ரெண்டைப் பார்க்கக் கூடாதுன்னு சொன்னது தப்பா? ஒரு கணவனுக்கு அந்த உரிமைகூட கிடையாதா? முதல் ராத்திரி முடிஞ்சு அதிகாலைல வந்து காத்திருக்கான். பெங்களூர் டிரெயின்ல கூடவே வர்றான். அப்புறம் அங்க மீட் பண்ணிக்கிறாங்க. இதெல்லாம் எப்படி சார் என்னால சகிச்சுக்க முடியும்? எந்த ஹஸ்பெண்டால தாங்கிக்க முடியும்? அதனால நானும் உணர்ச்சி வசப்பட்டுட்டேன். தப்புதான். அது என் குழந்தையான்னு கேட்டது தப்புதான். அதுக்காக நான் மன்னிப்பு கேட்டுட்டேன்.'

'பொய்' என்று கத்தினாள் நிதி.

'ஆனா இதை மட்டும் சொல்லுங்க. ஒரு ஆணுக்கு இந்த அதிகாரம் இருக்கா, இல்லையா?'

'நிச்சயம்பா. அது என்னப்பா ஷேர் டிரான்ஸ்ஃபர் கேட்டி யாமே... அதுல ஏதும் ப்ராப்ளம் இல்லையே...'

'ஷேர் இல்லை சார். ஒரு டீமேட் அக்கவுண்ட் ஓப்பன் பண்ண கையெழுத்து போடக் கேட்ட போது அதுக்குக்கூட அப்பாகிட்ட கேட்டுட்டுத்தான் போடுவேன்னு சொன்னா... சரின்னுட்டேன்.'

'அடிச்சியாமே...'

'அதையும் சொல்லியாச்சா. ஆமா சார்... அடிக்கும்படியா அவ்வளவு வெறுப்பேத்தினா. அவளும் அடிச்சா. ஆனால், நான் அடிச்சது தப்புதான். உடனே மன்னிப்பு கேட்டுக்கிட்டேன்.'

'குமார், இது கேக்கவே நல்லா இல்லை. எம்.பி.ஏ. படிச் சிருக்கே... இந்த எளிமையான பிரச்னையைச் சமாளிக்க முடியலையா?' என்று கேட்டார் ஜயந்த்.

'எம்.பி.ஏ.ல சொல்லித் தரலையே சார். மேன் மானேஜ்மெண்ட் சொல்லித் தந்தாங்க. 'உமன் மானேஜ்மெண்ட்' யாரும் சொல்லித் தரலையே. நான் நேர்ல வந்து எல்லாத்தையும் விளக்கமாச் சொல்றேன். நீங்க வொர்ரி பண்ணிக்காதீங்க. உங்க டாட்டர் அருமையான பொண்ணு. நல்லது கெட்டது தெரியாம, மற்ற மனங்களை அறியக்கூடிய பக்குவம் இல்லாம வளர்ந்திருக்கா, அதான் பிரச்னை. ஆனால், எப்படியும் நான் உங்க கம்பெனில டியூட்டி ஏத்துக்க சென்னைக்கு வந்தே ஆகணும். அதுவரைக்கும் அவ அங்க இருக்கட்டும். நான் அவகூடப் பேசணும். கொடுங்க...'

நிதி பேச மறுத்தாள்.

'பரவாயில்லை. நான் வந்து சமாதானம் பண்ணிக்கிறேன்.'

பேனை வைத்ததும் ஜயந்த், 'அவன் சொல்றதுல நியாயம் இருக்கறதாப் படறது எனக்கு' என்றார்.

ராமலக்ஷ்மி 'எனக்கும்' என்றாள்.

26

எல்லாக் கிழமையும் அமாவாசை!

நிதி தன் பெற்றோர் இருவரையும் மாறி மாறிப் பார்த்தாள்.

'என்னப்பா சொல்றீங்க?'

'நீ எதுக்காக அவனை பெங்களூருக்குக் கூப்பிட்ட?' என்று புருவத்தை நெரித்துக் கோபத்தில் கேட்டார் ஜயந்த்.

'எவனை?'

'அதான் அவன்... அந்த டம்போ பொறுக்கியை.'

'நான் கூப்பிட்டனா... என்னப்பா சொல்றீங்க?'

'குமார் அதுக்கு எல்லா ஆதாரமும் இருக்கறதாச் சொல்றான். எனக்கென்னவோ குமார் பக்கத்துல நியாயம் இருக்கறதாப் படறது. நீ என் பெண்தான். அந்த இமோஷனை வெச்சுக்கிட்டு நான் உன் பக்கம் பேசமாட்டேன். குமார் உடனே புறப்பட்டு வர்றதாச் சொல்லிருக்கான். அவன் வந்ததும் இதைப் பேசித் தீத்துக்கலாம்னு தோணுது.'

'அப்பா... என்னை வேவு பார்க்க பிரைவேட் டிடெக்டிவ் எல்லாம் அனுப்பினீங்க. அதே மாதிரி குமாரையும் வேவு பார்த்தீங்களாப்பா... விசாரிச்சிங்களாப்பா.'

'குமார் நம்ம கம்பெனியில சேரப் போறான்மா. கம்பெனியுடைய எதிர்கால மானேஜிங் டைரக்டர் அவன்தான். அதுக்காக தீர விசாரிச்சுத்தான் சேர்த்துப்போம். அவனைப் பத்தி எல்லா விவரங்களும் அடங்கின ஒரு ஃபைலே இருக்கு.'

'அதுல என்னல்லாம்பா இருக்கு?'

'எல்லாம்தான். ஏன்... ஏதாவது விசாரிக்காம விட்டுட்டமா?'

'அவங்க இருக்கறது ஒரு சின்ன வீட்டு மாடியில வாடகைக்கு. உங்ககிட்ட குமார் பெங்களூர்ல பெரிய வீடு இந்திரா நகர்லயே பங்கேயோ இருக்கறதாச் சொன்னாரா இல்லையா?'

'ஆமாம்.'

'அதை என் கண்லயே காட்டலை.'

'ம்... அவ்வளவுதானே... விசாரிச்சுட்டா போவுது. நீ பெங்களூர்ல இருக்கப் போறதில்லை. எதுக்கும்மா உனக்கு அங்க வீடு?'

'வீடு இல்லைப்பா பிரச்னை. பொய்தான் பிரச்னை. வீடு இருக்கறதாச் சொன்ன பொய்.'

'இதை உடனே தீர்த்துரலாம்மா... மேல சொல்லு.'

'கல்யாணின்னு ஒரு பெண் அடிக்கடி வந்து ஏதோ ரகசியமா பேசிக்கிறாங்க. அந்தப் பொண்ணு யாரு, ஏன்... குமாருடைய அப்பா அம்மாவே யாருன்னு தெரியலை.'

'நீ என்ன நினைக்கிறே?'

'அந்தாளுக்கு ஏற்கெனவே கல்யாணம் ஆகியிருக்கலாமோன்னு ஒரு சந்தேகம் வருது.'

'அதையும் விசாரிச்சுரலாம்மா.'

'அப்பா, உங்களுக்கு இதெல்லாம் ஷாக்கிங்கா இல்லையா?'

ஜயந்த் அதிர்ச்சி அடையாமல், 'அப்படி ஏதாவது ஆகியிருந்தா அந்தக் கல்யாணத்தை கான்சல் பண்ணிட்டு வெளியே வர வேண்டியது அவன் பொறுப்பு.'

நிதி திடுக்கிட்டு, 'என்னப்பா சொல்றீங்க? அவன் செய்தது சட்டப்படி ஒரு குற்றம். பிகாமி.'

'உங்கப்பாவுக்கு அது பெரிசாத் தெரியாதும்மா' என்றாள் ராமலக்ஷ்மி.

'என்னம்மா சொல்றே?'

'அவரே கண் முன்னால ஒரு சின்ன வீடு செட்டப் வெச்சிருக்கிறப்ப, இது பெரிசாத் தோணாதும்மா.'

ஜயந்த் 'லக்ஷ்மி... அபத்தமாப் பேசாதே. டாலி எனக்கு ஒரு நல்ல ஃப்ரெண்ட். நீ நம்ம லைஃபையும் இவ லைஃபையும் போட்டுக் குழப்பாதே. இப்ப இவ என்ன சொல்றா... குமாருக்கு ஏற்கெனவே கல்யாணம் ஆகியிருக்கலாம்... அவங்களுக்கு பெங்களூர்ல வீடு இல்லை. இந்த ரெண்டுதானே? இதைத் தீர விசாரிச்சுரலாம் ஒரு வாரத்துல.'

'விசாரிச்சு அது உண்மைதான்னு தெரிஞ்சா என்ன பண்ணு வீங்கப்பா?' என்று கேட்டாள் நிதி.

ஜயந்த் பதில் சொல்லத் தயங்கினார்.

'முதல்ல அது நிரூபிக்கப்படட்டும்மா. அப்புறம் என்ன செய்யறதுன்னு யோசிக்கலாம்' என்றார்.

அவரே தொடர்ந்து, 'நீ இப்படி சொல்லாமக் கொள்ளாம புறப்பட்டுத் தனியா வந்தது தப்புத்தான். அதைச் சொல்லு லக்ஷ்மி' என்றார் மனைவியைப் பார்த்து.

'ஆமாம்மா. ஏதாவது ஆகியிருந்தா அப்பா துடிச்சுப் போயிடுவார் இல்லையா. அதை யோசிச்சுப் பார்த்தியா... உனக்கு நல்லது நடக்கணும்னுதானே கல்யாணம் பண்ணி வெச்சோம்.'

'அப்பாவுக்கு ஒண்ணும் ஆகாதும்மா' என்றாள் நிதி. 'ஹார்ட் அட்டாக்கே சந்தேக கேஸ்...'

'நான் குமாரைத் தேர்ந்தெடுத்ததோட முக்கியத்தை போகப் போகப் புரிஞ்சுக்குவ. காதல் எல்லாம் முக்கியமில்லைன்னு உணர்ந்தப்புறம்... எதுக்கும் காலையில ப்ளேனைப் புடிச்சு வரான் அவன். வந்தப்புறம் எல்லாத்தையும் வெளிப்படையாப் பேசித் தீர்த்து வெச்சுரலாம். கவலைப்படாதே.'

'நிதி... புது வீட்டில், புது சூழ்லையில் நீ போயிருக்கே. சமாளிக்கிறதுக்குக் கஷ்டப்படறே. நீ வளர்ந்த விதம் வேற... அவன் வளர்ந்த விதம் வேற. அதாம்மா' என்றாள் தாய்.

'இதே தாம்மா நான் சொன்னேன்... ஒரு ஆளை சரியாத் தெரிஞ்சுக்கறதுக்கு முன்னால கல்யாணம் பண்ணிக்கறது தப்புன்னு.'

'அப்ப அந்த உதவாக்கரைப் பையனைக் கல்யாணம் கட்டிக்கிட்டிருக்கணும்ங்கறியா?' என்று கேட்டார் ஜயந்த்.

'அவசரமாக் கொடுத்துட்டீங்கப்பா என்னை.'

'நீதானே சரின்னே. நாங்க எங்கயாவது உன்னைக் கட்டாயப் படுத்தினமா சொல்லு?'

'இல்லைப்பா. நான் பண்ணது தப்பு. உங்க அனுமதி இல்லாம டம்போவைக் கட்டிக்கிட்டிருக்கணும். உங்க மேல பரிதாபப் பட்டு, உங்களுக்கு மன வருத்தம் கொடுக்கக் கூடாதுன்னு நினைச்சு, ஹார்ட் அட்டாக் வந்ததாலே மேலும் ஷாக் கொடுக்க வேண்டாம்னு, வீட்ல உள்ள அத்தனை பேரும் நான்தான் உங்க ஹார்ட் அட்டாக்குக்குக் காரணம் மாதிரி குற்றச்சாட்டோட பார்க்கறதைச் சமாளிக்க முடியாம என் வாழ்க்கையைத் தாரை வார்த்துக் கொடுத்துட்டேன்.'

'அப்படியெல்லாம் பேசாதே நிதி. உன் வாழ்க்கை ஒண்ணும் ஆகலை. பத்திரமா இருக்கு.'

'ஆமாம். ஒரு அண்டப் புளுகு ஆசாமியோட கல்யாணமாகி குழந்தையும் ஆச்சு. இப்ப பத்திரம்! அவன் என்ன சொன்னான் தெரியுமா? அதையும் சொல்றேன். குழந்தை அவனுதான்னு சந்தேகமா இருக்காம். டி.என்.ஏ. டெஸ்ட் பண்ணணுமாம்.'

'பண்ணிட்டாப் போச்சு... பிராப்ளமே இல்லைன்னு சொல்லிடறதுதானே.'

'என்னப்பா சொல்றீங்க... என்னால இதை நம்பவே முடியலை.'

ஜயந்த் விளக்கினார், 'அப்படிச் சந்தேகம் வந்தா சயின்ஸை வெச்சு தீர்த்து வெக்கறது நல்லதில்லையா.'

'சரி. அப்புறம்? அந்த டெஸ்ட்ல குமார்தான் தகப்பன்னு நிரூபிக்கப்பட்டப்புறம்?'

இரண்டாவது அத்தியாயம் ◯ 213

'சந்தேகம் கிளியர் ஆயிடறது.'

'நீங்க எப்படிப்பா இவ்வளவு இன்சென்ஸிட்டிவ்வா இருக்கீங்க. இந்த மாதிரி எதுக்கெடுத்தாலும் சந்தேகப்படற ஆசாமிகூட எப்படிப்பா வாழ்வேன்?'

'எதுக்கெடுத்தாலும் சந்தேகப்படமாட்டான்மா... இந்த ஒரு விஷயத்தில் நம்பிக்கை வந்துருச்சுன்னா, பாரு. உன்கிட்ட ரொம்ப அன்பா இருப்பான் பாரு.'

ராமலக்ஷ்மி 'வா கண்ணு... நிறையப் பேசியாச்சு. எல்லாம் நல்லதுதான் நடக்கும்.'

'அவன் நாளைக்கு இங்க வர்றப்ப நான் இருக்க மாட்டேன்' என்றாள் நிதி.

'அவன் கிவன்னு எல்லாம் பேசாதே.'

'கை நீட்டி அடிச்சாம்பா.'

'அது தப்புதான். கண்டிச்சு வெக்கிறேன்' என்றார்.

நிதிக்கு என்ன செய்வது, என்ன சொல்வது என்பது தெரியவில்லை. அவள் எதிர்பார்த்த அனுதாபம் அப்பா, அம்மா இருவரிடமும் கிடைக்கவில்லை. அவள் பக்க நியாயத்தை யாரும் புரிந்துகொள்வதாகத் தெரியவில்லை.

'எங்கடி போறே?'

'பாட்டிகிட்ட. அங்க படுத்துக்கறேன். குமார் வந்ததும் எல்லாம் விசாரிங்க. நான் அவன் போனதும் வரேன்.'

இரண்டாவது மாடி ஃப்ளாட்டுக்குச் சென்றாள்.

பாட்டி வெற்று டிவியை வெறித்துப் பார்த்து உட்கார்ந்திருந்தாள். 'பாட்டி, என்ன மணல் பார்த்துக்கிட்டிருக்கே? அணைக்க மறந்துட்டாளா... பவர் கட்டா?'

பாட்டி அவளை நிமிர்ந்து பார்த்துத் திரையைக் காட்டினாள்.

'என் வாழ்க்கையும் இப்படித்தான் பாட்டி இருக்குது. நான் என்ன செய்வேன். யாரும் என் மனசைப் புரிஞ்சுக்கலையே. மனசு ஒடிஞ்சு வந்திருக்கேன். ஆறுதலா ஒரு வார்த்தை சொல்லாம

ரெண்டு பேருமே குமார் பக்கம் பேசறாங்க. பாரு பாட்டி' என்றாள். அவள் கன்னங்களில் நீர் உருண்டோட பாட்டி அவளை வெறித்துப் பார்த்தாள்.

'நிதிக் கண்ணு' என்றாள். 'வியாழக்கிழமை அமாவாசை' என்றாள்.

'பாட்டி எனக்கு எல்லாக் கிழமையும் அமாவாசை' என்றாள். அவள் தலையைத் தடவிக் கொத்து தலை மயிர் கலைந்திருந்ததை வாரிப் பின்னினாள்.

குமார் மறு நாள் காலை ப்ளேனைப் பிடித்து வந்துவிட்டான். மறக்காமல் அனைவருக்கும் ஏதாவது வாங்கி வந்திருந்தான். தருணுக்கு கிரிக்கெட் புத்தகம், சரண்யாவுக்கு மணிமாலை, அம்மாவுக்கு ஷால், அப்பாவுக்கு டைட்டன் வாட்ச்.

'சார், உங்க உடல் நிலையில் உங்களுக்கு மனக் கஷ்டம் தர்றதுக்கு எனக்கு வருத்தமா இருக்கு. நீங்க அவளுக்கு என்ன செய்யச் சொல்றீங்களோ, செய்யறேன். என்ன என்ன கேப்பான்னு தெரியும். சார், இந்திரா நகர் வீட்டு டாகுமெண்ட்ஸ் எல்லாம் கொண்டுவந்திருக்கேன். ரிப்பேர் வொர்க் நடந்துக்கிட்டிருக்கு. அதனால் நிதிக்குக் காட்டல. அவளுக்கு டஸ்ட் அலர்ஜி இருக்கு. ஓனர்ஷிப்பைப் பத்தி ஏதாவது டவுட்டு இருந்தாக் கேக்கலாம். ரிஜிஸ்ட்ரார் ஆபீஸ்ல நோ என்கம்பரன்ஸ் சர்டிபிகேட் வாங்கி வரேன். நிவேதா பேர்ல மாத்திர்றேன். நாங்க உங்களைப் போல் அவ்வளவு பணக்காரங்க இல்லை. ஆனால், என் பணத்துக்காக நீங்க உங்க பொண்ணை என்கிட்ட ஒப்படைக்கலைன்னு நினைக்கிறேன்... குணத்துக்காக. எனக்கு ஏற்பட்ட கவலைகள், சந்தேகங்கள் எல்லாம் நார்மலா ஒரு கணவனுக்கு வரக்கூடிய சந்தேகங்கள்தான். அதுவும் இந்த மாதிரி பாய் ஃப்ரெண்ட்கூட சுத்தின பொண்ணுங்கன்னா, பொண்ணு எடுக்க மாட்டாங்க. கல்யாணத்துக்கு நான் சம்மதித்ததே பெரிய காரியம். அதை நீங்க உணரணும், புரிஞ்சுக்கணும்.'

ஜயந்த் சற்று கடுப்பாகத்தான் பதில் சொன்னார். 'சரிப்பட்டு வரலைன்னா கோர்ட்டுக்குப் போய் கல்யாணமே இல்லைன்னு பண்ணிரலாம்...'

'அது அவ்வளவு சுலபமில்லை. மேலும் உங்க டாட்டர் ப்ரெக்னன்டா இருக்கா...'

'வாட்ஸ் திஸ் டி.என்.ஏ. நான்சென்ஸ்?' என்று கேட்டார் ஜயந்த்.

'அது ஒரு கணத்தின் ஆவேசத்தில் சொன்னது. பெரிசா எடுத்துக்க வேண்டாம். சார், நான் நிதியை முழுக்க முழுக்க நம்பறேன். எங்கே அவ? கோபம் அதிகம். அதைச் சமாளிக்க எனக்கு ஆறு மாசமாவது ஆகும்.'

கூடத்து நாற்காலியில் சுதந்தரமாக உட்கார்ந்தான். லக்ஷ்மி வெள்ளி டம்ளரில் காப்பி கொண்டுவந்து கொடுத்தாள். 'ஏதோ கஷ்டம் தெரியாம வளர்த்துட்டோம். வெகுளியா வளர்த்துட்டோம். நீதான் சரியா புத்தி சொல்லணும். முன்னுக்குக் கொண்டு வரவேண்டியது உன் பொறுப்பு.'

'பயப்படாதீங்க... நான் உங்களைப் பார்க்க வந்தது, இன்னொரு விஷயத்துக்கு. நிவேதா பேர்ல இருக்கற ஷேர்களை ஒண்ணு, என் பேருக்கு மாத்திர்றதோ அல்லது கம்பெனி திருப்பி வாங்கிர்றதோ நல்லது. காரணம், அவ பேர்ல இருக்கற ஷேர் எண்ணிக்கை கொஞ்சம் அதிகம். நினைச்சா கம்பெனியை மாத்தலாம் அவ.'

'அதெல்லாம் அவளுக்குத் தெரியாது. ஒண்ணும் ப்ராப்ளம் இல்லை. கண்ட்ரோலிங் ஷேர் ஃபேமிலிக்குள்ள இருக்கறதுக் காகப் பண்ணது. ஒரு கையெழுத்து போட்டு மாத்திக்கலாம். நான் சொன்னதைக் கேப்பா... ஃபேமிலியை விட்டு சொத்து போகாம இருக்கச் செய்த அலாட்மெண்ட்.'

'எனக்கென்னவோ நெர்வஸா இருக்கு சார். அப்புறம் டாலிங் கறது யாருங்க... அவங்ககிட்ட கொஞ்சம் ஷேர் இருக்கறதைப் பார்த்தேன். அதையும் கம்பெனி திருப்பி வாங்கிடணும்.'

நிதி அந்த ஃப்ளாட்டில் குளித்துவிட்டு பாட்டியுடன் டிபன் சாப்பிட்டுவிட்டுப் புறப்பட்டாள். குமார் வந்திருப்பான். தெரியும். அதனால் அங்கு போகவில்லை. தன் பழைய சிநேகிதி களைப் பார்க்க விரும்பினாள். அகஸ்டஸை போனில் கூப்பிட்டு கார் கேட்டாள்.

'எங்க பெங்களூர்லயா மேடம்?'

'இல்லை அகஸ்டஸ்... சென்னைக்கு வந்திருக்கிறேன்.'

'சரி, அனுப்பறேன் மேடம்' என்றான்.

கீழே இறங்கும்போது குமார் மாடிப் படிகளில் எதிர்ப்பட்டான். 'ஹலோ, கடைசியா நாம சந்திச்சது பெங்களூர்ல ஒரு சிக்னலாண்டை.'

நிதி பதில் பேசவில்லை.

'அப்பாகிட்ட எல்லாம் பேசித் தீர்த்தாச்சு. பெங்களூருக்கு எப்ப வரே?'

'நான் வரலை' என்றாள்.

'நான் கேட்ட அந்தக் கேள்வி மகா தப்பு. உன் மனசைப் புண் படுத்தறது தெரியாம யதார்த்தமா கேட்டுட்டேன்.'

'கேட்டாச்சு... இனிமே என்ன?'

'அந்த மாதிரி கேட்டிருக்கவே கூடாது. முட்டாள் நான். நிதி... கோபமா இருக்கறப்ப நீ இன்னும் அழகா இருக்கே.'

'தாங்க்ஸ். இது பாரதியார் காலத்து ட்ரிக். அப்பாகிட்ட கல்யாணி பற்றி என்ன புருடா விட்டீங்க?'

'கல்யாணியை இங்க கூட்டி வந்து எல்லார் முன்னாலயும் வெச்சுத் தீத்து வெக்கறேன்னு சொன்னேன்.'

'அதுக்கு அப்பா என்ன சொன்னார்?'

'தேவையில்லைன்னார்.'

'அவர் அதுதான் சொல்வார். ஏன்னா அவருக்கு ஒரு கல்யாணி இருக்கா.'

'நீ என்ன அர்த்தத்துல சொல்றேன்னு தெரியலை. நான் கல்யாணியைக் கூட்டி வந்து காட்டத்தான் போறேன்... அவளுடைய கணவன்கூட. எங்க கிளம்பிட்ட?'

'சரத்துன்னு ஃப்ரெண்டைப் பார்க்க.'

'சென்னைக்கு வந்துட்டானா?'

இதற்குள் ஜயந்த் அங்கே வந்தார். 'என்ன மாடிப் படிலயே விவாதமா... வீட்டுக்குள்ள வந்து பேசிக்கலாமே...'

இரண்டாவது அத்தியாயம் ○ 217

'எங்க போறான்னு கேளுங்க மாமா.'

'என்ன நிதி?'

'ஃப்ரெண்ட்ஸ் பார்க்கப் போறேன். குறிப்பா சரத்.'

'யாரது?'

'அதான் டம்போ.'

ஜயந்த் அவளைக் காயப் பார்வை பார்த்தார். 'இத்தனை சொல்லியும் உனக்கு புத்தி வரலை பார்த்தியா நிதி.'

'வரலைப்பா. வராது.'

ஜயந்த் குமாரைப் பரிவுடன் பார்த்தார். 'ஐ எம் ரியலி ஸாரிப்பா குமார்... உன்னுடைய மனக் கஷ்டம் எனக்கு நல்லாப் புரியுது. நிதி, நீ முதல்ல உள்ள போ.'

'அவர் இருந்தா நான் உள்ள போக மாட்டேன். மிஸ்டர் ஜயந்த், மிஸ்டர் குமார்... ரெண்டு பேரும் கேட்டுக்கங்க. நீங்க ரெண்டு பேரும் என்னை எந்தவிதத்திலும் கட்டுப்படுத்த முடியாது. நான் சொல்றதை ஒரு அட்சரம்கூட நம்பாதவங்களை நான் ஏன் மரியாதை கொடுத்து, சொன்ன பேச்சு கேக்கணும்?'

'ஏன்னா, நான் உன் அப்பா... குமார் உன் கணவன். உனக்கு நல்லது எதுன்னு...'

'இப்ப எனக்கு நல்லது உங்க ரெண்டு ஆம்பளைகளையும் விட்டு விலகறது... பை' என்று படியிறங்கிச் செல்ல...

அவள் போன திசையில், 'இதேதாங்க தினம்' என்றான் குமார்.

'நீ சொல்றது ரைட்தாம்பா. இவகிட்ட இருக்கற ஷேர்ஸைப் பிடுங்கிரணும்...' செல்போனில் எண்களை ஒத்தினார் ஜயந்த்.

'அகஸ்டஸ்... அந்தப் பையன் ரொம்ப தகராறு பண்றாம்பா. கல்யாணம் ஆகியும் என் பொண்ணு பின்னாலயே சுத்தறான். ரொம்பப் பிரச்னை பண்றான். ஏதாவது அடிதடி பார்ட்டிக்குச் சொல்லி, தட்டி வைக்க வேண்டிய தேவை வந்துருச்சு. இல்லை, கெட் ஹிம் அரஸ்டட்.'

அகஸ்டஸ் இருப்பது ஆர்.ஏ. புரத்தில் உள்ள கம்பெனி ஃப்ளாட்டுகளில் ஒன்றில். செல்போனை அணைத்து விட்டு சற்று யோசித்தான். அவன் எந்தக் காரியத்தையும் காரண காரியங்களையும் யோசித்துச் செய்பவன். இந்தக் கட்டளையை நிறைவேற்றலாமா என்று தீர்மானிப்பதற்கு அவனுக்கு விவரங்கள் போதவில்லை. நிதி அவனிடம் கார் அனுப்புமாறு கேட்டிருந்தது நினைவுக்கு வந்தது. அதற்கு ஏற்பாடு செய்ய சட்டையை மாட்டிக் கொண்டு கிளம்பும்போது வாசலில் கதவு மணி ஒலிக்க, திறந்து பார்த்தான்.

நிதி!

27

விதியை மாத்த முடியுமா?

அகஸ்டஸ் கட்டை பிரம்மச்சாரி. இளசில் லேசாகக் காதல் என்கிற ஒரு சமாசாரம் ஏற்பட்டு, அந்தப் பெண் அவனிடம் பல உபகாரங்கள் பெற்றுக் கொண்டு செலவழித்து, அலைக்கழித்து விட்டு, கடைசியில் தன் சாதியில் ஒருவனைக் கல்யாணம் செய்து கொண்டதிலிருந்து கல்யாணம் என்கிற சங்கதியே வேண்டாம் என்கிற முடிவுக்கு வந்தவன். தன் ஒரு அறை அபார்ட்மெண்டில் விதவிதமாகச் சமைத்துக்கொண்டு புத்தகம் படித்துக்கொண்டு நிறையப் பணம் சேர்த்து அஸ்ட்ராகாம் கம்பெனிக்கு விசுவாசமாக உழைத்து நிம்மதியாக வாழ்கிறவ னுக்குச் சட்டென்று எஜமானனின் மகள் வாசற் படியில் வந்து நின்றதால் வியர்த்துவிட்டுப் பதற்றம் ஏற்பட்டது நியாயமே.

'கார் அனுப்பிச்சனே... வரலைங்களா?'

'கார் வர்றதுக்கு முன்னாடி நான் வந்துட்டேன். அகஸ்டஸ். எனக்கு நீ உதவி பண்ணணுமே...' என்றாள் நிதி.

'சொல்லுங்கம்மா... உக்காருங்க இந்த ஏழையின் குடிசையில, நீங்க வந்ததே பாக்கியம்.'

'இதுவா ஏழையின் குடிசை? டிவி, ஃப்ரிஜ், வாஷிங் மெஷின்! இந்த நான்சென்ஸ் எல்லாம் வேண்டாம்.'

அவன் அறையைச் சுற்றுமுற்றும் பார்த்தாள். மிக ஒழுங்காகப் புத்தகங்கள், பொருட்கள் அடுக்கி வைக்கப்பட்டு அகஸ்டஸின் மன ஒழுங்கைச் சுட்டிக் காட்டும் வகையில் சுத்தமாக இருந்தது.

'குடிக்கத் தண்ணி இருக்கா உன் குடிசையில?'

மினரல் வாட்டர் எடுத்துக்கொண்டு வந்தவனையே அகன்ற கண்களால் பார்த்தாள். மூச்சு விட்டுக்கொண்டாள்.

'நீ எங்கப்பாவுக்காக டம்போ அதாவது சரத்குமாரை உளவு பார்த்தே இல்லையா?'

'ஒரு டிடெக்டிவ் ஏஜென்ஸி மூலமா. அதுவும் ஜயந்த் ஐயா சொன்னதால...'

'அதே மாதிரி எனக்கு மற்றொரு வேவு பார்க்க ஏற்பாடு செய்ய முடியுமா?'

'முடியும்மா... யாரை?'

'என் கணவனை...'

'எதுக்கம்மா?'

'அந்தாள் மகா ஃப்ராடுன்னு நினைக்கிறேன்.'

'இல்லைம்மா... அப்படி எல்லாம் இருக்காது...'

'நீ மேல கேக்காதே... ஏற்பாடு செய்ய முடியுமா, முடியாதா? அதைச் சொல்லு!'

'அப்பாவுக்குத் தெரிஞ்சா, தெரியாமலா?'

'தெரியாம...'

அகஸ்டஸ் யோசித்தான். 'வேணா ஒண்ணு செய்யறேன். உங்களுக்கு அந்த ஏஜன்ஸி போன் நம்பர் தரேன்...'

'சரி அகஸ்டஸ்... நீ எனக்கு இந்த விவரமாவது தருவியா... என் பேர்ல அஸ்ட்ராகாம் ஸ்டாக் எவ்வளவு இருக்கு?'

'நிறையம்மா...'

'நிறையன்னா?'

‘உங்க பேர்ல இருக்கற ஸ்டாக்கும் இன்னொருவர் பேர்ல இருக்கிற ஸ்டாக்கும் சேர்ந்தா கம்பெனியுடைய விதியை மாத்த முடியும்மா...’

‘இன்னொருத்தர் யாரு?’

‘மிஸ் டாலி. உங்க அப்பாவுடைய...’

‘வைப்பாட்டி...’

‘அந்த வார்த்தையைப் பயன்படுத்த மாட்டேன். ஃப்ரெண்ட்...’

‘சரி... அவங்க எங்க இருக்காங்க தெரியுமா?’

‘மும்பைல இருக்காங்க... இப்ப சென்னை வந்திருக்காங்க...’

‘அவங்க போன் நம்பர் வேணும்... வேற யாரு?’

‘இன்னொருத்தர் சதானந்த். உங்கப்பாவுடைய பார்ட்னர். அவர் கிட்ட இருக்கற ஸ்டாக்ஸூம் நிறைய...’

‘அப்புறம் அகஸ்டஸ்... எனக்கு இன்னொரு காரியம் செய்ய ணும்... டாக்டர் நாகசுந்தரிகிட்ட அப்பாயிண்ட்மெண்ட் வாங்கி வை சாயங்காலம்.’

‘சரிம்மா... இதுவும் அப்பாவுக்குத் தெரிஞ்சா, தெரியாமலா?’

நிதி கண்களில் நீர் விளிம்பி விட்டது. ‘அகஸ்டஸ், நீங்க எல்லோரும் சேர்ந்து என் வாழ்க்கையை உண்டு இல்லைன்னு பண்ணிட்டீங்க...’

‘நானா?’

‘ஆமா... நீயும்தான். அப்பா, அம்மா, குமார், டம்போ... நீங்க எல்லோரும் பண்ண டேமேஜை ரிப்பேர் பண்ணப் போறேன். அகஸ்டஸ், இன்னிக்கெல்லாம் எனக்கு என்ன வயசு... இந்த வயசில குழந்தை வரப் போவுதாம்...’

‘அம்மா, நான் உங்க அப்பாவுடைய பி.ஏ. எனக்குச் சம்பளம் கொடுத்து வெச்சிருக்கிறது, அவர் சொல்ற காரியங்களை மேற்கொண்டு செய்யறதுக்கு.’

‘சரிதான்... ஆனால், அதில் மனச்சாட்சி வேண்டாமா?’

'மனச்சாட்சி கலந்தா வேலை போயிடும்மா...' என்றான்.

யோசித்துப் பார்த்தாள், 'நீ சொல்றதுகூடச் சரிதான்... ரொம்ப பணக்காரங்க அல்லது ரொம்ப ஏழைங்க... இவங்களாலதான் மனச்சாட்சி வெச்சுக்க முடியும்...'

அகஸ்டஸ் அவள் அருகில் வந்தான். 'நீங்க எனக்குத் தங்கச்சி போலம்மா... உங்களுக்கு நான் நிச்சயம் உதவறேன்... ஆனா, அவசரப்பட்டு எந்த முடிவும் எடுக்கவேண்டாம்...'

'எனக்கு இந்த ரெண்டு காரியம் மட்டும் செய்...'

'செய்றேன்மா... நிச்சயம்...'

டாக்டர் நாகசுந்தரி ராயப்பேட்டை நெடுஞ்சாலையில் புதிதாக முளைத்திருந்த கட்டடத்தில் க்ளினிக் வைத்திருந்தாள். ராயப் பேட்டை ஆஸ்பத்திரியில் அவளுக்கு நல்ல சலுகைகள் இருந்ததால் ஏழை பணக்கார வித்தியாசமின்றி எல்லோரையம் கவனிக்க முடிந்தது. அவளுடைய முப்பது ஆண்டு அனுபவத்தை சாந்தமான முகம் மறைத்தது... பார்த்தாலே பரிவும் பாசமும் என்ன என்பதை விளக்கும் முகம்.

'என்ன நிதி. உன் கல்யாணத்துக்கு வர முடியலை... பங்களா தேஷ்ல ஒரு கான்ஃபரன்ஸ் போயிட்டேன்... என்ன இவ்வளவு சீக்கிரமா என்கிட்ட வந்துட்டே?'

'பெங்களூர்ல ஒரு டாக்டர் நான் கர்ப்பமா இருக்கறதாச் சொன்னாங்க... அதை கன்ஃபர்ம் பண்ணிடலாம்னு வந்தேன்...'

'பண்ணிடலாமே... அம்மா எப்படி இருக்காங்க? உன் ஹஸ் பண்ட் வந்திருக்காரா?' என்றாள் கையுறை அணிந்து கொண்டு.

'இல்லை டாக்டர்... கலைச்சுடணும்னு அவர் சொல்றார்.'

'முதல்ல குழந்தை இருக்கா பார்த்துரலாம்... அதுக்கப்புறம் அதை என்ன செய்யறதுன்னு தீர்மானிக்கலாம்...' சோதித்தபின் கை கழுவிக்கொண்டு, 'எந்த முட்டாள் சொன்னது... நீ கர்ப்பமா இருக்கறதா?'

'டாக்டர்!' என்றாள் நிதி, உற்சாகமாக.

'எல்லாம் அரைகுறை... நாஸியா மட்டும் போதாது. உன் பி.பி. கொஞ்சம் லோவா இருக்குது... இந்த மாத்திரையைச் சாப்பிடு... பீரியட் ரெகுலர் ஆயிடும்...'

'அப்ப நான்...'

'சொல்றேனேம்மா, யு ஆர் நாட் ப்ரெக்னென்ட்... ஏய், ஏய்... எதுக்கு எனக்குப் போய் முத்தம் கொடுக்கறே?'

'உங்களுக்குத் தெரியாது டாக்டர்... தப்பா டயக்னோஸ் பண்ணிட்டு என் புருஷன் என்னைப் படுத்தின பாடு, மெண்ட்டல் டார்ச்சர்... தன்னுதுதானான்னு டி.என்.ஏ. டெஸ்ட் பண்ணணுமாம். இல்லை கலைச்சுரணுமாம்...'

'அந்தாளைக் கூட்டிட்டு வா... புத்தி சொல்றேன்...'

'வேண்டாம் டாக்டர்... நானே புத்தி சொல்லப் போறேன்...'

நிதி அதன்பின் வீட்டுக்குப் போன் செய்தாள். 'அம்மா, அந்தாளு இன்னும் இருக்காரா... குமார்...'

'ஏதோ அபிராமபுரத்தில் வேலை இருக்குன்னு போயிருக்கார்...'

'எப்ப பெங்களூர் போறாராம்?'

'சொல்லலை?'

'கேட்டு வெச்சுக்கோ...'

'நிதி எங்கேனு கேட்டார்...'

'செத்துப்போயிட்டான்னு சொல்லு...'

'என்னடி பேத்தறே?'

'சொல்லும்மா! பழைய நிதி செத்துப் போயிட்டான்னு சொல்லு...'

சதானந்த்தின் அலுவலகத்தின் வெளி அறையில் அரை மணி நேரம் காத்திருக்கவேண்டி இருந்தது. எழுந்து போய்விடலாமா என்று யோசித்தபோது அழைக்கப்பட்டாள். சதானந்த்தின் பி.ஏ. அவளை அடிக்கடி பார்த்துக்கொண்டிருந்தாள்.

'என்ன பார்க்கறீங்க?'

‘நீங்க... நீங்க...’

‘ஆமாம். ஜயந்தின் டாட்டர்!’

‘ஜயந்த்தான் உள்ள இருக்கார்... சொல்லட்டுமா?’

‘வேண்டாம்... நான் சொல்லிக்கறேன்...’

கதவு திறந்து ஜயந்த் சற்றே கோபத்துடன் வெளியே சென்றார். நிதி தன் முகத்தை ஒரு பத்திரிகையால் மறைத்துக்கொண்டாள்.

சதானந்த்தின் அறைக்குச் சென்றதுமே, ‘வாம்மா நிதி... என்ன ஆச்சரியம். இப்பத்தானே உங்கப்பாவோட சண்டை போட்டுக் கிட்டிருந்தேன். அவன் செய்யற சில இன்வெஸ்ட்மெண்ட்கள் எனக்குப் பிடிக்கலை... சண்டை!’

நிதி நாற்காலியில் உட்கார, ‘அதைப் பத்தி உனக்கென்ன... நீ வந்திருக்கிறதா சொன்னான்.’

‘அங்கிள், எனக்குக் காப்பி கிடைக்குமா?’

‘தாராளமா... குமார் எப்படி இருக்கான்? அவன் ஏன் ஜாயின் பண்றதுக்குத் தயங்கறான்? அந்தக் கம்பெனியில எதாவது பாண்ட் தகராறா?’

‘அதெல்லாம் தெரியாது அங்கிள்... நீங்க எனக்கு நம்ம கம்பெனியில வேலை தரணும்... தருவீங்களா?’

‘உனக்கில்லாததா... என்ன வேலை செய்வே?’

‘என்ன வேலை வேணா செய்யறேன்...’

‘எதுக்கு நீ இங்க வேல பார்க்கணும்?’

‘கம்பெனியைப் பத்தித் தெரிஞ்சுக்க...’

‘உங்கப்பாகிட்டே பேசிட்டியா?’

‘இல்லை... அவரைக் கேட்டா மாட்டேன்பாரு...’

‘எனக்குப் புரியலை.’

‘எனக்கும் இந்த ஷேர் பிஸினஸ் எல்லாம் புரியலை... என் பேர்ல நிறைய ஷேர் இருக்குதுங்கறாங்க... குமார் அதைத் தன் பேர்ல

மாத்திக்கத் தொணதொணக்கிறார்... குறிப்பா இந்த கம்பெனில எனக்கு இருக்கற ஷேரை வெச்சுக்கிட்டு நான் என்ன செய்ய முடியும்?'

சதானந்த் கொஞ்ச நேரம் அவளைத் துறுதுறுவென்று பார்த்தார். 'ஒண்ணு பண்றியா? உனக்குச் சம்மதமா?'

'என்ன சொல்லுங்க...'

'இந்த கம்பெனியில ஒரு டைரக்டராக்கட்டுமா உன்னை?'

'அதுக்கு நான் என்ன செய்யணும்?'

'நீயும் நானும் சேர்ந்து ஒரு மீட்டிங் கூட்டணும்... அதில் உன்னை புதிய போர்டு மெம்பராச் சேர்க்கணும். நிறைய ஷேர் வெச்சிருக்கறதனால உன்னை முழு நேர டைரக்டரா ஆக்க முடியும்!'

'அதைச் செஞ்சுருங்க அங்கிள்... அதுக்கு நான் கையெழுத்து போடறேன்...'

'எதுக்கும் உங்கப்பாவை ஒரு வார்த்தை கேட்டுறேன்...'

'அப்பா சம்மதிக்க மாட்டார்...'

'ஆமாம்... நீ எதுக்காக இந்தக் காரியம் செய்யறே?'

'அங்கிள்... எங்கப்பா சொன்னபடி இந்த கம்பெனி ஓனர்ஷிப் குடும்பத்தை விட்டுப் போகக் கூடாதுங்கறதுக்காகத்தான் இந்த ஷேர்களை என் பேர்ல வெச்சிருக்கார்... அதன்படியே இந்த கம்பெனியில நடைமுறையில் பங்குகொள்ள விரும்பறேன்... இதை அப்பாகிட்டருந்து மறைச்சு வெச்சுக்க விரும்பறேன்' என்றாள் நிதி.

சதானந்த் அவளை ஆச்சரியத்துடன் பார்த்து, 'ஹூம் இன்ட்ரஸ்டிங்! உன்னை வெச்சுக்கிட்டு நான் நினைச்ச மாறுதல்கள் சிலதைக் கொண்டு வரலாம்...'

'அதான் ஐடியா... நீங்க சொல்றபடி செய்யறேன்...'

'இப்ப இருக்கற போர்டு மெம்பர்ஸ் அத்தனை பேரும் உங்கப்பாவுக்கு ஆமாஞ்சாமி போடறாங்க... அதுவும் போன போர்டு மீட்டிங்கில் பொறி பறந்தது... நீ எனக்கு சப்போர்ட்டா

உள்ள வந்தா நாம ரெண்டு பேரும் சேர்ந்து… ஆனா உங்கப்பாவை எதிர்க்கத் தைரியம் இருக்கா உனக்கு?'

'அதுக்காகத்தான் சேர்றேன் அங்கிள்…'

'ஏம்மா?'

நிதி சட்டென்று கண்ணீர் சிந்தினாள். 'எனக்குக் குமாரைக் கல்யாணம் செஞ்சு வைத்தது அவர் செய்த பெரிய தப்பு…'

'ஏன் அப்படிச் சொல்றே?'

'குமாரைத் தெரிய வந்ததால…'

'என்ன தெரிஞ்சுக்கிட்டே?'

'குமார் பொய் சொல்றார் அங்கிள்.'

'அதென்னம்மா… நாங்க எல்லோருமே பொய் சொல்வோம்… ஆண் பிள்ளைகள் ஜீன்ல இருக்கு அது… பொண்டாட்டிகிட்ட பொய் சொல்றது…'

'எனக்கு அதுல சம்மதமில்லை அங்கிள்…'

'இப்படி இருந்தா வாழ்க்கைல கஷ்டப்படுவேம்மா…'

'நான் ஏற்கெனவே நிறையக் கஷ்டப்பட்டாச்சு…'

'நான் வேணா ஜயந்த்கிட்டப் பேசிப் பார்க்கிறேன்…'

'வேண்டாம் அங்கிள்… எங்கப்பாவை நான் சமாளிக்கிறேன்…'

'என்ன செய்யப் போறே?'

'அவரை வேலையை விட்டு நீக்கறதுக்கு ஒரு வழி சொல்லுங்க அங்கிள்…' என்றாள் நிதி தீர்மானமாக.

28

நடுவீதியில் ஒரு போதிமரம்!

ஜயந்திடம் நிதியின் விருப்பத்தைச் சொல்லி விடத்தான் நினைத்தார் சதானந்த். நிதி திரும்பத் திரும்ப 'அப்பாவுக்கு இது ஒரு இன்ப அதிர்ச்சியாக இருக்கட்டும்... அவருடைய பிறந்த நாள் பரிசாக' என்று வற்புறுத்தியதால், என்னதான் ஆகிறது பார்க்கலாமே என்று ஒரு அசாதாரண ஜெனரல் பாடி கூட்டத்துக்கு நோட்டீஸ் அனுப்பி வைத்தார். போர்டு மெம்பர்களில் சிலர் ஊரில் இல்லை. ஜயந்த் அறிக்கையைப் பார்த்துவிட்டு போன் போட்டு, 'எதுக்கு சதா இந்தக் கூட்டம்?' என்று கேட்டார்.

'சில பங்குதாரர்கள் கேட்டுக்கிட்டதால...'

'யாரு அது?'

'இன்னும் சரியாத் தெரியலை.'

'பெரும்பாலும் நானு, நீ, என் டாட்டர் நிதி, டாலி இப்படித்தானே? மற்றதெல்லாம் நூறு, அம்பது ஷேர் இப்படித்தானே? ஒரு வேளை சமீபத்தில் யாராவது வித்திருக்காங்களா?'

'இல்லை. ஒரு வேளை உன் பெண் நிதி கேட்டிருக்கலாம்' என்று கோடி காட்டினார் சதானந்த்.

'அவளுக்கு இதெல்லாம் தெரியாது. யாருக்காவது ப்ராக்ஸி கொடுத்திருக்காளா?'

'நீயே கேட்டுரேன்.'

'என்ன காரணம்... தெரிஞ்சுதா?'

'படிக்கிறேன் கேளு. கம்பெனியின் நிதி நிலை ஆரோக்கியத்தைக் குறித்த சில முக்கியமான முடிவுகள் எடுக்க.'

'என்ன அர்த்தம்?'

'வாயேன்... மீட்டிங்கில பார்க்கலாமே.'

ஜயந்த் யோசித்தார். டாலிக்கு போன் பண்ணினார்.

'என்ன ஜே?'

'டாலி, நீ ஏதாவது உன் அஸ்ட்ராகாம் ஷேரை சமீபத்தில் வித்தியா?'

'நான் எதுக்கு விக்கிறேன்? அதன் மதிப்பு அதிகமாகத்தான் காத்திருக்கிறேன். ஷேர் விழப் போவுதா டியர்?'

'நீ எதும் ஜெனரல் பாடி மீட்டிங் கேட்டியா?'

'இல்லியே.'

அலுவலகத்தில் இருந்து வீட்டுக்கு வந்ததும், 'சரண்யா... நிதி எங்கே?' என்றார் ஜயந்த்.

'பாட்டிகூட இருக்காப்பா.'

'சாப்பிட வரதில்லையா?'

லக்ஷ்மி கவலையுடன் வந்தாள். 'வர மாட்டேங்கறா... சாப்பாடெல்லாம் அங்கதான் போறது... எனக்கென்னவோ அவ நடந்துக்கற விதம் விநோதமா இருக்கு... என்னவோ மனசில் வெச்சுக்கிட்டு இருக்கா... குமாரைப் பார்க்க மாட்டேங்கறா...'

ஜயந்த் கல்யாணத்துக்குப்பின் முதல் தடவையாக இரண்டாவது மாடி ஃப்ளாட்டுக்குச் சென்று தாயைப் பார்த்தார். அவள், அவர் வந்ததைக் கண்டுகொள்ளவில்லை. 'வியாழக்கிழமை அமாவாசை' என்றாள் வழக்கம்போல. வேலைக்காரியிடம் 'நிதி வந்தாளா?' என்று கேட்டார்.

'ரூம்ல இருக்காங்க.'

இரண்டாவது அத்தியாயம் ○ 229

நிதி முன்னறையில் தரையில் உட்கார்ந்துகொண்டு வாக்மன் மாட்டிக்கொண்டு 'கம்பெனி லா' என்கிற தடிமனான புத்தகத்தைப் படித்துக்கொண்டிருந்தாள்.

'நிதி, ஏன் வீட்டுக்கு வர மாட்டே?'

'இங்க தனியா இருக்கறது பிடிக்கிறதுப்பா.'

'நிதி, ஏதாவது உன் ஷேரை குமாருக்கு எழுதிக் கொடுத்தியா?'

'இல்லை, நீதான் வேண்டாம்னுட்டியே...'

'யாருக்காவது ப்ராக்ஸி கொடுத்திருக்கியா?'

'ப்ராக்ஸின்னா?'

'சரிதான்...'

'ஏன்?'

'யாரோ ஜெனரல் பாடி கூப்பிட்டிருக்காங்க. யார் கூப்பிட்டிருக்கான்னு பார்க்கறேன். நீ எதுக்கு கம்பெனி லா எல்லாம் படிக்கிறே?'

'சும்மா தெரிஞ்சுக்கலாம்னு... பொழுது போகணுமில்லை...'

'பொழுது போகணும்னா குமார்கிட்டச் சொல்லு. சினிமா, டிராமான்னு அழைச்சுக்கிட்டுப் போவான்.'

'குமார் பேச்சை எடுக்காதீங்கப்பா... தீர விசாரிக்காம என்னை அவனுக்குப் பலி கொடுத்தீங்க...'

'இதையே சொல்லிக்கிட்டிரு... உனக்கு அவன்கூட வாழக் குடுத்து வெக்கலை... நிதி, நீ யாருக்கும் உன் ஷேரை வித்தியா?'

'இல்லைப்பா, எனக்கு அதெல்லாம் தெரியாது.'

'அப்ப ஒண்ணு பண்றேன். அகஸ்டஸ்கிட்ட சொல்லி உன்கிட்ட இருக்கற ஷேருக்கு ப்ராக்ஸி வாங்கிக்கறேன்.'

'எதுக்கப்பா?'

'அந்த மீட்டிங்குல வோட்டு போடணும்னு ஏதாவது வந்தா உங்கிட்டே வாங்கி வெச்சுக்கறது நல்லது.'

'அப்பா, நான் அந்த மீட்டிங்குக்கு வரட்டுமா?'

'எதுக்கு?'

'சும்மா வேடிக்கை பார்க்கத்தான்...'

'உனக்கு ஏதும் புரியாது நிதி.'

'என் பேர்ல இருக்கற ஷேருக்கு நான் வரலாமில்லையா...'

'ஒரு ஷேர் இருந்தாக்கூட வரலாம். அதைப் பத்தி இல்லை. நீ நம்ம கம்பெனியில இன்ட்ரஸ்ட் எடுத்துக்கறது நல்லதுதான். யோசித்துப் பார்த்தா நீ வரலாம்னுதான் தோணுது.'

'வரேன்...'

'எதுவும் புரியலைன்னா என்னைக் கேளு. நான் விளக்கமாச் சொல்றேன்.'

'தேவை இருக்காது. கொஞ்சம் கொஞ்சமாப் புரியுது இந்தப் புத்தகம்' என்றாள் நிதி பவ்யமாக.

அந்த மீட்டிங் கம்பெனியின் கான்ஃப்ரன்ஸ் அறையில் நடந்தது. நீண்ட ஓவல் வடிவ மேஜை அருகில் மைக்குகள் பொருந்தி இருந்தன. நாற்காலிகளின் அருகில் நிகழ்ச்சி நிரல் வைத் திருந்தது. போர்டு மெம்பர்கள் சிலர் வரவில்லை. சிலர் 'இந்த மீட்டிங்கே எதுக்குன்னு தெரியலை' என்றார்கள். 'ஸிட்டிங் ஃபீயை கொடுத்தாச் சரி' என்றனர். 'லஞ்ச் உண்டில்லை?'

சதானந்த் நிதியைச் சற்று கலவரத்துடன் பார்த்துக்கொண்டு இருக்க, நிதி சுத்தமாகத் தலை வாரி முடித்து, எளிய காட்டன் புடைவை அணிந்து, வேறு ஒருத்தி மாதிரி தோன்றினாள். தன் கைப்பட எழுதிய காகிதத்தை சதானந்திடம் கொடுத்தாள்.

'இந்தக் கம்பெனியின் அரையாண்டு லாப நஷ்டக் கணக்கில் திருப்தியுறாத பங்குதாரர்கள் இந்த கம்பெனியின் நிர்வாகத்தை உடனடியாக மாற்றுவதற்கு தற்போது மானேஜிங் டைரக்டராக இருக்கும் திரு ஜயந்தைப் பதவி நீக்கி விட்டு, என்னை அந்தப் பதவிக்கு நாமகரணம் செய்துகொள்ள விரும்புகிறேன். ஒப்பம் நிவேதா ஜயந்த். இதை வோட்டெடுப்புக்கு விடுமாறு தீர்மானம் கொண்டுவர விரும்புகிறேன்.'

ஜயந்த் நம்பிக்கை இல்லாமல் மகளைப் பார்த்தார்.

‘வாட் இஸ் திஸ் நிதி? என்ன விளையாட்டு இது? இது மாதிரி மேஜர் சேஞ்ச் கொண்டுவரணும்னா மெஜாரிட்டி ஷேர் ஹோல்டர்கள்கிட்ட வோட்டு சீட்டு கொடுத்து ஒரு நாள் டயம் கொடுத்து வோட்டு எடுக்கணும். பங்கு மார்க்கெட் காப்பகத்தின் பர்மிஷன் வேணும்.’

‘அவசியமேயில்லை... இன்ஃபார்ம் பண்ணா போதும்பா.’

ஜயந்த் வாயடைத்துப் போனார். எங்கிருந்து இதெல்லாம் தெரிந்தது இவளுக்கு?

‘மேலும் என்கிட்ட இருக்கிற ஷேரும் சில ப்ராக்ஸி ஷேர்களும் சேர்ந்தாப் பெரும்பான்மை வந்துரும்னு நினைக்கிறேன்.’

‘உனக்கு என்ன தெரியும் நிதி...’

‘நீங்கதானே சொன்னீங்க... அடுத்த தலைமுறை இந்த கம்பெனியை எடுத்து நடத்தணும்னு... சந்தோஷப்பட மாட்டீங்களா?’

‘சதா... என்ன ஜோக் இது?’

‘இல்லை ஜயந்த்... நிதிகிட்ட கணிசமான ஷேர்கள் இருக்கறதால அவளால இந்த மாறுதலைக் கொண்டு வர முடியும். அவளே விரும்பினா.’

‘இருந்தும் பெரும்பான்மை இருக்காதே.’

‘என் ஷேரையும் சேர்த்தா வந்துரும் ஜயந்த்.’

‘மை காட்... என்னால நம்பவே முடியல... நீதான் இதுக்கெல்லாம் காரணகர்த்தாவா?’ தன் மகளை நேராகப் பார்த்து, ‘ஏன் இந்த மாதிரி பழி வாங்கறே நிதி?’

‘பழி இல்லைப்பா... மிஸ்டர் சேர்மன், இப்போது இருக்கும் எம்.டி. அண்மையில் இதய நோய் வந்து படுத்திருந்ததால் அவரால் முழு மூச்சுடன் செயல்பட இயலாததால், இளமையான நிர்வாகம் இந்தக் கம்பெனிக்கு தேவை என்பதாலும் இந்தத் தீர்மானம் கொண்டுவரப்பட்டுள்ளது. அதை வோட்டெடுப்புக்கு விடுமாறு கேட்டுக்கொள்கிறேன். கம்பெனிக்கு திரு. ஜயந்த் அவர்கள் இதுவரை செய்த சேவையை மதித்து அவருக்கு

ஓய்வூதியம், கிராச்சுவிட்டி, டெர்மினல் பெனிஃபிட்ஸ் கொடுக்குமாறு சிபாரிசு செய்ய விரும்புகிறேன்.'

'நிதி, இதெல்லாம் உனக்கு யார் எழுதிக் கொடுத்தாங்க?'

'நானேதாம்பா.'

'பொய்... திஸ் இஸ் ரிடிக்யுலஸ்... ரிடிக்யுலஸ்' என்று ஜயந்த் நிதியைக் கோபத்தால் முறைத்துவிட்டு எழுந்து வெளியேறினார்.

சதானந்த், 'நிதி கடைசிவரை நீ இதுல உறுதியா இருக்கப் போறியா?'

'ஷ்யூர் சார்.'

'அதாவது உன் அப்பாவை டிஸ்மிஸ் செய்துடப் போற...'

'யெஸ்ஸ்' என்றாள் அழுத்தமாக. போர்டு மெம்பர்கள் காப்பி, க்ரீம் பிஸ்கட், முந்திரி பருப்பு சாப்பிட மறந்தார்கள். 'இந்தப் பொண்ணு பரவால்லைப்பா. ஏம்மா... எங்களை எல்லாம் வெச்சுப்பியா?'

'ஃபுல் டைம் டைரக்டர்களை எல்லாம் மாத்தப் போறேன் அங்கிள்.'

வீட்டுக்கு வந்த ஜயந்தின் மூச்சில் அனல் பறந்தது. 'உம் பொண்ணு என்ன செய்தா தெரியுமா?'

'தெரியும்... போன் பண்ணா' என்றாள் ராமலக்ஷ்மி.

'என்னை கம்பெனி வேலையை விட்டு டிஸ்மிஸ் பண்றா...'

'அதெல்லாம் பண்ண மாட்டாங்க.'

'பண்ண மாட்டாளா... பண்ணியாச்சு! தீர்மானம் கொண்டுவந்து நிறைவேத்தியாச்சு...'

'இதெல்லாம் அவளுக்குத் தெரியாதே...'

'அதான நானும் பாக்கறேன். யாராவது சொல்லித் தந்திருக்கணும். சதானந்தே சொல்லிக் கொடுத்திருப்பான். இந்தக் கம்பெனிக்கு உயிரைக் கொடுத்து உழைச்சதுக்கு துரோகம்

பாரு... இவங்களுக்கெல்லாம் இந்த ஜயந்தைத் தெரியாது. என்னை டிஸ்மிஸ் பண்ணா போட்டி கம்பெனி ஆரம்பிக்க எனக்கு மூணு மாசம்கூட ஆகாது, உன் பொண்ணுகிட்ட சொல்லு.'

'எனக்கு என்ன ஆச்சரியம்னா... இவளுக்கு யார் இதெல்லாம் சொல்லிக் கொடுத்தது?'

'இப்ப நிதி எங்கிருக்கா?'

'ஒரு வேளை அந்தப் பையன் சொல்லித் தந்திருப்பானோ?'

நிதிக்கு இதெல்லாம் சொல்லித் தந்தது...

'அகஸ்டஸ் கை குடு... பின்னிட்டேன். நீ எழுதிக் கொடுத்தது அத்தனையும் அப்படியே பாஸ் ஆயிடுச்சு.'

'இது பெரிய செப்பிடு வித்தை இல்லை மேடம்... மெஜாரிட்டி இருந்தா கம்பெனியை எப்படி வேணா மாத்தலாம்.'

'அகஸ்டஸ், உன்னை கம்பெனி செக்ரட்டரியா போட்டுட்டா என்ன?'

'அதுக்கு எனக்குத் தகுதி இல்லைமேடம்... வெங்கட்ராமனை வெச்சுக்கறது நல்லது.'

'அகஸ்டஸ்... உன்னைக் கட்டி முத்தம் கொடுக்கட்டுமா?'

'என்னை டிஸ்மிஸ் பண்ணாம இருந்தா சரி மேடம்.'

'உனக்கு அடுத்த வேலை என்ன தெரியுமா?'

'தெரியும்மா. அதையும் முடிச்சாச்சு. பெங்களூர்ல இருக்கற 'கேடிஏ'ன்னு ஏஜென்ஸி மூலமா ரிப்போர்ட் வந்தாச்சு.'

'என்ன சொல்லுது?'

'நீங்க நினைச்சது ஊர்ஜிதமாயிருச்சு.'

'கல்யாணி யாரு?'

'மிஸ்டர் குமாருடைய முதல் மனைவி. மேலும் அவரைத் தோண்டத் தோண்ட வெளிவர்ற உண்மைகள் அத்தனையும்

வியப்பா இருக்குதும்மா. அவர் எம்.பி.ஏ., ஐ.ஐ.டி. சர்ட்டிபிகேட் எல்லாம் பொய்... அந்தாளு ப்ளஸ் டூ கூட முடிக்கலை.'

'கொரமாங்கலால வீடு?'

'அவங்களுக்கு வீடு கிடையாது... பனசங்கரியில வாடகை வீடு, ரேஸ் கோர்ஸ்ல அவங்கப்பா குளிர் பானங்கள் விக்கறாரு. குமார் சுவீகாரம் போயிருக்காரு. சுவீகார அப்பா ஃபோர்ட் ஹைஸ் கூல்ல ஆசிரியர். கல்யாணத்துக்கு வந்தவங்க அவங்கதான்.'

நிதி நிதானமாக கேட்டுக்கொண்டு வந்தவள், 'அகஸ்டஸ், இதுக்கு ஒரு ஜெராக்ஸ் பிரதி வேணுமே...'

'கொடுக்கறேம்மா. உங்களைப் பார்த்தா எனக்குப் பச்சாதாபம் அதிகமாகுதும்மா. உங்களுக்குத் துரோகம் பண்ணிட்டாங்கம்மா எல்லாரும்... நானும் சேர்ந்து.'

'பரவால்லை' என்றாள் நிதி. கண்ணீரைத் தடை செய்துகொண்டு.

டெலிபோனை எடுத்து, 'அம்மா நிதி பேசறேன். குமார் அங்க வந்திருக்காரா?'

'இங்கதான் இருக்கார்.'

'அப்பாகூட ஏதாவது பேசிக்கிட்டாங்களா?'

'அப்பாவுக்கு ரொம்பக் கோபம். அங்க போயிருக்கார்... அழகு சுந்தரிகிட்ட...'

'அப்பா வேலை போகப் போறது... சொன்னாரா?'

'சொன்னார். என்னடி நிதி, இப்படிப் பண்றே... பைத்தியம் புடிச்சுருச்சா உனக்கு? ஒரு பொம்பளை எத்தனை பேரை எதிர்த்துப் போராட முடியும்?'

'அம்மா, தலைக்கு மேல வெள்ளம் போய்டுத்துன்னா எந்தப் பொண்ணுக்கும் தைரியம் வந்துரும். நீங்க பாத்து வெச்ச அழகான மாப்பிள்ளையைப் பத்திச் சொல்றேன் கேளு. அவருக்கு பெங்களூர்ல ஒரு பொண்டாட்டி இருக்கா. அவர் படிப்பெல்லாம்... டிகிரி எல்லாம் பொய். ஃப்ராடுன்னா மகா ஃப்ராடு.'

‘என்னடி சொல்றே... இன்னொரு குண்டைத் தூக்கிப் போடறே...’

‘குண்டெல்லாம் பழகிருச்சும்மா. இப்ப அந்தாளை ஜெயில்ல போடறதா... இல்லை, டைவர்ஸ் பண்றதான்னு யோசிக்கணும். இப்போதைய தீர்மானம் - ரெண்டும் பண்ணனும்.

‘எப்படி இத்தனை அசட்டு தைரியம் வந்தது உனக்கு?’

‘பெங்களூர்ல நடு வீதில கார் ஒரு சிக்னலுக்காக நின்னப்ப லேருந்தும்மா... அப்ப அவன் கேட்ட ஒரே ஒரு கேள்விதான்மா இத்தனை தைரியத்தை வரவழைச்சுது. டி.என்.ஏ. டெஸ்ட்ன்னாம் பாரு, அந்த ராஸ்கல்... அப்ப தீர்மானிச்சேம்மா. பெங்களூர்ல நடு வீதியில! அம்மா, நான் உன்கூட நிறையப் பேசணும். தியாகத்தின் பொழிப்புரையா இருக்கே... உனக்கும் ஒண்ணு ரெண்டு சொல்லியே தரணும்.’

‘அய்யோ... வராதே... என்னைப் போட்டுக் குழப்பாதே.’

‘சரி, குமார்கிட்ட சொல்லு... நான் அவன்கூடப் பேச விரும்பறேன்னு.’

29

தி கேம் ஆஃப் லைஃப்!

சதானந்த் சில நாட்களாக அந்த மாற்றத்தைக் கொண்டு வரத்தான் எண்ணியிருந்தார். சமீப காலத்தில் கம்பெனியின் சலுகைகளை ஜயந்த் சொந்த உபயோகத்துக்குத் துஷ்பிரயோகம் செய்து வருவதை இன்டர்னல் ஆடிட் டிபார்ட்மெண்ட் அவர் பார்வைக்குக் கொண்டு வந்திருந்தது.

கம்பெனி காரை, அவருடைய சிநேகிதி டாலிக்கு அனுப்பியது... மணிக்கணக்காக அவளுடன் பம்பாய்க்கும் அவள் அமெரிக்கா சென்றபோதும் போன் பேசியது... அவளுக்குக் கொடுக்கப்பட்ட செல்போன், மாதம் இரண்டு ஏர் டிக்கெட்டுகள் கிளப் கிளாஸில், ஷெராட்டனில் அவள் தங்க அறை... இப்படி வீண் செலவினங்கள் மாதம் ஒரு லட்சம் அதிகரித்து வருவதைக் கவனித்திருந்தார்.

கோடிக் கணக்கில் சம்பாதிக்கும் கம்பெனிக்கு இது ஒன்றும் பெரிசல்ல... அதாவது பரவாயில்லை... சில இளைஞர்களுக்கு கன்சல்டண்ட், அட்வைஸர் என்று புதுப்புது நியமனங்கள் செய்தார். எல்லோரும் டாலிக்கு உறவு என்பதும் அவனவன் கம்பெனி கணக்கில் ஃப்ளாட் எடுத்திருப்பதும் கார் பயன்படுத்துவதும் தெரிந்தது.

அதைவிட அண்மையில் ஜயந்த் எடுத்த சில முதலீட்டு முடிவுகள், கம்பெனியின் ஆதாரக் குறிக்

கோளிலிருந்து விலகி, தெரியாத துறையில் தலையிட்டன. அதைச் சொல்லப் போய்த்தான் அன்று சண்டை வந்தது. உடனே சரியான சமயத்தில் நிதி தன் பிரச்னையைக் கொண்டு வந்தாள்.

அவளுக்குச் சம்மதமில்லாமல் ஜயந்த் திருமணம் செய்வித்தது சதானத்துக்குத் தெரியும். நிதியைப் பயன்படுத்தி ஜயந்தைப் பதவி நீக்கி விட்டு, மறைமுகமாக கம்பெனியைத் தன் குடைகீழ் கொண்டுவருவது என்று தீர்மானித்தார்.

அதனால்தான் தன் ஷேர்களைப் பயன்படுத்தி நிதியுடன் சேர்த்து பெரும்பான்மை பெற்று, ஜயந்தை கம்பெனியின் ஒரு சாதாரண பங்குதாரர் நிலைக்கு வீழ்த்தினார். ஜயந்த்தின் வசதிகள், சலுகைகள் அனைத்தும் ஒரு ராத்திரியில் பிடுங்கப்பட்டன.

காலை ஜயந்துக்குக் கம்பெனி கார் வரவில்லை. அகஸ்டஸுக்குப் போன் செய்தார்.

'கார் சர்வீஸுக்குப் போயிருக்குதா அகஸ்டஸ்?'

'இல்லை சார்... அது எம்.டி. போஸ்டுக்கான கார். நீங்க எம்.டி.யா இல்லாததால வேண்டாம்னுட்டாங்க...'

'யாரு?'

'புது எம்.டி.'

'யாரு நிதியா? எங்க இருக்கா?'

'ஆபீஸ்லதான்... எட்டு மணிக்கே வந்துட்டாங்க.'

'அவளுக்குக் கனெக்ஷன் கொடு.'

'ஒரு நிமிஷம், டிரான்ஸ்ஃபர் பண்றேன்.'

பல நிமிஷங்கள் சங்கீதம் கேட்டபின், ஒரு துடிப்பான குரல் 'எம்.டி.ஸ் ஆபீஸ்...' என்றது.

'ஜயந்த் பேசறேன்... நீ யாரு? புதுசாக் குரல்... நிதியைக் கூப்பிடு.'

'யாரு... எம்.டி.யைக் கேட்கறீங்களா?'

'யெஸ்!'

‘அவங்க மீட்டிங்ல இருக்காங்க.’

‘மனோகரி எங்க?’

‘மனோகரி இப்ப இங்க சர்வீஸ்ல இல்லை...’

‘உன் பேரு என்ன?’

‘செளம்யா! நியூ அப்பாயிண்ட்மெண்ட்.’

‘நான் நிதியோட அப்பா.’

‘நான் சொல்றேன் சார்.’

போனை வைத்தவருக்குக் கை நடுங்கியது. நாக்கு உலர்ந்தது. ஸார்ப்பிட்ரேட் தேவைப்பட்டது.

‘லக்ஷ்மி...’ என்று சத்தமிட்டார்.

‘லக்ஷ்மி... உன் பொண்ணு என்ன நினைச்சுக்கிட்டிருக்கா?’

‘நீங்களே கேளுங்களேன்... அவ பண்ற காரியம் எனக்குப் புரியலை.’

‘என் வேலை, காரு எல்லாத்தையும் பிடுங்கிட்டா.’

‘அது உங்களுக்கு நல்லதுதானே?’

‘என்னடி சொன்னே?’

‘உங்களுக்கும் ஓய்வு தேவை இல்லையா? வீட்டுல இருந்து ரெஸ்ட் எடுத்துக்கறதுக்குத்தான் இந்த ஏற்பாடு பண்ணிருப்பா.’

ஜயந்த் யோசித்தார். ‘வீடே கம்பெனி வீடு, மேலே அம்மா இருக்காளே... அதான் நம்ம வீடு... அங்க போகச் சொன்னாலும் சொல்வா, உம் பொண்ணு.’

குமார் அஸ்ட்ராகாமில் புதிய பொறுப்பு ஏற்பதற்கு ரிசப்ஷனுக்கு வந்தான்.

‘என் பெயர் குமார்... நான் இங்க மூர்த்திங்கறவரைப் பார்க்கணும்.’

‘என்ன விஷயமா? இந்தச் சீட்டுல எழுதிக் கொடுத்தீங்கன்னா...’

'லுக்... நான் இங்க அப்பாய்ன்ட் ஆகியிருக்கேன்.'

சௌம்யா, 'கொஞ்சம் வெயிட் பண்ணுங்க...' என்றாள்.

குமார் ரிசப்ஷனில் உட்கார்ந்தபோது, போன தடவைக்கு மாறுதல்கள் நிகழ்ந்திருப்பதைப் பார்த்தான். சாதாரணமாக போன் ஆப்ரேட்டர், ஒரு ரிசப்ஷனிஸ்ட், பையன் இருக்கும் இடத்தில் ஒரே ஒரு பெண்... ஒரு டெர்மினல். அவளே போன், டெஸ்பாட்ச் கூரியர், ஃபேக்ஸ், ஜெராக்ஸ் எல்லாவற்றையும் கவனித்துக்கொண்டிருந்தாள்.

பதினைந்து நிமிஷம் காத்திருந்தபின், 'மிஸ்டர் மூர்த்தி உங்களை விசிட்டர்ஸ் ரூமில சந்திப்பார்' என்றாள்.

'உங்களுக்கெல்லாம் வெக்கிறேன் ஆப்பு' என்று மனசுக்குள் தீர்மானித்தான் குமார்.

மூர்த்தி, 'ஸாரி... ஒரு மீட்டிங்கில இருந்தேன்... என்ன விஷயமா வந்தீங்க?'

'நான் குமார்... நிதிஸ் ஹஸ்பண்ட்.'

'தெரியும்... என்ன விஷயமா வந்தீங்க?'

'இந்தக் கம்பெனியுடைய டெபுடி டைரக்டரா அப்பாயின்ட் பண்ணியிருக்கீங்க.'

'அதெல்லாம் புது எம்.டி. ரத்து பண்ணிட்டாங்க.'

'என்னது?'

'எல்லா அப்பாயின்ட்மெண்டையும் ரத்து பண்ணியிருக்காங்க... கம்பெனி இந்த மூணு மாச வருமானம் சரியில்லை. பர்ஃபார் மன்ஸ சரியில்லை... அதனால புதுசா யாரையும் அப்பாயின்ட் மெண்ட் செய்யவேண்டாம்னு ஆர்டர்... நீங்க மூணு மாசம் கழிச்சு வந்தீங்கன்னா...'

'மூணு மாசமா... என்ன விளையாடறீங்க? நான் முந்தின வேலையை விட்டுட்டு வந்திருக்கேன்!'

'தட்ஸ் யுவர் ப்ராப்ளம்.'

'எங்க அவ?'

'யாரு?'

'உங்க ஷோக்கான எம்.டி.!'

'மிஸ் நிவேதா?'

'மிஸ் இல்லைய்யா... மிஸஸ் நிவேதா குமார்... எனக்கு அவ கூடப் பேசணும். நான் அவ புருஷன்.'

'பாருங்க... கம்பெனிக்குள் புருஷன், பெண் ஜாதி உறவெல்லாம் கிடையாது. நான் எம்.டி.கிட்ட நீங்க வந்திருக்கிறதாச் சொல்றேன். கூப்பிட்டா போங்க.'

உள் போனை எடுத்து, 'மேடம், மிஸ்டர் குமார் உங்களைப் பார்க்கணுங்கறாரு.'

ஸ்பீக்கர் போனில் நிதியின் குரல் ஒலித்தது.

'ஆயிரம் குமார் இருக்காங்க... எந்த குமார்?'

'உங்க கணவர்.'

'அவரா! பி.ஏ.கிட்ட என்னைச் சந்திக்க அவருக்கு அப்பாயின்ட் மெண்ட் கொடுக்கச் சொல்லுங்க...'

பி.ஏ.வைக் கேட்டதில் மாலை மூன்றிலிருந்து மூன்று பத்து வரை ஒரு ஸ்லாட் இருப்பதாகக் கூறினாள்.

குமார் கோபத்தில் முகமெல்லாம் சிவந்து, 'ஷிட்' என்று இரைச்சலாகச் சொல்லி விட்டு, 'ஐல் ஃபிக்ஸ் ஹர்' என்றான்.

அந்தச் சமயத்தில் நிவேதா தன் அலுவல் அறையில் அகஸ்டஸுடன் பேசிக்கொண்டிருந்தாள்.

'உக்காரு அகஸ்டஸ்... இந்த மரியாதையெல்லாம் வேண்டாம்.'

அகஸ்டஸ் தயக்கத்துடன் எதிர் நாற்காலி விளிம்பில் உட்கார்ந்தான்.

'சொல்லு...'

'கம்பெனியில் பதினெட்டு லைன் இருக்குதம்மா... அதில் ஆறு லைனை க்ளோஸ் பண்ணிடுங்க. நஷ்டம் காணாமப் போயிரும்.

ஒரு வி.ஆர்.எஸ். ஸ்கீம் கொண்டுவாங்க... விட்டுப் போறவங்களுக்கு நிறையப் பணம் கொடுங்க. ஸ்டாஃபைப் பாதியா குறைக்கணும். ஒரே ஒரு புது லைன் கொண்டு வாங்க. ஹை எண்ட் சாஃப்ட்வேரை எடுத்துக்கலாம். எஜுகேஷனை எடுத்துக்கலாம். மெடிக்கல் டிரான்ஸ்க்ரிப்ஷன். ஐ.பி.எம். மெயின்டனன்ஸ், டிராஃபிக் லைட்டுனு என்ன என்னவோ இஷ்டத்துக்கு இருக்குது. கார்ப்பரேட் ப்ளான் இல்லாம, ஒரு இலக்கு இல்லாம அலையுது இந்தக் கம்பெனி.'

'எல்லாத்தையும் உடனே க்ளோஸ் பண்ணி, எல்லோரையும் ரிபொசிஷன் பண்ணிருங்க.'

'ஸ்டாக்ஸ் சரிஞ்சுக்கிட்டிருக்கு... அதை முதல்ல தடுத்து நிறுத்தணும்... இன்வெஸ்டர்ஸை நீங்க மீட் பண்ணணும்.'

'அகஸ்டஸ், எல்லாத்தையும் ஒரு காகிதத்தில் எழுதிக் கொடு.'

'மேடம், மிஸ்டர் குமார் வந்திருக்கார்... காத்திருக்கார்.'

உள்ளே வந்த குமாரை உற்று, நேருக்கு நேர் பார்த்தாள்.

'உட்காருங்க... காப்பி சாப்பிடறீங்களா?'

'இது என்ன விளையாட்டு நிதி?'

'விளையாட்டுன்னா? தி கேம் ஆஃப் லைஃப்.'

'நிதி போதும்... நீ என்ன விரும்பற? கால்ல விழுந்து கெஞ்சணும்னா?'

'சேச்சே...'

'அப்பாவை வேலையை விட்டு நிறுத்திட்டியாமே?'

'இல்லை... அவருக்கு ஓய்வு கொடுத்துட்டேன். அவருக்கு நல்லது. இந்தக் கம்பெனியை ஒப்பேத்தணும். அதுக்கு, புதுசா வேலைக்கு எடுக்கறதை நிறுத்தச் சொன்னேன். தினம் பத்துப் பேரை, வெட்டிக்கு அவனவன் டைரக்டர் மச்சான்களை எல்லாம் வேலைக்குச் சேத்துக்கிட்டு இருக்கோம்.'

'இதெல்லாம் உனக்கு எப்படித் தெரியும் நிதி?'

'கத்துக்கிட்டு இருக்கேன்.'

'நீ கர்ப்பமா இருக்கற இந்தச் சமயத்தில் அந்த மாதிரி ஸ்ட்ரெய்ன் எடுத்துக்கறது நல்லதில்லை.'

'கர்ப்பமா... யார் சொன்னது? ஐயம் நாட் ப்ரெக்னண்ட்.'

'கலைச்சுட்டியா?'

'இருந்தாத்தானே கலைக்கறதுக்கு? அதுக்குத் தேவையில்லை... பெங்களூர் டயாக்னாஸிஸ் தப்பு.'

'நிதி, என்னை என்ன செய்யறதா உத்தேசம்?'

'மிஸ்டர் குமார்!' மேஜையிலிருந்து ஒரு டைப் அடித்த காகிதத்தை எடுத்தாள்.

'வக்கீல்கிட்ட கேட்டேன்... உங்களைப் பொருத்தவரையில் சட்டப்படி விவாகரத்துக்கு உண்டான அத்தனை அங்க அடை யாளங்களும் இருக்கு. உங்களுக்கு ஏற்கெனவே கல்யாணம் ஆகியிருக்கு. ஆக்ட் 13-1ன்படி உடனே ஃபேமிலி கோர்ட்ல விவாகரத்து கோரப் போறேன். மேலும் ஐ.பி.ஸி. 420 ஏமாற்று மோசடி வழக்கு ஒண்ணு ஃபைல் பண்ணச் சொல்லியிருக்கார். அதைத்தான் இன்னம் யோசிச்சுக்கிட்டிருக்கேன்.'

குமார் அவளை நிதானமாகப் பார்த்தான். 'என்ன உளர்றே? கல்யாணியைக் காரணம் காட்டி வழக்கைப் பதிவு செய்தே, அவளை உன் மேல மான நஷ்ட வழக்குப் போடச் சொல்வேன். அவளுக்குக் கல்யாணமாகி புருஷன் இருக்கான்.'

'இது அதைவிட மோசம்! அடல்ட்ரி.'

'நிதி, நெருப்போட விளையாடாதே.'

'பாரு குமார்... உன் சரித்திரமே என்கிட்டே இருக்கு. உன் டிகிரி சர்டிபிகேட் ஃபோர்ஜ் பண்ணதுன்னு கண்டுபிடிச்சாச்சு. உனக்கு இருக்கிற ஒரே ஒரு வழி, கம்முனு பெங்களூர் திரும்பிப் போய் அங்கே உன் பொய்யைத் தொடர்றது... சென்னை பக்கம் வந்தே, போலீஸ் உன்னைக் கைது பண்ணக் காத்திருக்கும்.'

அவன் சட்டென்று பொல பொலவென்று கண்ணீர் உகுக்க ஆரம்பித்தான்.

‘ஏன் இப்படி என்னைச் சித்ரவதை பண்றே? நாம ரெண்டு பேரும் சந்தோஷமா இருந்தமே!’

‘சந்தோஷம்ங்கறது ரெண்டு வகை இருக்கு குமார். நாம் உடல் ரீதியாகச் சில நிமிஷங்கள் சந்தோஷமா இருந்தோம். அது உண்மைதான். மனசுல ஏற்பட்ட காயத்தைத் கொஞ்ச நேரம் அது மறக்க வெச்சதே தவிர, குணப்படுத்தலை. என்னது ஆம்பளை அழுதுக்கிட்டு?’

காப்பி கொண்டு வரப்பட, அவன் அவசர அவசரமாகக் கண்களைத் துடைத்துக்கொண்டான்.

‘சரி, நான்தான் தப்பு... உங்கப்பாவை ஏன் பழி வாங்கறே? அவருக்கு ஆபீஸ் இல்லைன்னா உயிரை விட்டுருவார்.’

‘குமார், அதெல்லாம் நான் பார்த்துக்கறேன்... வேற ஏதாவது சொல்லணும்னா சொல்லு... ஜாப்பனிஸ் டெலிகேஷன் காத்துக்கிட்டு இருக்கு. மூணரைக்கு வரச் சொன்னேன்.

குமார் எழுந்தான். ‘ஐ வில் கில் தட் டம்போ’ என்று சொல்லி விட்டுப் போனான்.

நிதி அலுவலகத்தை விட்டுக் கிளம்புவதற்கு மணி ஆறரை ஆகி விட்டது. நேரே கம்பெனி கெஸ்ட்ஹவுஸுக்குப் போனாள். அகஸ்டஸ்தான் அந்த யோசனை சொன்னான்.

‘நீங்க வீட்டுக்குப் போனா ஜயந்த் ஐயா ரொம்ப டென்ஷன்ல இருக்கார்... ரொம்பச் சத்தம் போடுவார். அவர் இதயம் இருக்கிற நிலையில் நல்லதில்லை. ஒரு மாதத்துக்குக் கம்பெனி கெஸ்ட் ஹவுஸ்ல இருக்கறது நல்லது. அங்கே எல்லா வசதிகளும் இருக்கு. அதுக்குள்ள உங்களுக்குன்னு தனி ஃப்ளாட் பார்க்கச் சொல்லிர்றேன்....’

கெஸ்ட்ஹவுஸில் அகஸ்டஸ் சொன்னதுபோலச் சகல வசதிகளும் இருந்தன. ஒரு பெரிய திரை டிவி, மியூஸிக் சிஸ்டம், மைக்ரோவேவ் அவன், பாண்டரி கிச்சன், சமையல்காரர், ஸ்ப்ளிட் ஏசி, டெலிபோன், ஃபேக்ஸ் மெஷின், இண்டர்நெட் எல்லாம் இருந்தன. ஆளுயர ஃப்ரிஜ் நிரம்பி வழிந்தது.

எல்லாப் பத்திரிகைகளும் இருந்தன.

பிஸினஸ் இண்டியாவில் அவளைப் பற்றிய ஒரு குறிப்பு வந்திருந்ததை மேஜை மேல் நகல் எடுத்து வைத்திருந்தது.

'அஸ்ட்ராகாமில் புது ரத்தம்' என்று அவள் போட்டோ போட்டு வந்திருந்தது.

அஸ்ட்ராகாம் புதுப் பொலிவு பெறத் தொடங்கியபின், அதன் ஸ்டாக்குகளின் மதிப்பு உயரத் தொடங்கியிருக்கிறது. புதிய எம்.டி. மிஸ். நிவேதா கொண்டு வந்த அதிரடி மாற்றங்களினால் கம்பெனி புத்துயிர் பெற்றிருக்கிறது.

டெலிபோனை எடுத்து, 'அகஸ்டஸ், பிஸினஸ் இண்டியா பார்த்தியா?'

'பார்த்தேன் மேடம்... நான்தான் காப்பி வெச்சேன்...'

'எல்லாம் உன்னாலதான்...'

'இல்லை மேடம்... மாறுதல் தேவைன்னு எல்லோருக்கும் தெரியும். மாறுதலைக் கொண்டுவர தைரியம் உங்களுக்கு மட்டும்தான் வரும். சொந்த அப்பாவையும் புருஷனையும் எதிர்க்க அசாத்திய தைரியம் வேணும். கம்பெனில சொந்தமே கிடையாது... கூடாது... அப்படி எண்ணியிருந்தா, எவ்வளவோ கம்பெனி பிழைச்சிருக்கும்... எவ்வளவோ கம்பெனிகளுக்கு வீழ்ச்சி, வார்ம்பாடிஸ்னு ஆங்கிலத்தில் சொல்வாங்க, உறவு, சொந்தம், தெரிஞ்சவங்க என்பது கம்பெனி நலனைப் பாதிக்கிறபோது உறவுக்கு முக்கியத்துவம் கொடுத்தா அந்த கம்பெனி திவாலாயிடும் மேடம்...'

'அகஸ்டஸ், என்னை மேடம்னு கூப்பிடாதே... ரொம்ப வயசான மாதிரி இருக்கு...'

மெல்ல நிதானமாகக் குளித்துவிட்டு, மெல்லிய உடைகள் அணிந்துகொண்டு, அபாரமான நியூசிலாந்து ஆப்பிள் ஜூஸைப் பருகிக்கொண்டே தோட்டத்தில் உட்கார்ந்திருக்கும்போது, வாசலில் கூர்க்கா ஒருவனைத் தடுத்துக்கொண்டிருந்தான்.

'ஹே நிதி பார்ட்னர்! அந்த ஆளை என்னை உள்ளே விடச் சொல்லு...'

டம்போ!

30

நிதி... குமார்... கத்தி!

டம்போ உள்ளே சுதந்தரமாக வந்து, மேஜை மேல் வைத்திருந்த பென்சில்களைக் கலைத்து விளையாடினான். 'எப்படியிருக்க பார்ட்னர்? வாவ்! என்னா மாதிரி ஒரு ஆபீஸ்! நீதான் எம்.டி.யா? உங்கப்பா கிட்டருந்து டேக் ஓவர் பண்ணிட்டேன்னு கேள்விப் பட்டேன். எப்படி உனக்குத் தைரியம் வந்தது... பயந்தாங்கொள்ளியாச்சே நீ?' என்றான்.

அவனையே வெறித்துப் பார்த்துக்கொண்டிருந்த நிதி, 'மிஸ்டர் சரத்குமார்... நானா பயந்தாங் கொள்ளி? எழுந்திரு' என்றாள்.

'சரத்குமாரா... என்ன புது வழக்கம் பார்ட்னர்?'

'முதல்ல ஒரு கம்பெனியுடைய எம்.டி.யைப் பார்க்க வர்றதுக்கு அப்பாயின்ட்மெண்ட் வாங்கிட்டு வரணும். உன்னை யார் உள்ள விட்டது?'

'பார்ட்னர், நீயா பேசற?'

'என் பேர் பார்ட்னர் இல்லை... நிவேதா.'

'நீ அந்த நிவேதா இல்லை...'

'என்ன விஷயமா வந்தே, சொல்லு?'

'நம்ம விஷயமாத்தான். உங்க கம்பெனியில ஒரு அப் ளிகேஷன் போட்டிருக்கேன். விஷுவலைஸருக்கு.'

'அப்படியா! எனக்குத் தெரியாது.'

'மனேஜ் பாட்டியானு ஒருத்தர் கையெழுத்து போட்டு லெட்டர் வந்துருக்கு' என்று மடித்த கடிதத்தை அவள்பால் வீசினான்.

'மனேஜ் பர்சனல் டிபார்ட்மெண்ட்... ரெக்ருட்மெண்ட்ல நான் தலையிடறதில்லை.'

'யார்! உன் பழைய நண்பனுக்காக ஒரு வார்த்தை சொல்ல மாட்டியா? ஒத்தாசை பண்ண மாட்டியா?' என்று பென்சில்களைக் குடைந்தாள்.

'மாட்டேன். நான் ரெக்ரூட்மெண்ட் விஷயத்தில் தலையிட றதில்லை. உனக்குத் தகுதியிருந்தா, நிச்சயம் வேலை கொடுப் பாங்க.'

சரத் அவளை ஆச்சரியமாகப் பார்த்தான்.

'மாறிட்ட பார்ட்னர்...'

'தெளிஞ்சுட்டேன்... அவ்வளவுதான்!'

'இல்லை... உன்னுடைய லெவலுக்கு உசந்துட்டே... அவ்வளவு தான். நீ ஸ்கூட்டர் பின்னால என்னைக் கட்டிப் பிடிச்சுக்கிட்டு வந்த பழைய பார்ட்னர்னு நெனைச்சுக்கிட்டிருந்தது தப்புதான். கமான்... பாசாங்கெல்லாம் வேண்டாம். எனக்கு ஒரு முத்தம் குடுத்துரு...'

அப்போது அவள் ஆர்டர் செய்திருந்த காப்பி வந்தது.

'மிஸ்டர் சரத் காப்பியை வெளி ஆபீஸில் சாப்பிடுவார்' என்றாள் நிதி. காப்பி கொண்டுவந்தவன், உடனே ட்ரேயுடன் விலகினான்.

சரத் அவளை நம்பாமல் பார்த்துத் தலை ஆட்டினான், எழுந்தான். 'இது என் போன் நம்பர். மனசு மாறினா...'

'உன் போன் நம்பர் இனி எனக்குத் தேவையில்லை. போயிட்டு வா...'

'போறதுக்கு முன்னாடி ஒரு சந்தேகம்... அந்தக் குமார் காரெக்டர் என்ன ஆனான்?'

‘நாங்க பிரியப் போறோம்...’

‘வாவ்! அப்பன்னா எனக்கு சான்ஸ் இருக்கு.’

‘போயிடுச்சு டம்போ... யோசிச்சுப் பாரு... உனக்கு சான்ஸ் கொடுத்தனா, நேர உங்கிட்ட வந்து மானம் கெட்டுக் கெஞ்சினனா, இல்லையா?’

‘பார்ட்னர், நான் சொன்னேனே... தப்பு பண்ணிட்டன்னு. மறு நாளே வந்தேனே... எதுக்கும் தயாரா வந்தேனே...’

‘அப்ப எனக்குக் கல்யாணம் முடிஞ்சிருச்சு சரத்...’

அவன் போன திசையைச் சற்று நேரம் பார்த்தாள். எல்லா வற்றையும் உதறிப் போட்டுவிட்டு, ‘அந்தாளைக் கூப்பிடுய்யா’ என்று விளித்து, அவனுடன் லிஃப்ட்டில் முத்தமிட்டுக் கொண்டே இறங்கி அவன் ஸ்கூட்டர் பின்னால் ஏறிக்கொண்டு கூந்தல் அலைய, ஆடைகள் கலைய... எங்கோ இலக்கில்லாமல் செல்லும் சினிமாத்தனமான விருப்பம் அவள் உள்ளத்தில் ஒரே ஒரு தடவை மின்னலடித்தது. உடனே மறைந்து விட்டது.

அந்த வாய்ப்பு எப்போதோ அவளிடமிருந்து பிடுங்கப்பட்டு விட்டது. கனிமொழியின் கவிதை ஒன்று நினைவுக்கு வந்தது.

அக்கினிப் பிரவேசம்
என் சத்தியத்தை நிரூபிக்க வல்ல
நீ தொட்ட கறைகளைக் கழுவ

அகஸ்டஸைக் கூப்பிட்டாள். உள்ளே வந்தவன் மௌனமாக நின்றான்.

‘உக்காரு அகஸ்டஸ்...’

அவன் புன்னகைத்து ‘எகனாமிக் டைம்ஸ்’ இதழைக் காட்டினான்.

‘பூச்சி பூச்சியா இருக்கு மேட்டர்... என்ன சொல்லு...’

‘அஸ்ட்ராகாம் ஸ்டாக் வானத்தை நோக்கி’ என்று ஒரு தலைப்புச் செய்தியைக் காட்டினான். ‘ஒரு ராத்திரியில உங்க ஷேர் மதிப்பு பத்து மடங்கா ஆகியிருக்கு. யூ ஆர் வெரி ரிச் நௌ...’

‘அபத்தமா இருக்கு.’

'நீங்க ஐடி கம்பெனியை அறிவிச்சது, சில ஆபரேஷன்ஸ் க்ளோஸ் பண்ணது, சில கம்பெனிங்களை அக்வையர் பண்ணது, அப்புறம் வி.ஆர். ஸ்கீம்ல ஆள் குறைச்சது. எல்லாமே காரணம்.'

'இதெல்லாம் நான் செஞ்சேனா... என்ன என்னவோ பேப்பரை நீட்டினே, கையெழுத்து போட்டேன்.'

'கொஞ்சம் கொஞ்சமாப் படிச்சுப் புரிஞ்சுக்கிட்டு கையெழுத்து போடுங்க.'

அவன் செல்லுமுன், 'அகஸ்... நீ ஆகஸ்ட் மாசம் பிறந்தவனா?' என்றாள்.

'இல்லைங்க... மே...'

மாலை அலுவலகத்தை விட்டு வெளியே வந்தபோது, காரில் முன் சீட்டில் ஒருவன் ஏறிக்கொண்டதைக் கவனித்தாள்.

'நீ யாருப்பா?'

'ஆர்.டி.ஏ. செக்யூரிட்டி மேடம். அகஸ்டஸ் சார்தான் நியமிச் சிருக்காரு.'

'எதுக்கு?'

'உங்க பத்திரத்துக்குங்க மேடம். நீங்க இனிமே தனியா போகக் கூடாதுன்னாரு.'

'எப்பவுமா?'

'சில நாளைக்குன்னு சொல்லிருக்காருங்க... போர்டு மீட்டிங் வரைக்கும்னு...' என்றான் அந்த செக்யூரிட்டி.

தன்னுடைய நேரங்கள் தன்னை அறியாமல் திசை திரும்பிக் கொண்டிருப்பதை நிதி உணர்ந்தாள்.

கம்பெனியின் கெஸ்ட்ஹவுஸில் நிதி நுழைந்தபோது, ஜயந்த் காத்திருந்தார்.

'வாங்கப்பா... எப்ப வந்தீங்க? ஆபீஸ்லயே பாத்திருக்கலாமே...'

'ஆபீஸ்லருந்துதான் வேலையை விட்டுத் துரத்திட்டியே... இனி, அங்க நீயா கூப்பிட்டால் ஒழிய கால் அடி எடுத்து வைக்க மாட்டேன்.'

'துரத்தலைப்பா... உங்களுக்கு ஓய்வு கொடுத்திருக்கேன். உங்க நல்லதுக்குத்தான்னு புரியறதுக்கு நாளாகும் உங்களுக்கு.'

'பாரு. இந்தக் கதையெல்லாம் வேண்டாம். நான் உனக்கு என்ன தப்பு செய்தேன். இப்படி என்னைத் தண்டிக்கிறே? ஒரே நாள்ல என்னை உதவாக்கரை ஆக்கிட்ட. இதில் உனக்கு என்ன சந்தோஷம்? டாலிக்குப் போன் பண்ணா, திருப்பிக் கூப்பிட மாட்டேங்கறா. நீ டாலிகிட்ட ஏதாவது பேசினியா? அப்புறம் நான் யாரை என் விரோதினு நினைச்சுக்கிட்டிருந்தேனோ சர்மா. அவன்கூட ஒரு ஜேவிக்கு கையெழுத்து போட்டிருக்கே. இதெல்லாம் உனக்கு யார் சொல்லிக் கொடுத்தது... சதாவா? இல்லை அகஸ்டஸாத்தான் இருக்கும்.

'பாருங்கப்பா... கம்பெனியோட நல்லதுக்கு நான் செய்த காரியங்கள்தான் அவை. எல்லாரையும் கேட்டேன். அகஸ்டஸை எல்லார்கிட்டயும் சஜஷன் கேக்கச் சொன்னேன். அவன் ஒரு 'ப்ரெய்ன் ஸ்டார்மிங் செஷன்' வச்சான். நல்ல நல்ல ஐடியாஸ் எல்லாம் கிடைச்சுது. விக்ரம் குமார்னு பர்ச்சேஸ்ல புதுசா எம்.பி.ஏ. இருக்கான். அவன்தான் இந்த ஜேவி ஐடியாவைச் சொன்னான்.'

'குமார்தான் வேண்டாம்னுட்டியே...'

'இது வேற குமார்ப்பா... வி.குமார்!'

'உன் புருஷன் குமார் என்ன ஆனான்?'

'விவாகரத்துக்கு மனு போடப் போறேன்.'

'சரியா யோசிச்சப் பாரு நிதி... நான் விசாரிச்சுத்தான் கொடுத் திருக்கேன். அவனுக்கு வேற கல்யாணம் ஏதும் நடக்கலை. யாரோ உனக்குத் தப்பா சொல்லிருக்காங்க. கல்யாணிங்கறது அவன் ஆபீஸ்ல வேலை செய்ற பொண்ணு. அதுக்குக் கல்யாணம் ஆகியிருக்கு. புருஷன் இருக்கான். கூட்டிட்டு வந்து காட்டப் போறான்.'

'அப்பா, நீங்க குமாருக்கு வக்காலத்து வாங்கவேண்டாம். எங்கிட்ட தெளிவா ரிப்போர்ட் இருக்கு. பெங்களூர்ல எல்லாம்

பாத்தாச்சு. ஒரு வாரத்துல அவன் உண்மை சொரூபம் தெரிஞ்சு போச்சு. அவன்கிட்டேருந்து நான் தப்பிச்சு வந்தது மிகப் பெரிய அதிர்ஷ்டம்.'

'ஒரு ஷேர் டிரான்ஸ்ஃபர்ல கையெழுத்து போடச் சொன்ன துக்காக, அவனுக்கு இத்தனை பெரிய தண்டனை கொடுக் கறியே... அது நியாயமில்லை நிதி... என்ன ஆச்சு உனக்கு?'

'எனக்கு ஒண்ணும் ஆகலைப்பா... நான் உண்மையா என் உள் ளுணர்வு சொல்றதைச் செய்துக்கிட்டிருக்கேன்.'

'என்னை என்ன செய்யறதா உத்தேசம்? கம்பெனி ஃப்ளாட்டைக் காலி பண்ணிட்டு, பாட்டிகிட்ட போகணுமா?'

'பாட்டியை நான் வெச்சுக்கப் போறேன். எனக்குத் தனியா வீடு பாத்திருக்கு.'

'எங்க?'

'அதை இப்ப சொல்ல மாட்டேன்.'

'செலவுக்கெல்லாம் என்ன பண்றது?'

'அதுல ஏதும் ப்ராப்ளம் இருக்காதுப்பா... கம்பெனி இஸ் ரிச்... உங்ககிட்ட இருக்கற ஷேரையே வித்தா லட்சக் கணக்கில் பணம் வரும். கம்பெனியையே வாங்கிக்கச் சொல்லட்டுமா?'

நிதியை அடிபட்ட பார்வையில் பார்த்தார். 'நிதி, நீ செய்யறது நன்றியுள்ள காரியமானு யோசிச்சுப் பாரு. பெத்த அப்பன்ம்மா நானு.'

'அப்பா, நீங்க எனக்கு உதாரண அப்பாவா இல்லை. கண்ணுக்கு முன்னால அம்மாவை அடிச்சிருக்கீங்க. டாலியைப் பத்தி அம்மா என்கிட்டச் சொல்லி அழுதிருக்கா. பயந்து பயந்து அலுத்துப் போய்தான் இஷ்டத்துக்குச் சுத்தறதும், இஷ்டத்துக்குப் படிக்கிறதும், சொன்னதைக் கேக்காததும் எல்லாம் ஒரு மாதிரி எதிர்ப்புதான்பா. அப்பா, நீங்க செய்த பெரிய தப்பு, எனக்கு குமாரைக் கல்யாணம் செய்து வைத்ததுன்னுகூடச் சொல்ல மாட்டேன். உங்க ஹார்ட் அட்டாக்குக்கு நான்தான் காரணம்னு குற்ற உணர்ச்சி உண்டாக்கி என் சம்மதத்தைப் பிடுங்கி குமாரைப் பத்தி சரியா விசாரிக்காம கல்யாணம் செய்து வெச்சீங்க பாருங்க.

அதுதான். நீங்க அம்மா எல்லாருமே காரணம்தான். என் வாழ்க்கையைப் பந்தாடிட்டீங்க. அதை மெல்ல மெல்ல திருத்தப் போறேன். கவலைப்படாதீங்கப்பா. உங்களைக் கடைசிக் காலம் வரைக்கும் சம்பளம் தந்து வசதி கொடுத்துக் காப்பாத்துவேன். அன்பை எதிர்பார்க்காதீங்க... அது மரத்துப் போச்சு.'

'நம்பவே முடியலே! எம் பொண்ணா நீ?'

'இல்லைங்கறீங்களா?'

'நிதி, நான் எப்படிப்பட்ட எதிரின்னு உனக்குத் தெரியாது. அஸ்ட்ராகாம் கம்பெனியுடைய எல்லா நெளிவு சுளிவும் எனக்குத் தெரியும். எல்லா ஓட்டையும் எனக்குத் தெரியும். போட்டியா ஒரு கம்பெனி ஆரம்பிச்சு அஸ்ட்ராவைப் பாதிக்கு மேல் காலி பண்ணிடுவேன். ஒரே நாள்ல உண்டு, இல்லைன்னு ஆக்கிருவேன்.'

'நீங்க சொல்றது எனக்குச் சரியாப் புரியலை. ஆனால், இன்னொரு கம்பெனி ஆரம்பிக்கறது மடத்தனம்.'

'எப்படி முடிவெடுக்கறே? சதானந்த் உன்னைச் சாப்ட்டுருவான்.'

'அப்பா, என்னாலயோ... சதா அங்கிளாலயோ இந்த கம்பெனியைத் தனியா ஒண்ணும் செய்ய முடியாது. வி.ஆர். பார்ட்னர்ஸ் இன் க்ரைம். இதுவரைக்கும் தெரியும் எனக்கு. மற்றதெல்லாம் நாளைக்குப் பேசலாமே... எனக்குத் தூக்கம் வருது. நாலு நாளா ஒரே மீட்டிங்! கண்ணயர டயம் இல்லை.'

'உன் தங்கை, தம்பி, அம்மா யாரும் உனக்கு வேண்டாமா?'

'வேணும்... இப்ப இல்லை.'

இரவு படுத்திருந்தபோது டைம், ஃபார்ச்சூன் போன்ற பத்திரிகைகளைப் புரட்டிக்கொண்டிருக்கையில், எம்.டி. என்பதால் அவளுக்குக் கிடைத்த சௌகரியங்களை யோசித்தாள். அறை யிலேயே டெலிபோன், டெலிவிஷன், கம்ப்யூட்டர் சகலமும் இருந்தன. ஸ்ப்ளிட் ஏசி மௌனமாக இயங்கிக் கொண்டிருக்க... அறை என்பதைவிட அதை ஒரு வீடு என்று சொல்லும் அளவுக்கு முன் பகுதியில் விசிட்டர் ரூம், அங்கே ஒரு டிவி இருந்தது. பாண்ட்ரி இருந்தது. அவளுக்குச் சாப்பாடு சூடாக வந்தது.

படுக்கையைத் துல்லியமாக்கி, ஒரு மூலையில் மடக்கி விட்டுச் செல்ல ஒரு பெண் வந்தாள். அவள் ஆணைக்காக வெளியே காத்திருந்தார்கள். எப்போதும் ஒரு செக்யூரிட்டி நின்று கொண்டிருந்தான். வாசலில் சத்தம் கேட்டது. கெஸ்ட்ஹவுஸில் அவள் இருந்தது முதல் மாடியில், அதன் ஜன்னல் கதவில் ஒரு கல் வந்து விழுந்தது, கண்ணாடி உடைந்தது.

நிதிக்கு பயமாக இருந்தது. வராந்தாவிலிருந்து எட்டிப் பார்த்தாள்.

வாசலில் ஒருவனை செக்யூரிட்டி விலக்கித் தள்ளிக் கொண்டிருந்தான். மற்றொரு செக்யூரிட்டி யாருக்கோ போன் செய்து கொண்டிருக்க... இருட்டாக இருந்தாலும் குரல் பரிச்சய மானதாக இருந்தது.

மெல்ல இறங்கி வந்தாள்.

'நீங்க போகாதீங்க மேடம்... அந்தாளு வயலண்ட்!'

'வெளிய வாடி எம்.டி. மகாராணி. என்னை டைவோர்ஸ் பண்ணுவியா... அது அவ்வளவு சுலபமா? பாருய்யா, இது யார் தெரியுமா? என் பொண்டாட்டி நிவேதா! நிவேதிதா தேவி ஆய்ட்டுருக்காங்க. ஏண்டி என்னை நீ தள்ளிர முடியுமா? அது அவ்வளவு சுலபமா? பார்த்துருவேன். உன்னையும் உன் கம்பெனியையும் கவுத்துட்டுத்தான்...'

அவனை மூன்று பேர் தடுத்துக்கொண்டிருக்க, அவன் திமிறினான். அதிகமாகக் குடித்திருந்தான். அவன் நிதியைப் பார்த்த பார்வையில் ஆக்ரோஷம் இருந்தது.

'இவளை நம்பி வேலையை விட்டு இங்க வந்தா, இங்கயும் வேலை இல்லைன்னுட்டாய்யா! நிதி, இதுக்குப் பதில் சொல்லு. எதுக்காக எனக்குக் கொடுத்த அப்பாயின்ட்மெண்ட் ஆர்டரை கான்சல் பண்ணே?'

'எல்லா ஆர்டரையும் கான்சல் பண்ணேன். இப்போதைக்குப் புதுசா ஆள் எடுக்கறதில்லைன்னு பாலிஸி... போர்டில் தீர்மனிச்சது...'

'கேஸ் போடுவேன்... நம்பிக்கைத் துரோகம்...'

'குமார், உங்க மேல கேஸ் போட ஒரு வண்டி இருக்குது. முதல்ல உங்க சர்ட்டிபிகேட் உங்களைக் காட்டிக் கொடுத்து, ஜெயிலுக்கு அனுப்பும். இந்தக் கதையெல்லாம் வேண்டாம்.'

'சரி, எனக்குப் பணம் கொடு.'

'எதுக்கு?'

'எனக்கு ஏற்பட்ட நஷ்டத்துக்கு.'

'எங்கம்மா செய்து கொடுத்த பாத்திரம், நகையெல்லாம் பெங்களூர்ல இருக்குது. வித்துக்க.'

அப்போது போலீஸ் ஜீப் வந்தது.

இன்ஸ்பெக்டரிடம் வாதாடினான். 'பாருங்க... திஸ் லேடி இஸ் மை வொய்ஃப்... என் பொண்டாட்டி.'

'மேடம், இவன் சொல்றது நிஜம்தானா?'

'ஆமாம்.'

'ரொம்பக் குடிச்சிருக்கார். நியூசென்ஸ் கேஸ்ல தள்ளிரலாம்.'

'வேண்டாம்.'

'கொஞ்ச தூரம் வண்டில கூட்டிட்டுப் போய், முகத்தில் தண்ணி யடிச்சட்டு வேணா விட்டுர்றோம்.'

'வேண்டாங்க. நான் பார்த்துக்கறேன். இந்தாளு இன்னும் என் புருஷன்கறதாலே! டைவோர்ஸ் ஆகலை இன்னும்.'

'மிஸ்டர், பேரு என்ன?'

'இளிச்சவாயன்.'

'இல்லை. அண்டப் புளுகன்' என்றாள் நிதி.

லவுஞ்சில் நாற்காலியில் உட்கார வைத்தார்கள்.

'குமார்...' என்றாள்.

'குமார் சரியா நடந்துக்கறீங்களா? ஒரு காப்பி ஹாட்டா டிகாக்ஷன் மட்டும் கொடுங்க. தெளிவாயிரும். மேடம்... நாங்க கொஞ்ச நேரம் இருக்கவா?' என்று கேட்டார் போலீஸ்காரர்.

'செக்யூரிட்டி இருக்காங்க... நீங்க போகலாம். தாங்க்யூ.'

செக்யூரிட்டியிடம் 'இவருக்கு ஒரு ரூம் கொடுத்து, சாப்பிட ஏதாவது கொடுத்துப் படுக்க வைங்க' என்றாள்.

'நிதி... நிவேதா... நான் சொல்றதைக் கேட்டுட்டுப் போ!'

நிதி கவனிக்காமல் தன் அறைக்குச் சென்றாள்.

அவன் சுற்றுமுற்றும் பார்த்தான். மேஜை மேல் பழங்கள் வைத்திருந்தது. கத்தி வைத்திருந்தது.

அந்தக் கத்தியை எடுத்து நேராக அவள் மேல் பாய்ந்தான். 'மவளே... என்னை அழிக்கப் போறியா?' என்று அமானுஷ்ய மாகக் கத்திக்கொண்டு.

31
முகத்தழகு முக்கியமா?

நிதியின் பாதுகாப்புக்காக நியமித்திருந்த செக் யூரிட்டி கார்டின் பெயர் முத்துக்குமரன். ஆர்மியில் இருந்து கடமை முடித்துவிட்டு தனியார் கம்பெனியில் சேர்ந்து பாதுகாப்பில் கூடுதல் பயிற்சி பெற்றவர். எந்த நிமிஷமும் தயார் நிலையில் இருந்ததால் குமார் நிதியைத் தாக்க வந்தபோது உடனே செயல்பட்டு குறுக்கிட்டு குமாரை வீழ்த்தி, கத்திக் குத்து அவள் உடலில் படாமல் ஏறக்குறையப் பாது காத்து விட்டார்.

ஆனால், அவள் சரியாகத் திரும்பாததால் முகத்தில் இடது கண்ணுக்குப் பக்கத்தில் கத்தி பட்டு விட்டது. ரத்தம் கசிய ஆரம்பித்தது. குமார் இப்போது நான்கு பேரால் அடக்கப்பட்டான். அவன் கையில் கெட்டியாகப் பிடித்திருந்த கத்தியை உதிர்த்தார்கள். மூக்கில் அடித்தார்கள். நிதி தன் கன்னத்தையும் கண்ணையும் டவலால் பொத்திக் கொண்டு, 'அவரை அடிக்காதீங்க' என்றாள். முத்துக்குமரனுக்குக் கோபம். 'போலீஸ்காரங்களை மறுபடி கூப்பிடுய்யா... கொஞ்ச நேரம் இருந்திருக்கலாமில்லை. என்ன அவசரம்? மேடம். நீங்க உடனே ஆஸ்பத்திரிக்குப் போகணும்.'

நிதிக்கு அதன்பின் என்ன நடந்தது என்பது சரியாகத் தெரியவில்லை. ரத்தச் சேதத்தால் ஞாபகம் தடுமாறியது. யாரோ அவளைக் காரில் செலுத்தியதையும்

அதன் குஷன் எல்லாம் ரத்தம் ஆவதையும் லேசாகக் கவனித் தாள். விண் விண் என்று எங்கெல்லாமோ வலித்தது. விழுந்ததில் இடுப்பில் அடிபட்டுச் சிராய்த்திருந்தது.

கார் கிளம்பும்போது குமார் இன்னும் அரற்றிக்கொண்டு இருப் பது கேட்டது.

'அவ என் மனைவி... அவ என் மனைவி.'

அது தனியார் ஆஸ்பத்திரி. காஷுவால்ட்டியில் இருந்த ரெசி டெண்ட் சர்ஜன் அவள் நெற்றியில் ஒட்டிக்கொண்டிருந்த கூந்தலின் ரத்தத் திரியைப் பிரித்து காயத்தைத் தனிப்படுத்தி 'கொஞ்சம் வலிக்கும்... பொறுமையா இருங்க... யூ ஆர் லக்கி... என்ன ஆச்சு?'

'கத்திக் குத்து டாக்டர்!'

'இந்த மாதிரியெல்லாம் ரௌடிங்கதான் குத்திப்பாங்க... உங்களைப் பார்த்தா ரௌடி மாதிரி தெரியலியே?'

அகஸ்டஸ் பதறிப் போய் உடனே வந்துவிட்டான். ஓரத்தில் நின்றவன் முத்துக்குமரனைத் திட்டிக்கொண்டிருந்தான். 'என் னய்யா குத்தறவரை பாத்துக்கிட்டு இருந்திருக்கீங்க? உள்ள எப்படி விட்டிங்க அந்தாளை? நான் தனியாச் சொல்லி அனுப்பினல்ல?'

'அம்மாவுடைய புருஷன்னாங்க.'

'உங்களுக்கெல்லாம் சூப்பர்வைசர், கார்டுன்னு ஆளாளுக்கு எட்டாயிரம் சம்பளம் கொடுத்து என்ன பயன்?'

'இந்தப் பொண்ணு யாருங்க?' என்றார் டாக்டர்.

'அஸ்ட்ராகாம் கம்பெனி எம்.டி.' என்றாள் நிதி கனவில் போல். அவர் விசிலடித்து, 'ஐயோ... நான் உங்க ஸ்டாக்ஸ் நிறைய வெச்சிருக்கேன். மேடம் உங்களைச் சரி பண்ணியே ஆகணும்... கத்தியால குத்தினது யாரு?'

'என் புருஷன்!'

'அவருக்கு ஒரு வேலை போட்டுக் கொடுத்துருங்களேன்.'

'இட்ஸ் நாட் தட் சிம்பிள் டாக்டர்.'

'நிவேதா, உங்க முகத்தில் கன்னத்தருகில் நாலஞ்சு தையல் போட வேண்டியிருக்கும்.'

'தழும்பு வருமா?'

'வரும்... பரவால்லை. அப்பால பிளாஸ்டிக் சர்ஜரி செய்துக் கலாம். இப்பவே எங்க பிளாஸ்டிக் சர்ஜனைக் கூட வெச்சுக் கிட்டுத்தான் பண்றோம். முடிஞ்சவரையில் தழும்பு தெரியாம பண்றோம்.'

'கண்ணு மறைக்குதே.'

'சரியாயிடும், வெளியிருந்து, உறைஞ்ச ரத்தம்தான் மறைக்குது.'

'உயிர் தப்பிச்சிங்க... எதுக்காக புருஷன்கூடச் சண்டை போட்டிங்க?' என்றாள் சிஸ்டர்.

அகஸ்டஸ், 'சிஸ்டர்... ப்ளீஸ்... உங்க வேலையைப் பாருங்க?' என்றான்.

முகத்தின் இடது பக்கத்தில் கண்ணையும் சேர்த்துக் கட்டுப் போட்டு ஆஸ்பத்திரியில் ஸ்பெஷல் வார்டு அறைக்கு அவளைக் கொண்டு சென்று படுக்க வைத்தார்கள். செடட்டிவ் கொடுத் திருந்ததால் காலை எட்டு மணிக்குத்தான் விழிப்பு வந்தது. ஜயந்த், ராமலக்ஷ்மி, தருண், சரண்யா எல்லோரும் காத் திருந்தார்கள்.

'குட் மார்னிங்.'

'என்னடி ஆச்சு? தனியாப் போகாதேன்னு சொன்னேனா இல்லையா?'

'என்ன சொன்னே... அவன் கத்தியால குத்தற அளவுக்கு?' என்றார் ஜயந்த்.

நிதி கோபத்துடன், 'செக்யூரிட்டியைக் கேளுங்கப்பா... என்ன நடந்ததுன்னு.'

'சொன்னான்... ஏதோ வாக்குவாதம் வந்ததா.'

'குமார் குடிச்சிருந்ததைச் சொன்னாங்களா?'

'சொன்னான்!'

'நீங்கள்ளாம் போங்கப்பா முதல்ல' என்றாள் நிதி.

'இப்பகூட அப்பா அம்மா வேண்டாமாடி உனக்கு?'

'எல்லாத்துக்கும் என்னையே குற்றம் சொல்றதா இருந்தா வேண்டாம். சரண்யா, எதித்தாப்பல ரூம்ல போய் ஒரு கண்ணாடி இருந்தா எடுத்துட்டு வா.'

'வேண்டாம்க்கா... சரியானப்புறம் பார்த்துக்கலாம்.'

'இப்ப எப்படி இருக்கேன்?'

'ஒரு கண் மூடி இந்தக் கண்ணும் இடுங்கி மூக்கு சிவந்து பாக்ஸிங் மேட்ச்ல தோத்தா மாதிரி இருக்கே... வலிக்குதா?'

'நிறைய.'

'என்னிக்கு கட்டு பிரிப்பாளாம்.'

ராமலக்ஷ்மி 'மூணு நாளாகுமாம்... இந்தக் கம்பெனி, உத்தியோகம் எல்லாத்தையும் விட்டுர்றி... அதெல்லாம் ஆம்பிளைங்க பண்ணவேண்டிய வேலை. அப்பாதான் இருக்காரே... எதுக்காக பொறுப்பைத் தலைல போட்டுக்கிட்டு கத்திக் குத்து பட்டுக்கிட்டு' என்றாள்.

'கத்தி வெட்டு அதனால் இல்லைம்மா.'

'கண்ணுல பட்டுடுத்தா அக்கா?'

'இல்லைடி... தப்பிச்சேன்.'

'கடன்காரன், நாசமாப் போக... இந்த அழகான முகத்தில் கத்தி எடுத்துக் குத்த எப்படி மனசு வந்தது அவனுக்கு? எல்லாம் உங்கப்பா பாத்து வெச்ச மாப்ளை' என்றாள் ராமலக்ஷ்மி.

'அம்மா, நீயும்தான் குமாரை இந்திரன் சந்திரன்னு புகழ்ந்தே... அப்பாவ மட்டும் காரணம் சொல்லாதே.'

'எனக்கு முதல்லயே குமாரைக் கண்டா பிடிக்கலை' என்றான் தருண்.

‘எங்கிட்ட மிஸ்பிஹேவ் பண்ணார்... அம்மாகிட்ட சொன்னேன். அம்மாதான் சும்மாரு சும்மாருன்னா’ என்றாள் சரண்யா.

ராமலக்ஷ்மியை நிதி பார்த்த பார்வையை அவளால் தாங்கிக் கொள்ள முடியவில்லை. ஜயந்த், ‘நீ குணமாற வரைக்கும் பேப்பர்ஸ் எல்லாம் என்கிட்ட அனுப்பச் சொல்லிடு... நான் பார்த்துர்றேன்’ என்றார்.

‘வேண்டாம்ப்பா... டாலிக்கு வேலை போட்டுக் கொடுத் துருவிங்க...’ என்றாள் நிதி.

அவளை அவர் விநோதமாகப் பார்த்து, ‘போறேன்... சாயங் காலம் வந்து பாக்கறேன். பாக்கலாமா உன்னை?’ என்றார்.

அவர் போனதும் ராமலக்ஷ்மி, ‘நிதி, என்னைக் குறை சொல்லாதே... அவர் செய்த எந்தக் காரியத்தையும் எதிர்க்கக் கூடாதுன்னு எங்கம்மா சொல்லிக் கொடுத்து, சின்ன வயசுலேயே கல்யாணம் பண்ணி அனுப்பிச்சுட்டா... ஏதாவது சண்டை கிண்டைன்னு திரும்பி வந்தியோ பாருன்னு அண்ணா அண்ணியெல்லாம் பயமுறுத்தி வெச்சுருந்தாங்க... அவர் சொல்றதுதான் வேதவாக்கு... அவரைச் சார்ந்ததுதான் என் உலகம்னு பழகிட்டேன்... உங்களையெல்லாம் பள்ளிக் கூடத்துக்கும் காலேஜுக்கும் அனுப்பி வேளைக்குச் சோறு போட்டு காட் லிவர் ஆயில் கொடுத்து அதைப் பார்த்துக்கிட்டா போதும். அதுவரைதான் என் கடமை. மற்றதையெல்லாம் கேக்கவே கூடாது... பழகிட்டேன்.’

‘ஏம்மா அப்படிச் செஞ்சே?’

‘எங்கம்மா அப்படித்தான் இருந்தாம்மா. தாத்தா சினிமா எடுத்து இருந்த சொத்தையெல்லாம் ஒழிச்சுக் கட்டினார். அடுத்த வேளை சாப்பாட்டுக்கே மாப்பிள்ளையை அண்டும்படியா ஆய்டுத்து. பிறந்த வீட்டில் சுகம் இல்லைன்னா எப்படி ஒரு பெண்ணால தனியா கருத்துக்கள்லாம் வெச்சுக்க முடியும்? சம்பாதிக்கிறதுக்கு திறமை இருந்தாலாவது சரி...’

‘அம்மா... உனக்கு நான் ஒரு வழி வெச்சிருக்கேன்...’

‘என்ன?’

‘உன்னை ஒரு டைரக்டராப் போடப் போறேன் கம்பெனிக்கு...’

‘அப்படின்னா?’

‘உனக்குச்சம்பளம் கொடுத்து தனியா வீடு கொடுத்து... தருணையும் சரண்யாவையும் நல்லபடியா வளர்த்து ஆளாக்கணும்.’

‘உங்கப்பா?’

‘அவருக்குத்தான் டாலி இருக்காளே?’

‘என்னடி சொல்றே?’

‘அம்மா, உனக்கும் உனனுடைய முழுமையான தகுதிகளைக் காட்டிக்க ஒரு சந்தர்ப்பம் கொடுக்கப் போறேன். பாட்டியை நான் பாத்துக்கறேன். ஒரே கண்டிஷன்... நீ அப்பாவை விட்டு வந்துரணும்...’

‘எப்படிடி?’

‘யோசிச்சுப் பாரு. சும்மா உன் விதியை நொந்துக்காதே. உன்னுடைய தலைமுறை சாபங்களை நீ விட்டு விலகணும்னா அதுக்கு வழி இருக்கு. மனசைக் கொஞ்சம் கல்லாக்கிக்கணும். உனக்கு ஏற்பட்ட அநியாயத்தை அடிக்கடி ஞாபகப் படுத்திக்கணும். அப்பத்தான் உனக்குத் தைரியம் வரும். இதைப் பத்தி அப்புறம் பேசறேன். என்னைக் கொஞ்ச நேரம் தூங்க விடறியா?’ என்றாள். அவள் கிளம்பும்போது, ‘ஐயோ... இவன்!’ என்றாள். குமார் கையில் மலர்க் கொத்துடன் நின்று கொண்டிருந்தான்.

‘நிதி, ஆன்ட்டி, நான் இங்க வந்தது மன்னிப்பு கேக்கறதுக்கல்ல... விடை பெறதுக்கு. நான் செய்தது தப்புதான். நான் குடிக்கவே மாட்டேன். எப்பவாவது ரொம்பத் துக்கமா இருந்தா குடிப்பேன். அப்ப என்னைக் கட்டுப்படுத்த முடியாம, சே! நான் செய்தது அக்கிரமம்... அராஜகம்... அதுக்காக என்னை போலீஸ் கேஸ் போட்டு எப்படி தண்டனை கொடுத்தாலும் ஒப்புக்கறேன். ஜெயிலுக்குப் போறேன். எப்படியாவது என் பாவத்துக்குப் பிராயச்சித்தம் பண்ண முடிஞ்சா சரி... நிதி, நான் உனக்கு ஏற்றவனே இல்லை. ஐ டொண்ட் டிசர்வ் யூ... பெங்களூர்ல நடந்த எல்லாத்தையும் ஒரு கெட்ட கனவா நினைச்சு மறந்து போயிடு. நீ செய்யறதுதான் சரியான, மிகச் சரியான காரியம். டேக் ஓவர் தி கம்பெனி, மேக் இட் க்ரெட். அதுக்கு நான் எந்த விதத்திலயும் குறுக்கே வர விரும்பலை’ என்றான் குமார்.

'மாப்பிள்ளை, இதெல்லாம் அப்பவே சொல்லியிருக்கலாமே?'

'அம்மா, இந்தாளு உன் மாப்பிள்ளை இல்லை! குமார், நீங்க பேசினதில ஒரு வார்த்தையும் நான் நம்பப் போறதில்லை. உண்மையா என்ன கேக்க வந்தீங்க? அதைச் சொல்லுங்க...' என்றாள் நிதி கோபமாக.

குமார் சுற்றிலும் சங்கடமாகப் பார்த்து, 'எனக்குப் பணம் வேணும் நிதி.'

'எத்தனை?'

'ஆயிரம்!'

'ரூபாய்?'

'இல்லை... அஸ்ட்ராகாம் ஸ்டாக் ஆயிரம்...'

'இன்னிக்கு ஒரு ஸ்டாக் மதிப்பு தெரியுமா?'

'தெரியும். நாலாயிரம். உங்கிட்ட இருக்கிறதில ஒரு பர்சன்ட் கூட இல்லை.'

'எதுக்கு நான் கொடுக்கணும்?' என்று சிரித்தாள். தாடையெல்லாம் வலித்தது.

'நாம ரெண்டு பேரும் பிரியறதுக்கு...'

'கெட் அவுட்' என்றாள்.

'உடனே எல்லா பேப்பர்லயும் கையெழுத்துப் போட்டுர்றேன். லாயர் வேண்டாம். கோர்ட்டு வேண்டாம். யோசிச்சுப் பாரு' என்று அந்த மலர்க் கொத்தை வைத்துவிட்டுச் சென்றான்.

'என்னடி சொல்றான்?' என்று ராமலக்ஷ்மி கேட்டாள்.

'என் கல்யாணத்துக்கு நாப்பது லட்சம் செலவழிச்சிருப்பியாம்மா?'

பத்து நாளைக்கு மேல் நிதிக்கு இருப்புக் கொள்ளவில்லை. அலுவலகத்துக்கு வந்து விட்டாள். தையல் பிரிந்து காய்ந்து போனதும் என்னதான் திறமையாக ஆபரேஷன் செய்தும்

லேசாகக் கன்னத்தில் கண்ணருகே தழும்பு இருந்தது. கண்ணாடியில் அதை விநோதமாகப் பார்த்துக்கொண்டிருந்த போது அகஸ்டஸ் சத்தமில்லாமல் வந்தான். சில காகிதங்களை அவள் கையெழுத்து போட மேஜை மேல் வைத்தான்.

'அகஸ்டஸ், நான் எப்படி இருக்கேன்?'

'புரியலை மேடம்...'

'தழும்பு இருக்கிறது ஒரு விதத்தில் சௌகரியமா இருக்கு அகஸ்டஸ். என்னைச் சந்திக்கறவங்கள்ளாம் நேரா என் முகத்தைப் பார்க்க மாட்டேங்கறாங்க. வேற எங்கயோ பாத்துக்கிட்டு பேசிக்கிட்டிருக்காங்க. இனி அழகு என் அறிவை மறைக்காது.'

'பிளாஸ்டிக் சர்ஜரிக்கு ஏற்பாடு பண்ணியாச்சு மேடம்.'

'சொன்னார்... இடுப்பிலிருந்தோ தொடையில் இருந்தோ ஸ்கின் எடுத்து க்ராப்ட் பண்ணி முகத்தைப் பழையபடி ஆக்கிட லாம்னுட்டு. எனக்கு இந்தத் தழும்பு வேணுமோன்னு தோணுது. என் அப்பா, அம்மா, குமார், டம்போ, ஏன் அகஸ்டஸ் எல்லோரும் சேர்ந்து எனக்குக் கொடுத்த அன்பளிப்பு இது.'

அகஸ்டஸ் எச்சில் விழுங்கிக்கொண்டான்.

'உன்னையும் சேர்க்கறது தப்போ, என்னவோ... நீ உன் உயர் அதிகாரி சொன்னதைத்தானே செய்தாய்?'

'முகத்தழகு முக்கியமில்லை மேடம். ஆனா?'

'ஆனா...'

'உங்க உள்ளுக்குள்ள இருக்கற அழகு லேசில தெரியாது மேடம். இதில் கொஞ்சம் கையெழுத்து போட்டுட்டிங்கன்னா நல்லது. நம்முடைய டெட் ஈக்விட்டி ரேஷியோ சரியாயிடும்.'

அவன் போகும்போது 'அகஸ்டஸ்' என்றாள்.

'யெஸ் மேடம்...'

'நான் இப்ப எப்படி இருக்கேன்?'

'முன்னைவிட அழகா' என்றான்.

'ஜோக் அடிக்கறியா?'

'நிஜமாவே மேடம்!'

'இரு அகஸ்டஸ்' என்று செக்ரெட்டரியை இன்டர்காமில் கூப்பிட்டாள்.

'சௌம்யா, டேக் டௌன் எ லெட்டர். எல்லா ஸ்டாஃபுக்கும் அனுப்பிடு. எல்லா ஆபீஸுக்கும் ஈ-மெயில் அனுப்பிடு.'

'டியர் ஆல்!

நான் ஆஸ்பத்தியில் படுத்திருக்கும்போது எனக்கு வாழ்த்து அட்டைகளும் மலர்க் கொத்துகளும் அனுப்பிய அனைவருக்கும் ரொம்ப நன்றி! கம்பெனியின் ஒவ்வொரு ஊழியரும் என்மேல் எத்தனை அன்பும் பரிவு வைத்திருக்கிறீர்கள் என்பதை அறிய முடிந்தது. உங்கள் ஒவ்வொருவரையும் விரைவில் சந்திக்க விரும்புகிறேன். உங்கள் ஸ்டாக் ஆப்ஷனை அதிகரிக்க ஒரு திட்டம் கொண்டு வரப் போகிறோம். மற்றொரு விஷயம்... இனி என்னை யாருமே மேடம் என்று அழைக்கவேண்டாம். நான் உங்களில் பெரும்பாலானோரைவிடச் சிறியவள். அதனால் எல்லாருமே இனி என்னை நிதி என்றே அழைக்குமாறு ஆணையிடுகிறேன்.'

அகஸ்டஸை நிமிர்ந்து பார்த்தாள் 'ஆர் யூ சீரியஸ் மேடம்?'

'இன்னும் ஒரு முறை என்னை மேடம்னு கூப்ட்ட உன் வேலை, போய்டும். என்ன சௌம்யா... உனக்கும்தான்!'

'யெஸ். மே... ஸாரி மிஸ் நிதி!'

'மிஸ் கூட வேண்டாம்.'

அடுத்த மாதம் ஒரு நாள் சதானந்த் நிதியைக் கூப்பிட் டனுப்பினார்.

'என்ன சதா?'

'பாஸ்போர்ட் வெச்சிருக்கியா?'

'இருக்கு.'

‘பரவால்லையே... ஜயந்த் ஏற்பாடு பண்ணானா?’

‘அப்பா பண்ணலை. இந்த டம்போதான் ஒரு முறை என்கிட்ட கையெழுத்து வாங்கிட்டுப் போச்சு. ரெண்டு பேரும் சேந்தாப்பல பாக்கேஜ் டூர் போறதா ப்ளான் பண்ணியிருந்தோம்.’

‘நீ அமெரிக்கா போகணும். அங்கு ஒரு காண்ட்ராக்ட்ல சைன் பண்ணணும்.’

‘டைனமிக் டிவைஸஸ் கூடத்தானே... எஃப்.டி.யோட வி. குமாரைப் போகச் சொல்லலாமே?’

‘இல்லை நிதி. முக்கியமான காண்ட்ராக்ட். உனக்கு ஆபரேஷன் எப்ப?’

‘என்ன ஆபரேஷன்?’

‘பிளாஸ்டிக் சர்ஜரி. தழும்பை எடுக்க வேண்டாமா?’

‘அது பண்ணிக்கணுமா... யோசிக்கறனே சதா...’

‘டோண்ட் பி சில்லி... மாடர்ன் மெடிசின்ல எல்லாத்துக்கும் வழி வெச்சிருக்கு.’

‘புற அழகு அவ்வளவு முக்கியமா சதா?’

‘அதெல்லாம் நான்சென்ஸ். யூ ஆர் வெரி அட்ராக்டிவ். முகத்தில் தழும்பு இருந்தா அநாவசியமாப் பேச்சு வளரும். இது எப்டி வந்ததுன்னு கவனம் கலையும். ஒவ்வொருத்தருக்கும் பதில் சொல்லிக்கிட்டு இருக்கணும். முதல்ல ஏற்பாடு பண்ணிக்க.’

‘அடுத்த மாதம்தானே போகணும்... தழும்புக்கெல்லாம் சென்டிமெண்ட்... வச்சுக்காதீங்க!’

‘நீ அமெரிக்கா போறே... சர்ஜரி பண்ணிக்கிட்டு அதுக்கப்புறம் போறே. அப்படியே இந்தக் கிளி மூக்கையும் கொஞ்சம் ரிப்பேர் பண்ணிக்கிட்டன்னா சிலிக்கன் வேலியே மடில வந்து விழுந்துருவாங்க.’

நிதி சிரித்தாள்.

‘நிதி கம்பெனியை எடுத்துக்கிட்டப்புறம் எத்தனை வளர்ச்சி கொண்டு வந்திருக்க தெரியுமா? என்னாச்சு உன் புருஷன் பொய் மன்னன்... ஜெயிலுக்குப் போனானா இல்லையா?’

‘சதா, உங்ககிட்ட ஒண்ணு கேக்கணும். அவன் ‘ஆயிரம் ஸ்டாக் தந்தா விட்டுர்றேன்... டிவோர்ஸ் கொடுத்துர்றேன்’ என்கிறான்.’

‘குடுத்துரு!’

‘வாட் டு யூ மீன்?’

‘டிவோர்ஸ், கோர்ட் கேஸ், எல்லாமே சுலபமாய்டறது. இட்ஸ் ஓர்த் இட். மேலும் அவன் என்ன செய்வான்? அவனுக்குப் பணம் தேவை. ஸ்டாக்கை உடனே வித்துருவான். நாமே திருப்பி வாங்கிக்கலாம்... கம்பெனி எங்கயோ போகப்போறது நிதி.’

32

அகஸ்டஸ்... யூ ஆர் கிரேட்!

நிதியின் நடை உடை பாவனைகளில் மெல்ல மெல்ல மாற்றங்கள் தோன்றின. சுடிதார் அணி வதற்குப் பதில் டிரஸ் ஸூட் அணியத் தொடங் கினாள். நெற்றிப் பொட்டைச் சிறிது சிறிதாக்கி, இறுதியில் நிறுத்தி விட்டாள். அலங்காரத்துக்குச் செலவிடும் நேரத்தைக் குறைத்தாள்.

டாக்டர் பிரகாஷ் திறமையுள்ள பிளாஸ்டிக் சர்ஜன். அவள் கன்னத்தில் கண்ணுக்குக் கீழ் இருந்த தழும்பை நீக்கி விட்டு, அவள் இடுப்பிலிருந்து சருமம் எடுத்து ஒட்டு வேலை செய்து விட்டார்.

'நிதி... உங்க மூக்கைக்கூட வேணும்னா திருத் திக்கலாம்.'

'இல்லை டாக்டர்... மூக்கு என்கூடப் பிறந்தது. அதை அடையாளம் மாத்தவேண்டாம். தழும்பு, மற்றவர் கொடுத்தது.'

நிதிக்கு மெல்ல மெல்ல கம்பெனியின் நெளிவு சுளிவுகள் புரியத் தொடங்கின. அவளுடன் பழகிய அனைத்து ஆண்களுக்கும் மனத்தில் ஒரு பகுதி மூடியிருந்ததை முதலில் உணர்ந்தாள். முழுவதும் திறந்த ஒரு மனிதனைக் காணவே முடியாது என்று தான் நினைத்தாள்.

அகஸ்டஸ்?

அகஸ்டஸ் அவளை ஒரு விதத்தில் கவர்ந்தான். பார்வையில் விஷமமோ, தப்பான திசையோ இல்லை. பேச்சில் ஒரு கண்ணியமும் அவன் எச்சரிக்கைகளில் விவேகமும் அவன் அறிவில் ஒரு முழுமையும் இருந்தது. உணர்ச்சி வசப்படவே மாட்டான் போலத் தோன்றியது. ஃபைல் பார்க்க அவள் அருகே வரும்போது, அவன் மேல் படவேண்டும் போல ஒரு விருப்பம் ஏற்பட்டு ரத்து செய்தாள்.

நிதி மெல்ல மெல்லத் தன் பெண்மைக்கான அடையாளங்களை மறைத்துக்கொண்டாள் என்றுதான் சொல்லவேண்டும். தேவை யில்லை எனினும் கண்ணாடி அணிந்துகொண்டாள். அது ஒரு விதத்தில் கவசம் போல இருந்தது.

சதாதான் கேட்டார். 'எதுக்கு நிதி கண்ணாடி போட்டுக்கறே?'

'அங்கிள், டோராத்தி பார்க்கர் சொன்னாப்ல men seldom make passes girls who wear glasses... தெரியாதா?'

சதானந்த் சிரித்து, 'சில பெண்கள் கண்ணாடி போட்டா இன்னும் அழகா இருக்காங்களே, நீ அந்த வகை நிதி' என்று சொல்லி விட்டு, ஒரு பைப் பற்ற வைக்கத் தொடங்கினார். 'அங்கிள், ஸாரி... ஆபீஸ்ல புகை பிடிக்கறதைத் தடை செய்திருக்கேனே. நீங்க சர்க்குலர் பார்க்கலையா?'

சதானந்த் பைப்பை அணைத்து, 'போகப் போக என்னையும் வெத்தாக்கி பென்ஷன் கொடுத்து உட்கார வைக்கப் போகிறயா... உன் அப்பா மாதிரி.'

'அதுக்கு இன்னும் நேரம் வரலை அங்கிள். நீங்க இன்னும் தேவைப்படறீங்க' என்று சிரித்தாள்.

'அமெரிக்கா போறது என்ன ஆச்சு?'

'யோசிச்சுக்கிட்டிருக்கேன், இன்னும் தீர்மானிக்கலை.'

'போயிட்டு வாம்மா, உனக்கும் மாறுதல் தேவை. பல புது மனிதர்களைச் சந்திக்கலாம். சிலிக்கன் வேலில ஒரு மயிலாப் பூரே இருக்காம்!'

‘அது எதுக்கு... மயிலாப்பூர்லயே இருக்கலாமே?’

‘உங்கப்பா என்ன சொல்றான்?’

‘கம்பெனியிலிருந்து பில் வரப்போ இருக்கு அவருக்கு அதிர்ச்சி.’

‘ரொம்ப தண்டிக்காதம்மா. மன்னிக்கறதிலயும் ஒரு இன்பம் இருக்கு.’

‘சில பேரைத்தான் மன்னிக்கலாம் அங்கிள். இப்ப உங்களையே எடுத்துக்கங்க... நீங்க கம்பெனி வசதியைத் தப்பா பயன்படுத்தறீங்களா, இல்லையே! இந்த மனுஷன் இன்னும் டாலியுடைய பில் எல்லாத்தையும் இங்க அனுப்பிச்சுக் கிட்டிருக்கார். அதை ரிஜெக்ட் பண்ணச் சொல்லியிருக்கேன்.’

‘தைரியசாலிப் பெண்தான் நீ...’ என்றார் சதா.

நிதி வெளியே போகும்போது தவறாமல் வெயில் கண்ணாடி அணிந்தாள். டெலிவிஷன் சானல்களில் அவளைப் பேட்டி காண பல பெண் இயக்கங்கள் முன் வந்தாலும் அவற்றில் கலந்து கொள்ள மறுத்தாள்.

‘பிரணாப் ராய், கரன் தாப்பர் இவங்க கூப்பிட்டா மட்டும் போகலாம் மிஸ் நிதி’ என்றான் அகஸ்டஸ்.

‘அகஸ்டஸ், மறு விவாகத்தைப் பற்றி என்ன நினைக்கிறே?’

‘எனக்கு இன்னும் முதல் கல்யாணமே ஆகலையே!’

‘உனக்கு இல்லை... எனக்கு.’

‘உங்களுக்கா... நீங்க மறு விவாகம் செய்யத் தீர்மானித்தால், இந்தியாவிலேயே மிகத் தகுதியான, மிகவும் விரும்பப்படும் பெண் நீங்கதான்!’

‘எப்படிச் சொல்றே?’ என்றாள். கண்ணாடியைக் கழற்றிக் கொண்டு, பென்சிலைக் கடித்துக்கொண்டு அவனைச் சாய்வாகப் பார்த்தாள்.

‘உங்களுக்கு வயசாகலை. என்னதான் தோற்றத்தை மழுப்பினாலும் ஆண்களுக்கு அழகாகவே இருக்கீங்க. ஒரு பெரிய கம்பெனியின் எம்.டி.யாகச் சாதனைகள் படைச்சிட்டிங்க.

இந்தியாவில் மிகப் பெரிய பணக்காரர்களில் ஒருத்தியாக இருக்கீங்க. வேறென்ன வேண்டும்? ஆனால், மற்றொரு கல்யாணம் செய்யறப்ப, முந்தின கல்யாணத்தில் செய்த தப்புகளைச் செய்யாம பார்த்துக்கணும்!'

'அகஸ்டஸ் என்னைக் கல்யாணம் செய்துப்பியா?'

அகஸ்டஸ் திடுக்கிட்டான். அவன் கைகள் நடுங்க ஆரம்பித்தன.

'நிதி, வேடிக்கைக்குக்கூட இந்த மாதிரி பேசாதீங்க இனி.'

'ஏன் அகஸ்டஸ்?'

'நான் எந்த வித்ததிலும் உங்களுக்குச் சமமானவன், லாயக் கானவன் இல்லை.'

'சரி... எனக்குச் சமமானவன் எப்படி இருக்கணும். சொல்லு...'

'அவனை நீங்க இனிமேதான் சந்திக்கணும்.'

'ஏன்... உனக்கு என்ன குறை அகஸ்டஸ்?'

'குறை இல்லை. உங்ககூட என்னால வாழ முடியாது...' என்றான் நிதானமாக.

'கெட் அவுட்!'

'ஸாரி, நான் சொல்ல வந்தது...'

'ஒண்ணும் சொல்லவேண்டாம். ஜஸ்ட் கெட் அவுட் ஆஃப் ஹியர்.'

'நிதி, நீங்க ஒரு முறை சுபாவைச் சந்திக்க என் வீட்டுக்கு வரணும்.'

சொல்லிக்கொண்டே அறையிலிருந்து விலகிவிட்டான்.

புக் ஷாப் சென்று, புதிய மேனேஜ்மெண்ட் புத்தகங்கள் நான் காயிரம் ரூபாய்க்கு வாங்கிக்கொண்டாள். செல்போனில் ஜயந்த் கூப்பிட்டார்.

'நிதி, நான் அப்பா பேசறேன். என்ன நீ... என் பில் எல்லாத்தையும் திருப்பி அனுப்பிச்சுட்டியாமே?'

'அப்பா, நான் நேர்ல விளக்கமாச் சொல்றேன். இந்த முறை பாஸ் பண்றேன். இனிமே டாலியுடைய பில் எதையும் அனுப்பாதீங்க. உங்களுக்குக் கொடுக்கப்பட்ட சலுகைகள் உங்களுக்குப் போது மானது. அதுக்கு மேல் செலவழிக்கணும்னா உங்களுடைய சொந்தக் காசைத்தான் செலவழிக்கணுமே தவிர, கம்பெனி காசை அல்ல. இதைத் தெளிவா தெரிஞ்சுக்குங்க. இந்த முறை தான் கடைசி முறை.'

'அப்படின்னா, இந்த முறைகூட வேண்டாம். நான் சமாளிக் கிறேன்.'

'பணத்துக்கு என்ன பண்ணுவீங்க?'

'புதுசா கம்பெனி ஆரம்பிக்கப் போறேன். அல்ட்ராகாம்! பாங்க் லோன் கேட்டிருக்கேன்... அது வந்ததும்!'

'வாழ்த்துகள்!'

'ஹிட்லர் மாதிரி நடந்துக்கறியாமே? அஸ்ட்ராகாம்லருந்து பாதிப் பேரைக்கடத்திட்டுப் போறனா, இல்லையா பாரு. எனக்கு விசுவாசிகள் ஏகப்பட்ட பேரு.'

'பரவால்லைப்பா... அவங்க போனா ஆள் குறைப்பு ஏற்படுது. அஸ்ட்ராகாமுக்கு நல்லதுதான்!'

'எல்லாம் அகஸ்டஸ் சொல்லித்தான் இந்த ஆட்டம் ஆடற இல்லையா... உனக்கு வழி வெக்கறேன்.'

'செய்யுங்கப்பா... உடம்பைப் பாத்துக்குங்க.'

செல்போனை மூடி வைத்துவிட்டு மணி பார்த்தாள். ஆறரை, புதிய வீட்டுக்குச் சென்று குளித்து விட்டு, பால்கனியில் வந்து உட்கார்ந்தாள். மடோன்னாவின் சிடி ஒன்றை ஒலிக்க வைத்தாள். வேலைக்காரி, 'அம்மா வந்திருக்காங்க...' என்றாள்.

ராமலக்ஷ்மி, தருண், சரண்யா மூவரும் வந்திருந்தனர், 'என்ன இப்படி இளைச்சிருக்கே?'

'டயட் பண்றேம்மா' என்றாள் நிதி.

'சரியா சாப்பிடறியா... ஆபீஸ்ல கொரிக்கிறியா என்ன?'

'எதுக்கு வந்தே... சொல்லு?'

'அப்பாவை ஏன் இப்படிப் பாடாப் படுத்தறே... பணம் கொடுக்க மாட்டேங்கறியாமே!'

'அவர் எதுக்குப் பணம் கேட்டார்னு சொன்னாரா?'

'சொல்லலை.'

'டாலிக்குச் செலவழிக்கம்மா... அப்பா உன்னையும் என்னையும் எப்படிப் பாடாப் படுத்தினார்.'

ராமலக்ஷ்மி மௌனமாக இருந்தாள்.

'சொல்லும்மா... உன்னைத் தள்ளி வெச்சிருந்தாரே, ஞாபகம் இல்லையாம்மா... ராப்பகலா மூணு குழந்தைகளையும் கண்டுக்காம இருந்தாரே, சொல்லும்மா... அம்மா, நான் பார்த்திருக்கேன்மா அவரை, டாலிகூட மொட்டை மாடில.'

'அதுக்கெல்லாம் அடுத்த ஜென்மத்துல பகவான் பார்த்துப்பார்.'

'அடுத்த ஜென்மம் எல்லாம் கிடையாதும்மா. இந்த ஜென் மத்திலேயே எல்லாத்தையும் முடிச்சுரணும். அவரை ஜெயில்ல போடாம விட்டு வெச்சேனே, அதுக்கு நன்றி சொல்லு.'

'இருந்தாலும் உன்னைப் பெத்த அப்பா இல்லையா?'

'அம்மா, அந்தப் பாசம் எனக்கு விட்டுப் போச்சு. ஒரு வேளை, வயசானப்புறம், அவர் கொடுத்த காயங்கள் எல்லாம் அர்த்த மற்றதாப் போனப்புறம், வருமோ என்னவோ... இப்ப உனக்குச் சந்தர்ப்பம் தரேன். நேராப் போய் அப்பாகிட்ட சொல்லு... டாலியோ வாலியோ அவகூட பர்மனெண்டா போயிடுங்கன்னு.'

'அவ இப்பல்லாம் வரதில்லை. போன் பண்றதும் இல்லை. வேற யாரையோ புடிச்சிண்டிருக்கான்னு கேள்வி.'

'கொஞ்ச நாளைக்குத்தாம்மா... அப்பாகிட்ட பணம் வந்ததும் மறுபடி வந்து ஒட்டிப்பா. அதைப் பத்தி நமக்குக் கவலை இல்லை. நீ சொல்லு. தருண், சரண்யா... உள்ளே வாங்க.'

தருண் உள்ளே வந்து பார்த்து, 'நைஸ் ஹவுஸ்... சூப்பரா இருக்கு அக்கா' என்றான்.

சரண்யா அவள் முகத்தைத் தடவிக் கொடுத்து, 'சரியாப் போச்சு அக்கா... உத்துப் பார்த்தாத்தான் தெரியறது.'

'நீங்க ரெண்டு பேரும் என்கூட வந்துருவீங்களா... சொல்லு.'

தருண், சரண்யாவைப் பார்த்தான். அவள், அம்மாவைப் பார்த்தாள்.

'அம்மா?'

'அம்மா அப்பாவை விட்டு வர மாட்டா. அம்மா வேற யுகத்தைச் சேர்ந்தவ. அவளுக்குச் சொர்க்கத்துக்குப் போக ஒரே வழி, கணவனுக்குப் பணிவிடை செய்யறதுதான்.'

'அம்மா இருக்கறதா இருந்தா, உன்கூட இருக்கேன்' என்றாள் சரண்யா.

தருண், 'நான் இப்பவே வந்துர்றேன் உன்கூட' என்றான்.

ராமலக்ஷ்மி இருவரையும் ஹாலுக்குப் போகச் சொன்னாள். 'வேண்டாம் நிதி... நீ ஆபீஸ் போயிட்டா, குழந்தைகளைக் கண்காணிக்க முடியாது. நிதி, நீ தனியா இருக்கறதுதான் நல்லது. உன்னைப் பார்க்க கொள்ள நிறையப் பேர் வருவா. அப்ப இவங்க ரெண்டு பேரும் இருக்கறது சங்கடமாகவும் இருக்கலாம்.'

'அப்ப, நீ அப்பாவை விட்டுட்டு வரமாட்டே? அப்படித்தானே?'

ராமலக்ஷ்மி அருகில் வந்து, 'உனக்கு ஒண்ணு தெரியுமோ?'

'என்ன?'

'விட்டுட்டு வந்தா, பத்தாவது நாள் செத்துப் போயிடுவார். நான் இருக்கறதாலதான், நீ கொடுத்த ஷாக்கைத் தாங்கிக்க முடிகிறது அவரால.'

போகும்போது அவர்களைப் பால்கனியில் இருந்து பார்க்கும் போது பெரிய விலை கொடுத்து விட்டோமோ என்று தோன்றியது.

'தினம் வந்துட்டுப் போ சரண்யா...' என்றாள்.

'குமார் வருவாரா?' என்றாள் சரண்யா.

'குமாரா... இந்தப் பக்கம் தலை வெச்சுப் படுக்க மாட்டார். அவருக்கு ஆயிரம் ஸ்டாக் கொடுத்தாச்சு... போதும்.'

இரண்டாவது அத்தியாயம் ○ 273

காலை அலுவலகத்துக்குச் செல்லும்போது அகஸ்டஸுக்குப் போன் செய்தாள்.

'அகஸ்... நான் ஆபீஸ் போற வழியில உங்க வீட்டுக்கு வரேன். யாரையோ பார்க்கணும்னுயே...'

'சுபாவை வரச் சொல்றேன்.'

'கேர்ள் ஃப்ரெண்டா?'

'நீங்க வாங்களேன்.'

அகஸ்டஸ் புது வீட்டுக்குப் போயிருந்தான். எம்.ஆர்.டி. அடி வாரத்தில் ஒரு பக்கம் நூதனமான வீடுகளும் மற்றொரு பக்கம் சேரியுமாக ஒரு இடைப் பிரதேசத்தில் இருந்தது.

அகஸ்டஸ் அவசரமாகச் சட்டை போட்டுக்கொண்டான். ஹாலில் அந்த இளம் பெண் உட்கார்ந்திருந்தாள்.

இருபது வயதிருக்கும், தலை நிறையக் கூந்தல், இரண்டு பக்கங் களிலும் பிரவாகமாகச் சரிந்தது. பாவாடை மேல் சுடிதார் அணிந் திருந்தாள். நல்ல சிவப்பாக, கொஞ்சம் ஒல்லியாக இருந்தாள்.

நிதி வந்தாள்.

'திஸ் இஸ் சுபா... சுபா, திஸ் இஸ் நிதி... என் பாஸ்' என்று அறிமுகப்படுத்தினான் அகஸ்டஸ்.

'இங்க பாஸ் எல்லாம் கிடையாது' என்றாள் நிதி.

'நான் சுபாவைக் கல்யாணம் செய்துகொள்ளப் போகிறேன்.'

சுபா எதுவும் பேசாமல் இருந்தாள்.

'இப்ப இல்லை... மூணு வருஷம் போனபின்.'

நிதி தன் ஆச்சரியத்தை அடக்கிக்கொண்டு, 'அப்படியா... வெரி நைஸ்! என்ன படிச்சிருக்கே சுபா?'

சுபா மலர மலர விழித்தாள்.

'பேச மாட்டியா?'

'பேச முடியாது. இவளைப் பார்த்துக்கொண்டு பேசவேண்டும். லிப் ரீடிங் செய்வாள். காதும் கேட்காது. சைகை மொழி தெரியும்.'

சுபா அவளைப் பார்த்து வசீகரமாகச் சிரித்தாள். அபிநயத்தில் 'இது என் விதி' என்று சொல்வதுபோலத் தோளைக் குலுக்கிச் சிரித்தாள். 'இவள் என் அக்கா பெண். இவளைக் கல்யாணம் செய்து கொள்வதில் ஜெனிட்டிக் ரிஸ்க் எல்லாம் இருக்கிறது. தைரியம். வேறு யாரும் இவளைக் கல்யாணம் கட்ட முன் வர மாட்டார்கள். இவள் காது கேட்காததற்கு, வாய் பேசாததற்கு முக்கியக் காரணம் குழந்தையாக இருந்தபோதே அதைக் கவனிக்காததுதான்.'

இதையெல்லாம் ஒரு மந்தமான பார்வையுடன் கேட்டுக் கொண்டிருந்தாள் சுபா.

நிதி, அகஸ்டஸ் கையைக் குலுக்கி, 'யூ ஆர் கிரேட்!' என்று சொல்லிவிட்டுக் கிளம்பும்போது, சுபா ஒரு மாதிரி சத்தம் போட்டாள்.

'சந்தோஷத்தின் அடையாளம்' என்றான்.

மிக வேகமாகக் கை விரல்களால் சைகை செய்தாள். அதற்கு அகஸ்டஸ் விரல்களாலேயே பதில் சொன்னான். அந்த விரல் நடனங்கள், நிதிக்கு, புரியாத கவிதை போல இருந்தது.

உள்ளேயிருந்து ஒரு அழகான சித்திரத்தை எடுத்து வந்தாள். சுபா நிதியிடம் அதைக் கொடுத்து அவளை அணைத்துக் கொண்ட போது, நிதி கண்ணீரைத் துடைத்துக்கொண்டாள். 'ரொம்ப நாளாச்சு அழுது. அகஸ், யூ ஆர் ரியலி கிரேட்! உன்னை ஒண்ணு கேக்கலாமா, நான் அப்பாவுக்குக் கொடுக்கறது தண்டனையா?'

'ஆம்' என்றான்.

'அவர் செய்ததெல்லாம் தப்பில்லையா?'

'நிதி, மனிதன் என்ன தப்பு செய்தாலும் மனச்சாட்சியும் ஆண்ட வனும் சேர்ந்து அவனைத் தண்டிச்சே தீருவாங்க. உங்கப்பாவுக்குத் தண்டனை கிடைச்சாச்சு. அவர் வாழ்க்கையின் பரபரப்புக்கும் வாழ்க்கை முறைக்கும் அவருக்கு ஹார்ட் அட்டாக் வந்து அவரை வீழ்த்தியாச்சு. நீங்க கொடுக்கறது கூடுதல் தண்டனை. பழிக்குப் பழி வாங்கி, நிம்மதியைப் பெற முடியாது நிதி.'

இரண்டாவது அத்தியாயம் ○ 275

'அப்பாவை விட்டுரலாம்ங்கறியா!'

'போதும்ங்கறேன். அதிக நாள் அவர் இருக்க மாட்டார். நான் டாக்டருடைய ரிப்போர்ட்டைப் பார்த்துட்டேன்.'

அடுத்த மாதம் பதினாலாம் தேதி நிதி சிங்கப்பூர் மார்க்கமாக அமெரிக்காவுக்குப் புறப்பட்டாள். முதல் வகுப்பு டிக்கெட் என்பதால் சிசுருஷைகள் அபரிமிதமாகவே இருந்தன. விமான நிலையத்தில் செக்-இன் லவுஞ்ச் எல்லாமே அவளுக்கு உற்சாகமாக இருந்தது. ஜயந்த், அம்மா, தருண், சரண்யா, அகஸ், சதானந்த் அனைவரும் விமான நிலையத்துக்கு வந்திருந்தார்கள். எளிதாக செக்-இன் பண்ணிவிட்டு போர்டிங் கார்டு வாங்கிக் கொண்டு மாடியில் இருந்த லவுஞ்சில் பிஸினஸ் பத்திரிகை ஒன்றைப் புரட்டிக்கொண்டிருந்தாள்.

அகஸ்டஸ் புறப்படுகையில் சொன்னது ஞாபகம் வந்தது. நிதி, எப்ப இடம் மாறினாலும் மூணு விஷயத்தைச் செக் பண்ணிருங்க. பாஸ்போர்ட், ஏர்-டிக்கெட், பணம்...' சட்டென்று பாஸ்போர்ட் ஞாபகம் வந்தது. பையில் தேடினாள். காணவில்லை.

33
இங்குதான் ஆரம்பம்!

*பா*ஸ்போர்ட்டைக் காணவில்லை என்றதும் நிதிக்குத் திகீர் என்றது. இது வேறு விதமான திகீர். பெங்களூரில் நடுத் தெருவில் குமாரைப் புறக் கணித்துவிட்டு, ஆட்டோ ரிக்ஷாவில் ஏறிக் கொண்டு நகையை விற்பதற்காக சிக்பேட்டை சந்தில் நுழைந்த போது வயிற்றில் ஒரு பயப் பிரவாகம் ஏற்பட்டு உடம்பு சில்லிட்டதே... அது போல இல்லை இது. அப்போது அவள் வாழ்க்கை என்ன ஆகப் போகிறது என்ற பயம் இருந்தது.

இப்போது வாழ்க்கையைப் பற்றிய பயம் இல்லை. தான் தேர்ந்தெடுத்துக் கொண்ட புதிய வாழ்வில் ஒரு சிறிய நெருக்கடி. அவ்வளவே. உடனே அவளால் மாற்றுப் பாதைகளைச் சிந்திக்க முடிந்தது. பாஸ் போர்ட் தொலைந்துவிட்டால் என்ன செய்ய வேண்டும்? உடனே அருகே உள்ள காவல் நிலையத்தில் ரிப்போர்ட் எழுதிவிட்டு, அமெரிக்கப் பயணத்தை ரத்து செய்து விட்டு, வீட்டுக்குத் திரும்ப வேண்டியதுதான். உடன் வைத்திருந்த தன் கைப்பையைத் திறந்து பார்த்தாள்.

அகஸ்டஸ் அதில் ஒரு காகிதத்தில் பாஸ்போர்ட் நம்பர், கொடுத்த தேதி, அதன் காலாவதி தேதி எல்லாவற்றையும் எழுதி வைத்திருந்தான். அகஸ்டஸ் எல்லாவற்றையும் சிந்திப்பவன்.

முதலில் அகஸ்டஸின் செல் நம்பரைக் கூப்பிட்டாள். 'அகஸ்டஸ், என் பாஸ்போர்ட்டைக் காணோம்.'

'அப்படியா?'

'என்ன 'அப்படியா'? குரல்ல ஒரு கிராம் அதிர்ச்சி... அய்யோ பாவம்... ஏதாவது காட்டேன்.'

'நான் ஒருவிதத்தில் இதை எதிர்பார்த்தேன் நிதி' என்றான்.

'வெறுப்பேத்தாதே அகஸ்... எங்கே இருக்கே! என்னை வந்து காப்பாத்து இப்ப.'

'ஒரு சிக்னல் பக்கத்தில்... நான் திரும்ப ஏர்போர்ட்டு வர்றேன். எங்கிருந்து போன் பண்றீங்க நிதி?'

'லவுஞ்சில இருக்கிற இலவச போன்லருந்து.'

'அதுவரைக்கும் வந்துட்டிங்கன்னா, பாஸ்போர்ட் அங்கேயே தான் நூறு அடி வட்டத்துக்குள்ள இருக்கணும். முதல்ல உங்க பையிலே சரியாப் பார்த்தீங்களா?'

'பார்த்தாச்சு... என்ன அகஸ்டஸ், நான் அவ்வளவு முட்டாளில்லை.'

'சரி. பதினைந்து நிமிஷம் கழிச்சு மறுபடி என்னைக் கூப்பிடுங்க. பயப்படாதீங்க... எங்கெல்லாம் போனோம்னு யோசிச்சுப் பாருங்க. வந்த பாதையிலேயே திரும்பப் போய்ப் பாருங்க.'

'சரி. அகஸ். எனக்கென்னவோ அமெரிக்கா போகவே பிடிக்கலை. ஆரம்பத்திலேயே அபசகுனமா இந்த மாதிரி...'

'இதெல்லாம் சகஜம் நிதி. இதுக்காகக் புதுசா ஒரு மூட நம்பிக்கை வேண்டாம்.'

'ஐ லவ் யூ அகஸ்... பேசாம விக்ரம் குமாரை அனுப்பியிருக்கணும்.'

'பாஸ்போர்ட் கிடைக்கலைன்னா அதைத்தான் செய்யணும். இதுக்காகத்தான் ஒரு பெண் தனியா போகணுமான்னு...'

‘அகஸ்!’ என்று அதட்டினாள். ‘ஆரம்பிச்ச பாத்தியா... நான் பெண்ணே இல்லை, அகஸ். அது போன ஜென்மத்துல... என்னால இப்ப எதையும் தனியா சமாளிக்க முடியாதா?’

‘அப்படி நான் சொல்லை.’

‘அப்படித்தான் சொல்றே.’

‘இல்லை. நீங்க இன்னும் பெண்தான்னு சொல்றேன்.’

எங்கெல்லாம் போனோம் என்பதை யோசித்தாள். முதல் வகுப்புக்கான லவுஞ்சில் இருந்து வெளியே வந்தாள். கீழே ஹாலில் கூட்டமாக இருந்த செக்யூரிட்டிக்கு நுழையுமுன் சிலர் சோபாக்களில் உட்கார்ந்திருந்தார்கள்.

எங்கே வைத்தேன் என்பது தெரியாமல் அலைந்தாள். அங்கிருந்து எஸ்கலேட்டர் படிகள் தெரிந்தன. கீழே சீருடை அணிந்த கஸ்டம்ஸ் இமிக்ரேஷன் அதிகாரிகள் தெரிந்தார்கள்.

‘மிஸ் நிவேதா ஜயந்த்?’

திடுக்கிட்டுத் திரும்பினாள். ஓர் இளைஞன் புன்னகைத்து நின்றுகொண்டிருந்தான். நிதிக்கு அவனைத் தெரியாது. வாழ்வில் முதல் தடவையாக அந்த முகத்தைப் பார்க்கிறாள். வகைப்படுத்தவோ, ஞாபகத்தில் வைத்துக்கொள்ளவோ தேவையில்லாத மற்றொரு முகம். இவனுக்கு எப்படி என் பெயர் தெரிகிறது என்பதுதான் ஒரே கேள்வி. கேட்டு விட்டாள்.

‘பேர் மட்டும் இல்லை... பிறந்த தேதி. அட்ரஸ். இதுவரை நீங்க வெளிநாடு சென்றதில்லை என்ற எல்லா விவரமும் தெரியும். உங்க பாஸ்போர்ட் ஏ 1450855 மூலமாக. இந்தாங்க பாஸ்போர்ட்டுங்கறது முக்கியமான டாகுமெண்ட், அற்பமானதில்லை.’

‘ஐ நோ... ஐ நோ.’

‘இமிக்ரேஷன் மனுவை நிரப்பிக் கொடுக்கற சமயத்துல தூணுக்குப் பக்கத்துல சாஞ்ச மேஜை மேலேயே பாஸ்போர்ட்டை வெச்சுட்டு, நீங்க பாட்டுக்குப் போறீங்க! நான் அதை எடுத்து உங்களைத் தொடர்ந்து, உங்க கவனத்தைக் கவரப் பின்னாலிருந்து பைத்தியக்காரன் மாதிரி ‘மிஸ் மிஸ்’னு கூப்பிட்டுக்கிட்டே வரேன். பதிலே இல்லை... காதுல வாக்மன்

மாட்டியிருந்தீங்களா, இல்லை... உங்க கூந்தல் காதை அந்த அளவுக்கு மறைச்சுதா?'

'தாங்க்ஸ்... நான் முட்டாள்.'

'உங்களைச் சொல்லக் கூடாது. இந்த இரைச்சல்ல வெடி வெச்சாத்தான் கவனத்தைக் கவர முடியும். 'பயணம் செய்யும் போது காதைத் தீட்டி வெச்சுக்கணும்'ங்கறது முதல் விதி. விமான நிலயத்தில் அறிவிப்புகள் எதுவும் கேட்காது. மெய்மறந்து ஃப்ளைட்டைக் கோட்டை விட்டுருவீங்க. உங்களுக்கு 'ஸ்பைஸ் கேர்ள்ஸ்' பிடிக்குமா?'

'ஏன்?'

'சும்மாதான்... நீங்க என்ன டைப்புன்னு தெரிஞ்சுக்க.'

'இல்லை... நித்யஸ்ரீ.'

'உங்களைப் பார்த்தா நித்யஸ்ரீயின் ரசிகை மாதிரி தெரியலை. தனியாப் போறீங்களா? உங்க ஸூட்டைப் பார்த்தா, தமிழ் பேசறதே ஆச்சரியமா இருக்கு...'

அவனுடன் மேலும் பேச விரும்பாமல், 'ஸாரி, உங்களுக்குத் தான் நிறைய கஷ்டம்.'

'அப்டியெல்லாம் இல்லை. என் பேர் கல்யாணசுந்தரம். பதினஞ்சு நாளுக்காக் கொரியா போறேன். அமெரிக்கா மாசா மாசம் போவேன். மாறுதலுக்கு இந்தத் தடவை கொரியா, வெஜிடேரியன். என்மேல் பரிதாபப்பட்டு ஒரு சொட்டுக் கண்ணீர் வடிக்கலாம்.'

அவன் தன் விசிட்டிங் கார்டைக் கொடுத்தான். நிதிக்குத் தன் கார்டைக் கொடுக்கவேண்டியது அவசியமாகி விட்டது. அதைப் பார்த்து பிரமிப்பில் விசிலடித்தான்.

'அஸ்ட்ராகாம் எம்.டி.யா? நீங்கதானா அது? வாவ்... இவ்வளவு பெரிய பதவியில இருந்துகிட்டு, இவ்வளவு அழகா இருக்கக் கூடாது. தப்பாட்டம்.'

'நன்றி' என்று போதிய அளவு மட்டும் மையமாகப் புன்ன கைத்தாள்.

‘அய்யோ, அப்படி சிரிக்காதீங்க. யூ ரிமைண்ட் மி ஆஃப் ப்ரீத்தி. ஃபாரத்தை நிரப்பிட்டு, அதை வைச்சுட்டுப் போறதைப் பார்த்தேன். உடனே உங்களைக் கூப்பிடறதுக்குள்ள படியேறிப் போயிட்டீங்க. பாஸ்போர்ட்டைத் தொலைச்சே ஆகணும்னு வைராக்கியமா?’ அவள் பதிலுக்குக் காத்திராமல் தொடர்ந்து பேசினான்.

‘நான் என் பேரை கே. சுந்தர்னெல்லாம் சுருக்கி வெச்சுக்கலை. கொரியாக்காரங்க என் பெயரை உச்சரித்துத் திண்டாடட்டும். அவங்களுக்கு சாஃப்ட்வேர் மட்டும் தேவை. பெயர் தேவையில்லை. என்ன சாஃப்ட்வேர்னு கேட்க மாட்டீங்களா? ரவுட்டர் டெர்ராபிட் ரவுட்டர்!

‘கொரியா, ஏறக்குறைய தமிழ்நாடு சைஸ், மக்கள் தொகையும் ஏறத்தாழ நாலு கோடி அறுபத்தஞ்சு லட்சம். எழுதப் படிக்கத் தெரிஞ்சவங்க 98 பர்சன்ட்! தமிழ்நாடு மாதிரிதான் விவசாயம் பண்ணிக்கிட்டிருந்தவங்க. திடீர்னு கப்பல், மோட்டார் கார், டெக்ஸ்டைல், எலெக்ட்ரானிக்ஸ்னு தாவினாங்க. ஆயிரம் மடங்கு ஏற்றுமதி அதிகப்படுத்தினாங்க.’

‘எக்ஸ்யூஸ் மி... எதுக்காக இதெல்லாம் என்கிட்ட சொல்றீங்க?’

‘சும்மா இம்ப்ரஸ் பண்ணலாம்னுட்டு.’

‘நான் இம்ப்ரஸ் ஆகல... இந்தப் புள்ளிவிவரமெல்லாம் மனோரமா இயர் புக்ல கிடைக்கும்.’

‘வார்றிங்களே... உங்க பேர் பரவால்லை. நிவேடா, நெவாடான்னு அங்க ஒரு மாகாணம் பேர் இருக்கு. நித்யஸ்ரீ குரல்ல ஒரு அழுத்தம், அதட்டல் இருக்கும். எனக்கும் பிடிக்கும்.’

நிதியின் கார்டை நம்பாமல் மறுபடி பார்த்தான். ‘உங்களை பிஸினஸ் இண்டியாவில அட்டைப் படமே போட்டிருந் தாங்களே... எங்க போறீங்க?’

‘சான் ஹோஸே கலிஃபோர்னியா.’

‘வாவ்! சிலிக்கன் வேலி மத்தியில... சிங்கப்பூர் ஏர்லைன்ஸ்?’

‘ஆமாம்.’

'தட்ஸ் க்ரேட்! நானும் அதே ப்ளைட்டுதான். ஆனா, கிளப் கிளாஸ்! சியோல் வரைக்கும் வருவேன். கொரியாவுக்குச் சென்னையிலே கான்ஸலேட் இருக்கு, தெரியுமா? கொரியன் ரெஸ்டாரண்ட் நாலு இருக்கு.'

அவனைக் கழிக்க விரும்பினாள். 'ரொம்ப தாங்க்ஸ். நல்ல வேளை அமெரிக்காவில் போய் பாஸ்போர்ட் தொலைஞ்சிருந்தா என்ன ஆயிருக்கும்னு நினைக்கவே பயமா இருக்கு.'

'அதெல்லாம் ஒண்ணும் ப்ராப்ளமே இல்லை. அடுத்த ஃப்ளேன்ல திரும்ப அனுப்பிச்சுருவான். இப்படித்தான் ஒரு முறை லாஸ் ஏஞ்சல்ஸ்லே என சகலமும் தொலைஞ்சு போயிருச்சு. பாஸ்போர்ட் நம்பர் எல்லாம் டிஜிட்டல் டைரியில இருக்கு. ஆனால் டைரியையே தொலைச்சாச்சு. என்ன செய்தேன்? இந்தியன் எம்பஸிக்கு சான் பிரான்சிஸ்கோல ஒரு கான்சல் ஆபீஸ் இருக்கு. முதல்ல அதுக்கு எழுதி, சென்னைக்கு ஃபேக்ஸ் அனுப்பிச்சு, டிராவலர்ஸ் செக் எல்லாம் கான்சல் பண்ணி, கிரெடிட் கார்டு கம்பெனிக்கெல்லாம் தெரிவிச்சு... வாழ்க்கையில எந்தத் தப்பையும் திருத்தலாம். திருத்த முடியாத பாதைன்னு எதுவுமே இல்லை வாழ்க்கைல. டு யூ அக்ரி?'

'அக்ரி' என்றாள் மனசுக்குள்.

'இதில ஒரே ஒரு வருத்தம், சிங்கப்பூர் ட்ரான்சிட்ல இருந்தப்ப ஒரு பெண்ணைப் பார்த்தேன். உடனே டிஷ்யு பேப்பர்ல ஒரு கவிதை எழுதினேன். அதுவும் தொலைஞ்சு போச்சு. என்ன எழுதினேன்... சரியா ஞாபகமே வரலை. பிரபஞ்ச வெளியில எங்கேயோ அந்தக் கவிதை பறந்துக்கிட்டு இருக்குது.'

'அப்படியா?'

'நீங்க கவிதை எழுதுவீங்களானு கேட்க மாட்டீங்களா?'

'கேட்கணுமா?'

'பின்ன... கவிதை எழுதறது சாதாரண விஷயமா? ஜாவாவும் எழுதுவேன். கவிதையும் எழுதுவேன். சில்வியா ப்ளாத் படிச்சிருப்பீங்களே... ஒரு ஹைகூ சொல்லட்டுமா?'

மௌன அஞ்சலிக் கூட்டம்
விடாது ஒலிக்கிறது செல்போன்.

‘நீங்க எழுதினதா?’

‘நீங்க வேற! முத்துக்குமார்.’

இருவருக்கும் காப்பி எடுத்துக்கொண்டு வந்து சோபாவில் அவளுடன் உட்கார்ந்தான்.

‘ப்ளேன் புறப்பட்டுரும்’ என்றாள் நிதி.

‘டென்ஷன் ஆவாதீங்க. உங்களை விட்டுட்டு ப்ளேன் போக முடியாது. அதுவும் ஃபர்ஸ்ட் கிளாஸ் பயணிகளை அப்படியே தாவாங்கட்டையைப் புடிச்சு முத்தம் கொடுத்து அழைச்சுட்டுப் போவாங்க.’

‘நீங்க சென்னையில எங்க இருக்கீங்க?’

இதற்குள் விமானம் புறப்படும் அறிவிப்பு ஒலிக்க, அவன் தன் கைப்பையை எடுத்துக்கொண்டு ‘குட்பை, நைஸ் மீட்டிங் யூ. உங்களுக்கு நேரமிருந்தா, கிவ் மீ எ கால். அமெரிக்காவில எங்க தங்கியிருப்பீங்க?’

‘தெரியலை. கொலாபரேட்டர்ஸ் ஏற்பாடு பண்ணியிருக்காங்க. ஏதோ ஒரு ஹில்டன் ஓட்டல்னு நினைக்கிறேன். அங்கே போனாத்தான் தெரியும்.’

அதன்பின் அவன் மற்ற பயணிகளுடன் கலந்து விட்டான். ஒரு புன்னகையுடன் அவனை மறந்து போனாள்.

நிதி, அகஸ்டஸுக்குப் போன் செய்தாள்.

‘அகஸ்டஸ் ... கிடைச்சிருச்சு.’

‘அப்படியா... நல்லது.’

‘எங்கே இருக்கே?’

‘நான் ஏர்போர்ட் வாசல்ல காத்திருக்கேன்.’

‘ரொம்ப ஸாரி அகஸ்... உங்களை அலைய விட்டதுக்கு.’

‘பரவாயில்லை. எப்படிக் கிடைச்சது சொல்லுங்க நிதி...’

‘கல்யாணசுந்தரம்னு கொரியா போற ஒரு தயிர்வடை, நான் அதை இமிக்ரேஷன்ல வெச்சுட்டுப் போறதைப் பார்த்து,

என்னைத் துரத்தி வந்து கொடுத்து, பத்து நிமிஷத்தில் நூறு பக்கம் பேசிவிட்டான். சாஃப்ட்வேர்ங்கறான், ரவுட்டர்ங்கறான், கொரியாங்கறான், ஹைகூங்கறான்... நான்ஸ்டாப்! கழட்டி விடறதே கஷ்டமாயிருச்சு.'

'பாஸ்போர்ட் கிடைச்சுருச்சில்லை... யூ ஆர் லக்கி. சரி, போயிட்டு வாங்க. போய்ச் சேர்ந்தவுடனே என்ன நேரமானாலும் போன் அடிங்க. இனிமே ஜாக்கிரதையா இருங்க. மறுபடி தொலைச்சா, மற்றொரு தயிர் வடை வர மாட்டான்.

'அகஸ்... தாங்க்ஸ்.'

'எதுக்கு?'

'ஒரு எழவும் தெரியாத என்னை, இந்த உயரத்துக்குக் கொண்டு வந்ததுக்கு.'

'டேக் கேர் நிதி.'

முதல் வகுப்பு இருக்கையில் ஏறக்குறைய படுக்கை அளவுக்கு விஸ்தாரமாக இடம். சீட்டுக்கு முன்னே மேஜை, டெர்மினல் என்று ஒரு சிறு சொந்த அலுவலகம் போலிருந்தது. உலகத்தில் உள்ள அத்தனை பத்திரிகைகளும் செய்தித் தாள்களும் இருந்தன. புன்னகையைக் கழற்றாத பணிப் பெண்கள், பயணிகளை மனப்பாடம் செய்து, பெயர் சொல்லிக் கூப்பிட்டு அவர்கள் அருகே மண்டி போட்டுக்கொண்டு மிகையாகப் பேசி...

நிதிக்கு ஒரு முறை டம்போ பேச்சைக் கேட்டு ஏர்ஹோஸ்டஸ் வேலைக்கு மனு போட்டது நினைவுக்கு வந்தது. என்ன வெல்லாம் செய்திருக்கிறாள். அவனுடன் சேர்ந்து, கற்போருக்காக புதுக்கோட்டை கேம்ப்பில் ஒரு கிராமத்தில் போய் வயல்காட்டுப் பெண்களுக்குத் தமிழ் எழுத்துக்கள் சொல்லிக் கொடுத்திருக்கிறாள். ஒரு இண்டர்நேஷனல் கான்பரன்ஸுக்கு, வாசலில் மேஜை போட்டுப் புன்னகைத்துப் பதிவு செய்யும் பெண்ணாகப் பணி செய்திருக்கிறாள். ஃபாஸ்ட் ஃபுட் ரெஸ்டாரண்டில் ஒரு மாதம் சீருடை அணிந்து வேலை செய்திருக்கிறாள். எல்லாம் அப்பாவை எதிர்க்கும் அலைபாயும் சகாப்தத்தில்.

அப்பாவைப் பற்றி நினைக்கும்போது பச்சாதாபம்தான் ஏற்பட்டது. திரும்பி வந்ததும் பெரிசுக்கு ஏதாவது சின்னதாக

உத்தியோகம் கொடுக்கவேண்டும். தருணை வீடியோ கேம்ஸி லிருந்து பிடுங்கவேண்டும். சரண்யாவை ஓரிரு முறை ஆபீஸுக்கு அழைத்துச் சென்று உடன் வைத்திருக்கவேண்டும். அமெரிக்காவில் இருந்து பாட்டிக்கும் அம்மாவுக்கும் ஏதாவது வாங்கிச் செல்லவேண்டும்.

சிங்கப்பூரில் ட்ரான்சிட் லவுஞ்சில் ஒரு மணி நேரம் இருந்து விட்டு, மறுபடி புறப்பட்ட போதும் சியோலில் விமானத்தை விட்டு இறங்காமல் கண்ணயர்ந்தபோதும் எண்ணங்களும் கனவும் கலந்த மிஸ்ர லோகத்தில் தவழ்ந்தாள்.

டம்போவுடன் மோட்டார் சைக்கிளில் பின்னால் கூந்தல் பறக்க அலைந்தாள். அப்பாவுடன் மன்றாடினாள். ரிசப்ஷனில் ஆயிரம் தடவை புன்னகைத்து, மாலையைக் கழற்றி வைத்தாள். பெங்களூர் இரவில், தெருவில் மனம் நிறைய துக்கத்துடன் ஓடினாள். குமாரிடம் கன்னத்தில் அறை வாங்கினாள். லேடி டாக்டருக்கு முத்தம் கொடுத்தாள். தங்கையையும் தம்பியையும் கட்டிக்கொண்டாள். பாட்டியை வாசனை பார்த்தாள். அம்மா வுடன் அழுதாள். அலுவலகத்தில் பெரியவர்கள் அழுவதை உணர்ச்சியில்லாமல் கவனித்தாள்.

சான் பிரான்சிஸ்கோ விமான நிலையத்தில் இறங்குவதற்காக கேபின் விளக்குகளைப் போட்டபோது பணிப் பெண் ‘எக்ஸ்க் யூஸ் மீ மேடம்... இவர் உங்களை வந்து சந்திக்கலாமா என்று கேட்கிறார்...’ என்று ஒரு சீட்டைக் காட்டினாள்.

அதில், கொரியா போகாத கல்யாணசுந்தரம்’ என்று எழுதி, அதன் அதனருகில் ஒரு சிரிக்கும் முகம் வரைந்திருந்தது.

திரும்பிப் பார்த்தாள்.

கிளப் கிளாஸிலிருந்து கையசைத்தான்.

அவள் அருகில் வந்தான்.

‘நீங்க சியோல்ல எறங்கலை?’ என்று அவனிடம் கேட்டாள் நிதி.

‘எறங்கினேன். மறுபடி ரி புக் பண்ணிட்டேன். அமெரிக்கால ஒரு காரியம் இருக்கு. அதை முடிச்சுரலாம்னு.’

‘அப்படியா?’

'அமெரிக்காவில என்ன காரியம்னு கேட்கலையே?'

'என்ன?' என்றாள் தயக்கத்துடன்,.

'உங்களைச் சந்திக்கிறதுதான்!'

நிதி அப்போதுதான் அவனை முதல் முறை முழுவதுமாகக் கண்ணுக்குக் கண் பார்த்தாள். களங்கமில்லாத முகம். ஆரோக்கியமான உடல். மெல்லிய உதடுகள். கூர்மையான மூக்கு. நுனி மட்டும் சிவப்பாக இருந்தது. அவளிடமிருந்து ஒரு சின்னப் புன்னகையை எதிர்பார்த்துச் சலனிக்கும் கண்கள்.

'இன்னொரு கவிதை எழுதிட்டேன் டிஷ்யு பேப்பர்ல... டைட்டில் என்ன தெரியுமா?'

'1450855-ஏ உனக்கு வந்தனம்!'

இங்குதான் நிதியின் இரண்டாவது காதல் கதை தொடங்கியது. எச்சரிக்கையுடன், தயக்கத்துடன், நிதானத்துடன்.